ವಿಜಯದ ಹಾದಿ

ಯಶಸ್ವಿ ಆತ್ಮವಿಶ್ವಾಸವುಳ್ಳ ವ್ಯಕ್ತಿತ್ವ
ನಿರ್ಮಾಣಕ್ಕೆ ಕೆಲವು ಟಿಪ್ಸ್

Be A Winner

Moral Boosting Tips for a
Confident and Successful Personality

I0112104

ಓ. ಪಿ. ಶರ್ಮ

ಕನ್ನಡಕ್ಕೆ : ಮಾಧವ ಐತಾಳ್

V&S PUBLISHERS

Published by:

V&S PUBLISHERS

F-2/16, Ansari road, Daryaganj, New Delhi-110002
☎ 23240026, 23240027 • *Fax:* 011-23240028
Email: info@vspublishers.com • *Website:* www.vspublishers.com

Regional Office : Hyderabad
5-1-707/1, Brij Bhawan (Beside Central Bank of India Lane)
Bank Street, Koti, Hyderabad - 500 095
☎ 040-24737290
E-mail: vspublishershyd@gmail.com

Branch Office : Mumbai
Jaywant Industrial Estate, 1st Floor–108, Tardeo Road
Opposite Sobo Central Mall, Mumbai – 400 034
☎ 022-23510736
E-mail: vspublishersmum@gmail.com

Follow us on:

DISCLAIMER

Printed at : Repro Knowledgecast Limited, Thane

ಪರಿವಿಡಿ

ತಪ್ಪುಗಳ ಬಗ್ಗೆ ಹೆದರಿಕೆ ಬೇಡ

> ಪ್ರತಿದಿನವೂ ಹೊಸ ದಿನ. ಅದನ್ನು ಉತ್ಸಾಹ, ಭರವಸೆಯಿಂದ ಎದುರುಗೊಳ್ಳಿ. ನೆನ್ನೆ ಈಗಾಗಲೇ ಕಳೆದು ಹೋಗಿದೆ. ನಿಮ್ಮ ಮನಸ್ಸಿನಿಂದ ಆ ಹೊರೆಯನ್ನು ಇಳಿಸಬಾರದೇಕೆ?

ದೇವರು ಮಾತ್ರ ಪರಿಪೂರ್ಣ. ಮನುಷ್ಯ ಎಷ್ಟೇ ಬುದ್ಧಿವಂತನಾಗಿದ್ದರೂ, ತಪ್ಪು ಮಾಡುತ್ತಾನೆ. ಹೀಗಾಗಿ, ಮಾಡಿದ ತಪ್ಪನ್ನು ಬದಿಗಿಟ್ಟು ಅದು ನಮ್ಮ ಮೇಲೆ ಹೊರೆಯಾಗದಂತೆ ನೋಡಿಕೊಂಡು ಮುಂದೆ ಸಾಗಬೇಕು.

ಪ್ರಗತಿಯ ಹಾದಿಯಲ್ಲಿ ತಪ್ಪುಗಳು ಆಗುತ್ತವೆ. ಜಾರ್ಜ್ ಬರ್ನಾಡ್ ಶಾ ಒಮ್ಮೆ ಹೇಳಿದ್ದರು, 'ಮನುಷ್ಯರು ಮುಗ್ಗರಿ ಸುತ್ತಲೇ ಮಂಜುಗಡ್ಡೆ ಮೇಲೆ ಜಾರಾ ಡಲು ಕಲಿಯುತ್ತಾರೆ. ತಪ್ಪು ಮಾಡುತ್ತ ಮೂರ್ಖನಂತೆ ವರ್ತಿಸುತ್ತಲೇ ಮುಂದೆ ಮುಂದೆ ಚಲಿಸುತ್ತಾರೆ.' ಗುಹಾಮಾನವ ಆಧುನಿಕ ಮಾನವನಾಗಿ ಬದಲಾವಣೆ ಆದದ್ದು ಪ್ರಯತ್ನ ತಪ್ಪು (ಟ್ರಯಲ್-ಎರರ್) ಮೂಲಕವೇ. ತಪ್ಪುಗಳ ಬಗ್ಗೆ ತಲೆ ಕೆಡಿಸಿಕೊಳ್ಳದೆ ಪ್ರಯತ್ನ ನಡೆಸು

ತ್ತಲೇ ಹೋದ ಕೆಲವರಿಂದಲೇ ಜಗತ್ತಿನ ದೆಸೆ ಬದಲಾಯಿಸಿದ ಆವಿಷ್ಕಾರ ನಡೆದವು.

ಕಮಲಾಳ 14 ವರ್ಷದ ಮಗಳು ನಿಮ್ಮಿ, ತಾಯಿಗೆ ಅಡುಗೆಯಲ್ಲಿ ಸಹಾಯ ಮಾಡಲು 'ತರಕಾರಿ ಕತ್ತರಿಸಿ ಕೊಡುತ್ತೇನೆ' ಎಂದಾಗಲೆಲ್ಲ ಆಕೆಗೆ ಸಿಗುತ್ತಿದ್ದ ಪ್ರತಿಕ್ರಿಯೆ: 'ನೀನು ಹಾಳು ಮಾಡಿ ಬಿಡುತ್ತಿ.' ಆದರೆ, ಒಮ್ಮೆಯೂ ಕೆಡದೆ, ಪದಾರ್ಥ ಸೀದು ಹೋಗದೆ ಅಡುಗೆ ಕಲಿಯಲು ಸಾಧ್ಯವಿಲ್ಲ ಎಂಬುದನ್ನು ಕಮಲಾ ಅರ್ಥ ಮಾಡಿಕೊಳ್ಳಲಿಲ್ಲ. ಮಕ್ಕಳು ತಪ್ಪು ಮಾಡಿದಾಗ ತಂದೆ ತಾಯಿ ಅದನ್ನು ಕ್ಷಮಿಸಬೇಕು. ಟೀಕೆಯಿಂದ, ಬೈಗುಳದಿಂದ ಕಲಿಕೆ ಸಾಧ್ಯವಿಲ್ಲ ಎಂಬುದು ಪೋಷಕರಿಗೆ ಅರ್ಥವಾಗಬೇಕು.

ಸದಾ ಬೈಯುತ್ತಲೇ ಇರುವುದರಿಂದ ಯಾವುದೇ ಪ್ರಯೋಜನವಿಲ್ಲ. ಇದರಿಂದ ಮಕ್ಕಳ ಆತ್ಮವಿಶ್ವಾಸ ಕುಂದಿ, ಅವರು ನಿಷ್ಕ್ರಿಯರಾಗಿ ಬಿಡುತ್ತಾರೆ. ಕೆಲಕಾಲಾನಂತರ ಮಕ್ಕಳು ತಂದೆ-ತಾಯಿಯನ್ನು ದ್ವೇಷಿಸಲಾರಂಭಿಸುತ್ತಾರೆ. ಮಕ್ಕಳಿಗೆ ಕೆಲಸ ಮಾಡಲು ಬಿಡಿ. ತಪ್ಪುಗಳ ಮೂಲಕ ಅವರು ಕಲಿಯುತ್ತ, ಮುಂದೆ ಚಲಿಸುತ್ತಾರೆ. ತಪ್ಪಿನ ಭೀತಿಯಿಂದ ಅವರಿಗೆ ಕೆಲಸವನ್ನೇ ಮಾಡಲು ಬಿಡದಿದ್ದರೆ ಅವರ ಬೆಳವಣಿಗೆ ಕುಂಠಿತವಾಗುತ್ತದೆ.

ನಿರ್ದಿಷ್ಟ ವೃತ್ತಿಯೊಂದರಲ್ಲಿ ಈಗಾಗಲೇ ಉತ್ತಮ ಕೆಲಸಗಾರರು ಇದ್ದಾರೆ ಎಂದು ಕೆಲವರು ಕೆಲಸವೊಂದನ್ನು ಒಪ್ಪಿಕೊಳ್ಳಲು ಹಿಂಜರಿಯುತ್ತಾರೆ. ಇಂಥ ಉತ್ತಮ ವೃತ್ತಿನಿರತರಿಂದ ತಮಗೆ ವೈಫಲ್ಯ ಕಟ್ಟಿಟ್ಟ ಬುತ್ತಿ ಎಂಬುದು ಅವರ ಅಭಿಪ್ರಾಯ ಆಗಿರುತ್ತದೆ. ಇಂಥ ಉತ್ತಮ ಕೆಲಸಗಾರರು ಒಂದೇ ರಾತ್ರಿಯಲ್ಲಿ ಸಂಭವಿಸಿರುವುದಿಲ್ಲ ಎಂಬುದನ್ನು ಅವರು ಮರೆಯುತ್ತಾರೆ. ಅವರು ಕೂಡಾ ತಪ್ಪು-ಒಪ್ಪು-ತಿದ್ದಿಕೊಳ್ಳುವಿಕೆ ಮೂಲಕ ಇಂದಿನ ಸ್ಥಿತಿ ತಲುಪಿರುತ್ತಾರೆ. ಇಂಥವರು ತಮ್ಮನ್ನು ತುಳಿಯುತ್ತಾರೆ, ಹೀಯಾಳಿಸುತ್ತಾರೆ ಎಂದು ಕಿರಿಯರು ಭಾವಿಸಬಾರದು. ವಾಸ್ತವವೆಂದರೆ, ಸಮಚಿತ್ತದ ವ್ಯಕ್ತಿಗಳು ತಪ್ಪು ಮಾಡಿದ ಕಿರಿಯರನ್ನು ಹೀಯಾಳಿಸುವುದಿಲ್ಲ, ಬದಲಿಗೆ, ತಿದ್ದುತ್ತಾರೆ. ಅಪರಿಪೂರ್ಣರು, ಅರೆಜ್ಞಾನಿಗಳು ಮಾತ್ರ ಬೇರೆಯವರನ್ನು ಕೀಳಾಗಿ ಕಾಣುತ್ತಾರೆ.

ನೀವು ಯೋಜನೆಯೊಂದನ್ನು ಜಾರಿಗೊಳಿಸುವ ಮುನ್ನ ಸ್ನೇಹಿತರೊಡನೆ ಚರ್ಚಿಸಲು ಹಿಂಜರಿಯಬೇಡಿ. ಅವರು ಯಾವುದೇ ತಪ್ಪನ್ನು ಎತ್ತಿ ತೋರಿಸಿದರೆ, ಹೊಟ್ಟೆಕಿಚ್ಚಿನಿಂದ ಹೀಗೆ ಮಾಡುತ್ತಿದ್ದಾರೆ ಎಂಬು ಭಾವಿಸದಿರಿ. ಅವರ ಸಲಹೆಗಳನ್ನು ವಸ್ತುನಿಷ್ಠವಾಗಿ ಪರಿಶೀಲಿಸಿ. ಇಂಥ ಸಲಹೆಗಳಿಂದ ನಿಮ್ಮ ಯೋಜನೆಯ ಯಶಸ್ಸು ಇನ್ನಷ್ಟು ಖಚಿತವಾಗುತ್ತದೆ.

ಒಂದೊಮ್ಮೆ ತಪ್ಪು ಮಾಡಿದಿರಿ ಎಂದಾದಲ್ಲಿ, ಅದನ್ನು ಒಪ್ಪಿಕೊಳ್ಳುವ ಧೈರ್ಯ ತೋರಿಸಿ. ತಪ್ಪನ್ನು ಒಪ್ಪಿಕೊಂಡು, ತಕ್ಷಣ ತಿದ್ದಿಕೊಂಡರೆ ಅದರಿಂದ ಆಗುವ ಹಾನಿ ಕಡಿಮೆ ಆಗುತ್ತದೆ. ಒಂದೊಮ್ಮೆ ತಿದ್ದಿಕೊಳ್ಳದೆ ಹೋದಲ್ಲಿ, ಅದರಿಂದ ಅಪಾರ ಹಾನಿ ಹಾಗೂ ನಿಮ್ಮ ಘನತೆಗೆ ಕುಂದುಂಟಾಗಲಿದೆ. ತಪ್ಪನ್ನು ಮುಚ್ಚಿಹಾಕುವುದು ಕೂಡಾ ಸರಿಯಲ್ಲ. ಒಂದು ಸುಳ್ಳು ಮುಚ್ಚಿ ಹಾಕಲು, ಸುಳ್ಳಿನ ಸರಮಾಲೆಯನ್ನೇ ಹೆಣೆಯಬೇಕಾಗುತ್ತದೆ. ಸುಳ್ಳು ಬಯಲಿಗೆ ಬರುವುದು ಖಚಿತವಾದ್ದರಿಂದ ನಿಮ್ಮ ಪ್ರತಿಷ್ಠೆಗೆ ಪೆಟ್ಟು ಬೀಳಲಿದೆ.

ತನ್ನ ತಪ್ಪು ಒಪ್ಪಿಕೊಂಡು, ಕ್ಷಮೆ ಕೇಳುವ ವ್ಯಕ್ತಿಯನ್ನು ದ್ವೇಷಿಸುವವರು ಇರಲಾರರು. 'ನನ್ನನ್ನು ಕ್ಷಮಿಸು. ನೀನು ಹೇಳಿದ್ದು ಸರಿ. ನಾನು ನಿನ್ನನ್ನು ತಪ್ಪಾಗಿ ಭಾವಿಸಿದೆ. ತಪ್ಪು ಸರಿಪಡಿಸಲು ನನಗೆ ಅವಕಾಶ ಕೊಡು,' ಎಂದು ಕೇಳಿಕೊಂಡಾಗ, 'ಹೋಗಯ್ಯ, ನಿನ್ನನ್ನು ನಾನು ಕ್ಷಮಿಸುವುದಿಲ್ಲ'' ಎಂದು ಹೇಳುವವರು ಇದ್ದಾರೆಯೇ?

ನಮ್ಮ ವೈಫಲ್ಯದ ಹೊಣೆಯನ್ನು ಬೇರೆಯವರ ಮೇಲೆ ಹೇರುವುದು ಸರಿಯಲ್ಲ. ವಿದ್ಯಾರ್ಥಿಗಳಲ್ಲಿ ಈ ಪ್ರವೃತ್ತಿ ಹೆಚ್ಚು. ಪರೀಕ್ಷೆಯಲ್ಲಿ ಫೇಲಾದವರು ಪಾಠ ಸರಿ ಮಾಡಲಿಲ್ಲ ಎಂದು ಮೇಷ್ಟ್ರನ್ನು ಇಲ್ಲವೇ ಅದೃಷ್ಟ ಸರಿಯಿಲ್ಲ ಎಂದು ದೂರಬಹುದು. ಸರಿಯಾಗಿ ಸಿದ್ಧತೆ ನಡೆಸದೆ, ವ್ಯಾಸಂಗ ಮಾಡದೆ ಅನುತ್ತೀರ್ಣನಾದೆ ಎಂದು ಅವರು ಒಪ್ಪಿಕೊಳ್ಳುವುದಿಲ್ಲ. ಯೋಜನೆಗಳು 'ಠುಸ್' ಎಂದಾಗ ಅದನ್ನು ಸಹೋದ್ಯೋಗಿಗಳ ಮೇಲೆ ಹಾಕುವ ಬಾಸ್‌ಗಳಿದ್ದಾರೆ. ಆದರೆ, ಯೋಜನೆ ಯಶಸ್ವಿಯಾದಲ್ಲಿ ತಮ್ಮ ಬೆನ್ನನ್ನು ತಟ್ಟಿಕೊಳ್ಳುತ್ತಾರೆ. ಯಶಸ್ಸನ್ನು ಸಹೋದ್ಯೋಗಿಗಳ ಜತೆ ಹಂಚಿಕೊಳ್ಳುವುದಿಲ್ಲ. ಯಶಸ್ಸಿನ ಶ್ರೇಯಸ್ಸು ತಮ್ಮದು ಎನ್ನುವವರು ಸೋಲಿನ ಜವಾಬ್ದಾರಿಯನ್ನು ತಪ್ಪಿಸಿಕೊಳ್ಳುವುದು ಹೇಡಿತನದ ಲಕ್ಷಣ.

ಹಿಂದೆ ಆದ ತಪ್ಪಿನ ಬಗ್ಗೆ ಕೊರಗುತ್ತ ಕೂರುವುದು ಸಕಾರಾತ್ಮಕ ಚಿಂತನೆಗೆ ಧಕ್ಕೆ ತರುತ್ತದೆ ಹಾಗೂ ಮನಸ್ಸಿನಲ್ಲಿ ಅನಗತ್ಯ ಕ್ಷೋಭೆಗೆ ಕಾರಣವಾಗುತ್ತದೆ. ಮನಸ್ಸಿನಲ್ಲಿ ಉಳಿದ ಭೂತಕಾಲದ ಕಸವನ್ನು ತೆಗೆದುಹಾಕಿ. ಪ್ರತಿದಿನ ಕೆಲಸವನ್ನು ಸ್ವಚ್ಛ ಮನಸ್ಸು-ಉತ್ಸಾಹದಿಂದ ಆರಂಭಿಸಿ. ಇದರಿಂದ ಸಂತೋಷ ಹಾಗೂ ಯಶಸ್ಸು ನಿಮ್ಮದಾಗುತ್ತದೆ.

❑❑

ಭಾವನೆಗಳ ನಿಯಂತ್ರಣ ಹೇಗೆ?

ಭಾವನೆಗಳು ಸಂತೋಷ ಮತ್ತು ತೃಪ್ತಿಯನ್ನು ಕೊಡುತ್ತವೆ ಇಲ್ಲವೇ ಆನಂದವನ್ನೇ ಇಲ್ಲವಾಗಿಸ ಬಲ್ಲವು. ಆಯ್ಕೆ ನಮ್ಮದು.

ನಾವೆಲ್ಲ ಭಾವನಾತ್ಮಕ ಜೀವಿಗಳು. ಹೂವಿನಲ್ಲಿ ಸುಗಂಧ ಇರುವಂತೆ, ಭಾವನೆಗಳಿಲ್ಲದ ಮನುಷ್ಯರೇ ಇಲ್ಲ ಎನ್ನಬಹುದು. ಅವು ನಮ್ಮ ಸಂತೋಷವನ್ನು ಇಮ್ಮಡಿಗೊಳಿಸುತ್ತವೆ ಇಲ್ಲವೇ ನಾಶಗೊಳಿಸುತ್ತವೆ. ಆದ್ದರಿಂದ ಅವುಗಳನ್ನು ನಿಯಂತ್ರಿಸುವುದನ್ನು ನಾವು ಕಲಿಯಬೇಕಿದೆ. ಭಾವನೆಗಳಲ್ಲಿ 2 ವಿಧ. ಒಳ್ಳೆಯವು ಹಾಗೂ ಕೆಟ್ಟವು. ಒಳ್ಳೆಯ ಭಾವನೆಗಳು ನಮ್ಮ ವ್ಯಕ್ತಿತ್ವವನ್ನು ಆಕರ್ಷಕಗೊಳಿಸುತ್ತವೆ ಹಾಗೂ ಸಂತೋಷವನ್ನು ಹೆಚ್ಚಿಸುತ್ತವೆ. ಅವುಗಳನ್ನು ಬೆಳೆಸಿಕೊಳ್ಳಬೇಕು. ಕೆಟ್ಟ ಭಾವನೆಗಳು ಸಂತೋಷ ಹಾಗೂ ಕ್ಷಮತೆಯನ್ನು ಕೊಲ್ಲುತ್ತವೆ. ಅವನ್ನು ತ್ಯಜಿಸಬೇಕು.

ನಾನು ಸಂತೋಷವಾಗಿರಬೇಕು ಹಾಗೂ ಎಲ್ಲರೂ ನನಗೆ ಗೌರವ ಕೊಡಬೇಕು ಎಂದುಕೊಳ್ಳದವರು ಇದ್ದಾರೆಯೇ? ಇದಕ್ಕಾಗಿ ನಾವು ಬೇರೆಯವ ರನ್ನು ಇಷ್ಟ ಪಡಬೇಕು. ನಿಮ್ಮ ಸುತ್ತಲಿನವರ ಭಾವನೆಗಳನ್ನು ಗೌರವಿಸಬೇಕು ಹಾಗೂ ಅವರ ಸಾಧನೆಯನ್ನು ಗುರುತಿಸಿ, ಶ್ಲಾಘಿಸಬೇಕು. ನಿಮ್ಮ ಶ್ಲಾಘನೆ ಅಕೃತಿಮವಾಗಿದ್ದಲ್ಲಿ, ಅದು ಆ ವ್ಯಕ್ತಿಯ ಪ್ರೀತಿಯನ್ನು ಗೆಲ್ಲುತ್ತದೆ ಹಾಗೂ ಇನ್ನಷ್ಟು ಸಾಧನೆಗೆ ಹುರುಪು ತುಂಬುತ್ತದೆ.

ನೀವು ನೋಡಿರುತ್ತೀರಿ, ಕೆಲವರು ಊಟ ಹೇಗೇ ಇರಲಿ, ಸುಮ್ಮನೆ ತಿಂದು

ಏಳುತ್ತಾರೆ. ಅದರ ಬದಲು, ಖಾದ್ಯ ಚೆನ್ನಾಗಿದ್ದರೆ, ಮಾಡಿದವರು-ಬಡಿಸಿದವರಿಗೆ ಅದನ್ನು ಹೇಳಿ. ಮೆಚ್ಚುಗೆ ತೋರಿಸಿ. ಶ್ರಮಕ್ಕೆ ಬೆಲೆ ಸಿಕ್ಕಿತು ಎಂದುಕೊಂಡು ಅವರು ಖುಷಿಯಾಗುತ್ತಾರೆ.

ಮನುಷ್ಯರ ನಡುವಿನ ಸಂಬಂಧದಲ್ಲಿ ಪ್ರೇಮಕ್ಕಿಂತ ಮಿಗಿಲಾದದ್ದಿಲ್ಲ. ತಂದೆ ತಾಯಿ ಮಕ್ಕಳಿಗಾಗಿ, ಸೈನಿಕರು ದೇಶಕ್ಕಾಗಿ ಏನೆಲ್ಲ ತ್ಯಾಗ ಮಾಡುವುದು ಇದೇ ಪ್ರೇಮದಿಂದ. ಪ್ರಾಕೃತಿಕ ವಿಕೋಪಕ್ಕೆ ಸಿಕ್ಕಿ ನರಳಿದ ಜನರಿಗೆ ಬೇರೆಯವರು ಅಗತ್ಯವಾದ ನೆರವು ನೀಡುವುದೂ ಇದೇ ಕಾರಣದಿಂದ.

ಧೈರ್ಯ, ಭರವಸೆ ಮತ್ತು ತಾಳ್ಮೆ-ನಮಗೆ ಸಂತೋಷ ಕೊಡಬಲ್ಲ ಇತರ ಭಾವನೆಗಳು. ಸನ್ನಿವೇಶ ಯಾವುದೇ ಇರಲಿ, ಧೈರ್ಯ ಮುಖ್ಯ. ಧೈರ್ಯವಿಲ್ಲದಾತ ಬೃಹತ್ ಆದ ಸಾಧನೆ ಮಾಡಲಾರ. ಧೈರ್ಯಶಾಲಿಗಳಿಗೆ ವಿಧಿ ಕೂಡಾ ನೆರವಾಗುತ್ತದೆ. ಸೋಲನ್ನು ಗೆದ್ದಿದ್ದೇನೆ ಎನ್ನುವವರು ಪ್ರಾಯಶಃ ಯಾರೂ ಇರಲಿಕ್ಕಿಲ್ಲ. ಸೋಲುಗಳು ಅಪಾರ ನೋವಿಗೆ ಕಾರಣವಾಗುತ್ತವೆ. ಇಂಥ ಸನ್ನಿವೇಶ ದಲ್ಲಿ ವ್ಯಕ್ತಿಯನ್ನು ದಡಕ್ಕೆ ಮುಟ್ಟಿಸುವುದು ಭರವಸೆಯೆಂಬ ಹರಿಗೋಲು. ಮಹತ್ವದ ಯೋಜನೆಗಳನ್ನು ರೂಪಿಸಬಹುದು. ಆದರೆ, ತಾಳ್ಮೆ ಇಲ್ಲದಿದ್ದರೆ ಅವನ್ನು ನೆಲಕ್ಕೆ ಇಳಿಸುವುದು ಸಾಧ್ಯವಾಗದು. ಭಾರಿ ಉದ್ಯಮವೊಂದರ ಆರಂಭಕ್ಕೆ ಎಲ್ಲವೂ ಸಿದ್ಧವಾಗುತ್ತಿರುವಾಗ, ನೀವು ತಾಳ್ಮೆ ಕಳೆದುಕೊಂಡರೆ ಏನಾಗಬಹುದು ಎಂಬುದನ್ನು ನೀವೇ ಊಹಿಸಿ. ಭಯ, ಕೋಪ ಹಾಗೂ ದ್ವೇಷ ನಮ್ಮನ್ನು ಆಳಲು ಬಿಡಬಾರದು. ಇವು ಬದುಕಿನ ಸಂತೋಷವನ್ನೇ ಛಿದ್ರ ಮಾಡಿಬಿಡುತ್ತವೆ.

ಭಯದಿಂದ ಧೈರ್ಯ ಮಸುಕಾಗುತ್ತದೆ, ಕ್ರಿಯೆಗೆ ಪಾರ್ಶ್ವವಾಯು ಹೊಡೆಯುತ್ತದೆ. ಅನುತ್ತೀರ್ಣನಾಗುತ್ತೇನೆಂಬ ಭಯದಿಂದ ಪರೀಕ್ಷೆಯನ್ನೇ ತೆಗೆದು ಕೊಳ್ಳದವರಿದ್ದಾರೆ. ಇದಕ್ಕಾಗಿ ನಾನಾ ಕಾರಣಗಳನ್ನು ಕೊಡುತ್ತಾರೆ. ಆದರೆ, ಅದಕ್ಕೆಲ್ಲ ಅರ್ಥವಿಲ್ಲ. ತನ್ನ ಬೌದ್ಧಿಕ ಸಾಮರ್ಥ್ಯದ ಮೇಲೆ ಅವರಿಗೆ ನಂಬಿಕೆ ಇರುವುದಿಲ್ಲ, ಅಷ್ಟೆ. ಸಕಲ ಸಿದ್ಧತೆ ನಡೆಸಿ, ಆತ್ಮವಿಶ್ವಾಸದಿಂದ ಪರೀಕ್ಷೆಯನ್ನು ಎದುರಿಸಿದರೆ, ಸೋಲಿನ ಸಾಧ್ಯತೆ ತೀರಾ ಕಡಿಮೆ.

ಗರ್ಭಧಾರಣೆ ಮತ್ತು ಮಾತೃತ್ವ ಕಷ್ಟದ ಕೆಲಸ. ಹೆರಿಗೆ ವೇಳೆ ತಾವು ಸಾಯುವ ಸಾಧ್ಯತೆ ಇದೆ ಎಂದು ಹೆದರುವವರೂ ಇದ್ದಾರೆ. ಹೆದರಿಕೆಯನ್ನು ಮುಖಾಮುಖಿ ಯಾಗಿ ಎದುರಿಸಿದಾಗ ಮಾತ್ರ ಅದನ್ನು ಜಯಿಸಬಹುದು.

ಕೋಪ- ಇನ್ನೊಂದು ನಕಾರಾತ್ಮಕ ಭಾವನೆ. ಇದರಿಂದ ಆಲೋಚನಾ ಶಕ್ತಿ ಕುಂಠಿತಗೊಳ್ಳುತ್ತದೆ. ಕೋಪವನ್ನು ನಿಯಂತ್ರಿಸಿಕೊಳ್ಳಲಾಗದ ವ್ಯಕ್ತಿ ತನ್ನ ಸುತ್ತ ಮರು ಭೂಮಿ ನಿರ್ಮಿಸಿಕೊಳ್ಳುತ್ತಾನೆ. ಸಣ್ಣ ಕಾರಣಕ್ಕೂ ಮಕ್ಕಳು ಹಾಗೂ ಕೆಲಸದವರ

ಮೇಲೆ ಕಿರುಚುವವರಿದ್ದಾರೆ. ಅವರಿಲ್ಲದ ದಿನ ಉಳಿದವರಿಗೆ ಹಬ್ಬ. ಅಂಥವರ ಬಳಿ ಗೆಳೆಯರು, ನೆಂಟರು ಸುಳಿಯುವುದಿಲ್ಲ. ವ್ಯಕ್ತಿ ಒಂಟಿಯಾಗಿಬಿಡುತ್ತಾನೆ.

ವಿಜಯ್ ನಗರದ ಪ್ರಮುಖ ರಸ್ತೆಯ ಪ್ರಶಸ್ತ ಸ್ಥಳದಲ್ಲಿ ಮಳಿಗೆಯೊಂದನ್ನು ತೆಗೆದ. ಆತನಿಗೆ ಯಶಸ್ಸು ಕಟ್ಟಿಟ್ಟ ಬುತ್ತಿ ಎಂದು ಎಲ್ಲರೂ ಅಂದುಕೊಂಡರು. ಮೊದಲು ಎಲ್ಲವೂ ಸರಿಯಾಗಿತ್ತು. ವ್ಯಾಪಾರ ಉತ್ತಮವಾಗಿತ್ತು. ಲಾಭ ಚೆನ್ನಾಗಿತ್ತು. ಆದರೆ, ಆರ್ಥಿಕ ಕುಸಿತದ ಪರಿಣಾಮ ಯಾರನ್ನೂ ಬಿಡಲಿಲ್ಲ. ವ್ಯಾಪಾರ ಕಡಿಮೆಯಾಯಿತು. ವಿಜಯ್ ಗ್ರಾಹಕರ ಬಳಿ ಜಗಳ ಆಡಲಾರಂಭಿಸಿದ. ಜನ ನಿಧಾನವಾಗಿ ಅಂಗಡಿಗೆ ಬರುವುದನ್ನು ನಿಲ್ಲಿಸಿದರು. ಕೊನೆಗೊಂದು ದಿನ ಅಂಗಡಿ ಮುಚ್ಚಬೇಕಾಗಿ ಬಂದಿತು.

ನಿಮಗೆ ಸಾಮಾಜಿಕವಾಗಿ ಸಂತೋಷದ ಬದುಕು ಬೇಕಿದ್ದರೆ, ಜತೆಯವರನ್ನು ದ್ವೇಷಿಸಬಾರದು. ಜನರಿಗೆ ನಿಮ್ಮ ಭಾವನೆ ಗೊತ್ತಾದರೆ, ನಿಮ್ಮಿಂದ ದೂರವಾಗುತ್ತಾರೆ. ನೀವು ವ್ಯಾಪಾರದಲ್ಲಿ ತೊಡಗಿದ್ದರೆ, ಇಲ್ಲವೇ ಸಂಸ್ಥೆಯೊಂದರಲ್ಲಿ ಕೆಲಸ ಮಾಡುತ್ತಿದ್ದರೆ, ನಿಮಗೆ ಸಹೋದ್ಯೋಗಿಗಳಿಂದ ಸಹಕಾರ ಸಿಗುವುದಿಲ್ಲ. ಒಂದೊಮ್ಮೆ ನೀವು ಅವರ ವಿರುದ್ಧ ಕ್ರಮಕ್ಕೆ ಮುಂದಾದರೆ, ಪ್ರತಿಭಟನೆ ಎದುರಿಸಬೇಕಾಗುತ್ತದೆ. ನಿಮ್ಮ ವಹಿವಾಟು, ಉದ್ಯೋಗ ಇಕ್ಕಟ್ಟಿಗೆ ಸಿಲುಕಿ ಬಿಡುತ್ತದೆ.

ಹಣ ಮತ್ತು ಶಿಕ್ಷೆ ಯಶಸ್ವಿಯಾಗದಿದ್ದೆಡೆ, ಪ್ರೇಮ ಜಯಿಸುತ್ತದೆ. ದ್ವೇಷವೆಂಬುದು ಸುಲಭವಾಗಿ ಕಿತ್ತು ಎಸೆಯಬಹುದಾದ ಭಾವನೆಯಲ್ಲ. ಆದರೆ, ಅದರ ನಿಯಂತ್ರಣ ಸಾಧ್ಯ. ಇದರರ್ಥ, ನೀವು ಭಾವನೆಗಳೆಲ್ಲ ತೊರೆದು ಬಿಡಬೇಕು ಎಂದಲ್ಲ. ಭಾವನೆಗಳನ್ನು ಹತ್ತಿಕ್ಕುವುದು ಕೂಡಾ ಒದರಾಡುವಷ್ಟೇ ಕೆಟ್ಟದು.

ಭಾವನಾರಾಹಿತ್ಯತೆಯಿಂದ ಜೀವನದ ಮಜವೇ ಹೊರಟುಹೋಗುತ್ತದೆ. ಉದಾಹರಣೆಗೆ, ಮದುವೆ, ಸ್ನೇಹ ಮತ್ತು ಕೆಲಸದ ಬಗ್ಗೆ ಯಾವುದೇ ಭಾವನೆ ಹೊಂದದೇ ಇರುವುದು ಸಾಧ್ಯವಿಲ್ಲ. ಹೆಣ್ಣು-ಗಂಡನ್ನು ಒಟ್ಟುಗೂಡಿಸುವುದೇ ಪ್ರೇಮ. ನೀವು ಬದುಕಿನಲ್ಲಿ ಹಲವರನ್ನು ಭೇಟಿಯಾಗುತ್ತೀರಿ. ಆದರೆ, ಇವರಲ್ಲಿ ಕೆಲವರು ಮಾತ್ರ ನಿಮ್ಮ ಸ್ನೇಹಿತರಾಗುತ್ತಾರೆ. ಅವರ ಜತೆ ನಿಮ್ಮ ಭಾವನೆಗಳನ್ನು ಹಂಚಿಕೊಳ್ಳುತ್ತೀರಿ. ಕೆಲಸದಲ್ಲಿ ಭಾವನಾತ್ಮಕವಾಗಿ ತೊಡಗಿಸಿಕೊಂಡಾಗ ಮಾತ್ರ ಅದರಿಂದ ಸಂತೋಷ ಸಿಗುತ್ತದೆ.

ಆದರೆ, ಭಾವೋದ್ರೇಕ ಒಳ್ಳೆಯದಲ್ಲ. ತಮ್ಮ ಪ್ರಯತ್ನದಲ್ಲಿ ವಿಫಲರಾದ ಕೆಲವರು ಬೇರೆಯವರ ಗಮನ ಸೆಳೆದು, ಅನುಕಂಪ ಗಿಟ್ಟಿಸಲು ಯತ್ನಿಸುತ್ತಾರೆ. ಇದರಿಂದ, ಅವರು ಹಾಸ್ಯಾಸ್ಪದವಾಗುತ್ತಾರೆ. ಯಾವುದೋ ಒಂದು ಕ್ಷೇತ್ರದಲ್ಲಿ ವಿಫಲವಾದ ತಕ್ಷಣ ಅದು ಬದುಕಿನ ಅಂತ್ಯವಲ್ಲ. ಇನ್ನೊಂದರಲ್ಲಿ ಯಶಸ್ಸು

ಸಾಧಿಸಬಹುದು. ಅನಗತ್ಯವಾಗಿ ಬೇರೆಯವರ ಸಹಾನುಭೂತಿ ಪಡೆಯಲು ಪ್ರಯತ್ನಿಸಬಾರದು.

ನಾವೆಲ್ಲ ಉತ್ತಮ ವ್ಯಕ್ತಿಗಳ ಸಂಗ ಬೆಳೆಸುವುದು, ಅದರಿಂದ ಸಂತಸ ಸಿಗುತ್ತದೆ ಎಂದು. ಅಂತೆಯೇ ಭಾವನೆಗಳು ಕೂಡಾ. ಒಳ್ಳೆಯ ಭಾವನೆಗಳ ಜತೆ ನಾವು ಬದುಕಬೇಕು. ಒಳ್ಳೆಯ ಭಾವನೆಗಳನ್ನು ಬೆಳೆಸಿಕೊಳ್ಳುವುದು ಸುಲಭ. ಕೆಟ್ಟ ಭಾವನೆಗಳು ನಿಮ್ಮನ್ನು ಬಿಡುತ್ತಿವೆ ಎಂದಾದಲ್ಲಿ, ಒಳ್ಳೆಯ ಭಾವನೆಗಳು ಬರುತ್ತಿವೆ ಎಂದರ್ಥ. ಅಲ್ಲಿಗೆ ಅರ್ಧ ಯುದ್ಧ ಗೆದ್ದಂತೆ.

ಶ್ರೀಮಂತ-ಸಂತೋಷದಿಂದಿರುವವರು ಪ್ರಜ್ಞಾಪೂರ್ವಕವಾಗಿ ಒಳ್ಳೆಯ ಭಾವನೆಗಳನ್ನು ಬೆಳೆಸಿಕೊಂಡಿರುತ್ತಾರೆ. ಕೆಟ್ಟವನ್ನು ಹದಗೊಳಿಸಿರುತ್ತಾರೆ. ಅವರಿಗೆ ಒಳ್ಳೆಯ ಭಾವನೆಗಳನ್ನು ದೇವರು ವರ ಎಂದು ಕೊಟ್ಟಿರುವುದಿಲ್ಲ. ಬೇಕಿದ್ದರೆ ಅವರನ್ನೇ ಕೇಳಿ; ನಿಮಗೆ ಸತ್ಯ ಗೊತ್ತಾಗುತ್ತದೆ.

❑❑

ಕೆಲಸವನ್ನು ಪ್ರೀತಿಸುವುದು

ಕೆಲಸ, ಸಹೋದ್ಯೋಗಿಗಳು ಇಲ್ಲವೇ ಕಚೇರಿ ವಾತಾವರಣದ ಬಗ್ಗೆ ಟೀಕೆ ಸರಿಯಲ್ಲ. ಮಾಡುವ ಕೆಲಸದಲ್ಲಿ ಆಸಕ್ತಿ, ತಾದ್ಯಾತ್ಮದಿಂದ ಬೆಳವಣಿಗೆ ಸಾಧ್ಯ.

ಬದುಕಲು ನಾವೆಲ್ಲ ಕೆಲಸ ಮಾಡಲೇಬೇಕು. ಕೆಲವರು ಹಣಕ್ಕಾಗಿ, ಇನ್ನು ಕೆಲವರು ಸಂತೋಷಕ್ಕಾಗಿ, ಇನ್ನುಳಿದವರು ಎರಡಕ್ಕಾಗಿಯೂ ಕೆಲಸ ಮಾಡುತ್ತಾರೆ. ಮಿತಿ ಮೀರಿದ ಕೆಲಸ ಸಮರ್ಥನೀಯವಲ್ಲ. ವ್ಯಕ್ತಿಯ ಸಾಮರ್ಥ್ಯ ಎಷ್ಟೇ ಇರಲಿ, ಯಂತ್ರದಂತೆ ನಿರಂತರವಾಗಿ ಕೆಲಸ ಮಾಡಲು ಸಾಧ್ಯವಿಲ್ಲ. ಯಂತ್ರಕ್ಕೆ ಕೂಡಾ ವಿಶ್ರಾಂತಿ ಅಗತ್ಯವಿದೆ. ಕೆಲಸಕ್ಕೆ ಬೇಕಾದ ಕೌಶಲವನ್ನು ವ್ಯಕ್ತಿ ಹೊಂದಿದ್ದರೆ, ಕ್ಷಮತೆ ಹೆಚ್ಚುತ್ತದೆ. ಕೌಶಲ, ಸಿದ್ಧತೆ ಇಲ್ಲದಿದ್ದರೆ, ಕ್ಷಮತೆ ಕಡಿಮೆ ಆಗುತ್ತದೆ.

ಕೆಲಸವನ್ನು ಆಯ್ದುಕೊಳ್ಳುವಾಗ, ನಿಮ್ಮ ಕೌಶಲ, ಸಾಮರ್ಥ್ಯದ ಬಗ್ಗೆ ಅರಿವು ಇರಬೇಕು. ಹೆಚ್ಚು ಸಂಬಳ ಬರುತ್ತದೆ ಎಂದು ಲಾಭದಾಯಕ ಹುದ್ದೆ–ಕೆಲಸವನ್ನು ಆಯ್ದುಕೊಳ್ಳುವವರಿದ್ದಾರೆ. ಆದರೆ, ತಮಗೆ ಅಗತ್ಯ ಕೌಶಲ, ಸಾಮರ್ಥ್ಯ ಇದೆಯೇ ಎಂಬುದನ್ನು ಪರಿಗಣಿಸುವುದಿಲ್ಲ. ಅಗತ್ಯ ಸಿದ್ಧತೆ ಇಲ್ಲದೆ ಯಶಸ್ಸು ಲಭಿಸದು ಎಂಬುದನ್ನು ಮರೆಯಬಾರದು.

ರಾಜೇಶ್‌ಗೆ ದೊಡ್ಡ ವ್ಯಾಪಾರಿ ಆಗಬೇಕೆಂಬ ಆಸೆ. ಭಾರಿ ಬಂಡವಾಳ ಹೂಡಿ, ವಾಹನ ಬಿಡಿ ಭಾಗಗಳ ಮಳಿಗೆ ತೆರೆದ. ಅಗತ್ಯ ತರಬೇತಿ, ಮಾರಾಟ ಕೌಶಲ ಇಲ್ಲದ ಕಾರಣ ಭಾರಿ ನಷ್ಟ ಅನುಭವಿಸಬೇಕಾಗಿ ಬಂದಿತು. ಉದ್ಯೋಗ-ವೃತ್ತಿಯ ಆಯ್ಕೆಗೆ ಮುನ್ನ ಹಲವು ಅಂಶಗಳನ್ನು ಪರಿಗಣಿಸಬೇಕು. ಆಯ್ಕೆ ಮಾಡಿಕೊಂಡ ಬಳಿಕ ಅದಕ್ಕೆ ಅಂಟಿಕೊಳ್ಳಬೇಕು. ಕೆಲವರು ಕೆಲಸದ ಬಗ್ಗೆ ಬಹುಬೇಗ ಆಸಕ್ತಿ ಕಳೆದುಕೊಳ್ಳುತ್ತಾರೆ. ಬದಲಿಸಲು ಮುಂದಾಗುತ್ತಾರೆ. ಇದು ಸರಿಯಲ್ಲ. ವೃತ್ತಿ

ಯೊಂದರಲ್ಲಿ ಯಶಸ್ಸು ಸಾಧಿಸಲು ಶ್ರಮ, ಅನುಭವ ಬೇಕಾಗುತ್ತದೆ. ನಿರಂತರವಾಗಿ ಉದ್ಯೋಗ ಬದಲಿಸುವುದರಿಂದ, ಅನುಭವ ಗಳಿಕೆ ಸಾಧ್ಯವಿಲ್ಲ. ಇದರಿಂದ ಎಲ್ಲ ಕೆಲಸಗಳ ಬಗ್ಗೆ ನಿಮಗೆ ಪ್ರಾಥಮಿಕ ಜ್ಞಾನ ಸಿಗಬಹುದಷ್ಟೆ. ಪರಿಣತಿ, ತಜ್ಞತೆ ಮುಖ್ಯವಾಗಿರುವ ಕಾಲದಲ್ಲಿ ಯಾವ ವಿಷಯದಲ್ಲೂ ಆಳವಾದ ಜ್ಞಾನ ಇಲ್ಲದವರು ಯಶಸ್ಸು ಗಳಿಸುವುದು ಕಷ್ಟ.

ಕೆಲಸವನ್ನು ಪ್ರೀತಿಸಿ, ಖಂಡಿಸಬೇಡಿ. ನಿಮ್ಮ ಬುದ್ಧಿಶಕ್ತಿ ತೋರಿಸಲು, ಮಹತ್ವಾಕಾಂಕ್ಷೆಯನ್ನು ಸಾಧಿಸಲು ಕೆಲಸ ಸೂಕ್ತ ಏಣಿ. ವಿಜ್ಞಾನಿಗಳು, ಕಲಾವಿದರು, ಸಮಾಜ ಸುಧಾರಕರ ಬದುಕು ಇದಕ್ಕೆ ಉದಾಹರಣೆ. ಮೇಡಂ ಕ್ಯೂರಿ ಪೋಲೆಂಡ್‌ನಲ್ಲಿ ಜನಿಸಿದ ಕಾಲದಲ್ಲಿ ಹೆಣ್ಣು ಮಕ್ಕಳು ವಿಜ್ಞಾನವನ್ನು ವ್ಯಾಸಂಗ ಮಾಡಲು ಅವಕಾಶವೇ ಇರಲಿಲ್ಲ. ಗ್ರಾಕೋ ವಿವಿಗೆ ಪ್ರವೇಶ ಬಯಸಿದಾಗ ಮೇರಿಗೆ ಸಿಕ್ಕ ಉತ್ತರ, 'ವಿಜ್ಞಾನ ಹೆಣ್ಣು ಮಕ್ಕಳಿಗೆ ಸೂಕ್ತವಲ್ಲ.' ಬದಲಿಗೆ, ಆಕೆಗೆ ಅಡುಗೆ ತರಗತಿಗೆ ಪ್ರವೇಶ ನೀಡುವುದಾಗಿ ಹೇಳಲಾಯಿತು. ಆಕೆ ಫ್ರಾನ್ಸ್‌ನ ಸೋರ್‌ಬನ್ ವಿವಿ ಸೇರಿದಳು. ಹಲವು ವರ್ಷಗಳ ಕಠಿಣ ಶ್ರಮದ ಬಳಿಕ ರೇಡಿಯಂನ್ನು ಶೋಧಿಸಿ, ನೊಬೆಲ್ ಪ್ರಶಸ್ತಿಗೆ ಪಾತ್ರಳಾದಳು. ಆಕೆಯ ಯಶಸ್ಸಿಗೆ ಕಾರಣ, ಕೆಲಸದ ಬಗ್ಗೆ ಇದ್ದ ಪ್ರೀತಿ ಹಾಗು ಅಡೆತಡೆಗಳಿಗೆ ಎದೆಗುಂದದೆ ಇದ್ದುದು.

ರೊನಾಲ್ಡ್‌ರಾಸ್ ಮಲೇರಿಯಾಕ್ಕೆ ಮದ್ದು ಕಂಡುಹಿಡಿಯದಿದ್ದರೆ, ಜಗತ್ತು ಆ ರೋಗದಿಂದ ನರಳುತ್ತಲೇ ಇರಬೇಕಾಗುತ್ತಿತ್ತು. ಹಲವು ವರ್ಷ ಆತನ ಪ್ರಯತ್ನಕ್ಕೆ ಯಶ ಸಿಗಲಿಲ್ಲ. ಕೊನೆಗೆ ಆತ ಔಷಧ ಕಂಡುಹಿಡಿದಾಗ, ಅದನ್ನು ಗುರುತಿಸಲಾಗದಷ್ಟು ಸುಸ್ತಾಗಿದ್ದ. ಫ್ಲಾರೆನ್ಸ್ ನೈಟಿಂಗೇಲ್‌ಳ ಶ್ರದ್ಧೆಯಿಂದಾಗಿಯೇ ನರ್ಸಿಂಗ್ ಒಂದು ಶ್ರೇಷ್ಠ ವೃತ್ತಿಯಾಗಿ ಪರಿಣಮಿಸಿತು.

ದೂರದ ಬೆಟ್ಟ ನುಣ್ಣಗೆ

ಕೆಲವರು ಬೇರೆಯವರ ವೃತ್ತಿಯನ್ನು ಹೊಗಳುತ್ತಾರೆ. ತಮ್ಮ ಕೆಲಸವನ್ನು ತೆಗಳುತ್ತಾರೆ. ಇದು ಸರಿಯಲ್ಲ. ರಾಕೇಶ್ ಭೌತಶಾಸ್ತ್ರದ ಉಪನ್ಯಾಸಕ. ಉತ್ತಮ ವ್ಯಕ್ತಿತ್ವ, ವಿಷಯ ಜ್ಞಾನವಿತ್ತು. ಉತ್ತಮ ಶಿಕ್ಷಕನಾಗುವ ಎಲ್ಲ ಅರ್ಹತೆ ಇದ್ದರೂ, ಆತ ಹೆಚ್ಚಿನ ಹೆಸರು ಗಳಿಸಲಿಲ್ಲ. ಕಾರಣ ಆತನಿಗೆ ಕೆಲಸದಲ್ಲಿ ಆಸಕ್ತಿ ಇರಲಿಲ್ಲ. ಏತಕ್ಕೆ ಈ ಕೆಲಸಕ್ಕೆ ಸೇರಿದೆನೋ ಎಂದು ಗೊಣಗುತ್ತಲೇ ಇರುವ ಆತ, ಒಂದಲ್ಲ ಒಂದು ದಿನ ದೊಡ್ಡ ಕಂಪನಿಯೊಂದರ ಮ್ಯಾನೇಜರ್ ಆಗುತ್ತೇನೆ ಎಂಬ ಕನಸು ಕಾಣುತ್ತಿರುತ್ತಾನೆ. ಆತನ ಸಹೋದ್ಯೋಗಿ ರಮೇಶ್, ತದ್ವಿರುದ್ಧ. ಕೆಲಸಕ್ಕೆ ಸೇರಿದ ಕೆಲ ಕಾಲದಲ್ಲೇ ಉತ್ತಮ ಶಿಕ್ಷಕ ಎನಿಸಿಕೊಂಡಿದ್ದಾನೆ. ವಿದ್ಯಾರ್ಥಿಗಳು ಮಾತ್ರವಲ್ಲ, ಇತರ ಶಿಕ್ಷಕರೂ ಆತನ ಬಗ್ಗೆ ಮೆಚ್ಚುಗೆ ವ್ಯಕ್ತಪಡಿಸುತ್ತಾರೆ.

ಕೆಲವೊಮ್ಮೆ ಎಷ್ಟೇ ಪ್ರಯತ್ನಪಟ್ಟರೂ ಮೇಲೆ ಬರಲು ಅವಕಾಶ ಸಿಗುವುದಿಲ್ಲ. ನೀವು ಅಂಥ ಕೆಲಸದಲ್ಲಿದ್ದರೆ, ಗೊಣಗುವುದರಲ್ಲಿ ಅರ್ಥವಿದೆ. ನಿಮ್ಮ ಯೋಗ್ಯತೆ, ಓದಿಗೆ ಸೂಕ್ತವಾದ ಅವಕಾಶ ಸಿಗಲಿಲ್ಲ ಎಂದ ತಕ್ಷಣ, ಕೆಲಸವನ್ನೇ ಹಾಳುಗೆಡವ ಬಾರದು. ಅದು ಸರಿಯಲ್ಲ. ಇದರಿಂದ ನೀವು ಅಸಂತೋಷಿಗಳಾಗುತ್ತೀರಿ. ತಾಳ್ಮೆಯಿಂದ ಕಾಯ್ದು, ಅವಕಾಶ ಸಿಕ್ಕ ಬಳಿಕ ಕೆಲಸ ತೊರೆಯಬೇಕು.

ಕೆಲಸದ ವಾತಾವರಣ ಕೂಡಾ ಮುಖ್ಯ. ಕಚೇರಿಯಲ್ಲಿ ಉತ್ತಮ ಸೌಹಾರ್ದದ ವಾತಾವರಣವಿದ್ದರೆ, ಕೆಲಸ ಸುಲಭವಾಗುತ್ತದೆ. ಉತ್ತಮ ಫಲಿತಾಂಶ ಬರುತ್ತದೆ. ಒಂದೊಮ್ಮೆ ವಾತಾವರಣ ಕೆಟ್ಟು ಹೋಗಿದ್ದರೆ, ಕೆಲಸ ಬದಲಿಸಲು ಯತ್ನಿಸಬೇಕು. ಆದರೆ, ಈ ಬಗ್ಗೆ ತೀರಾ ತಲೆ ಕೆಡಿಸಿಕೊಳ್ಳಬಾರದು. ಇದರಿಂದ ಎಲ್ಲಿ ಹೋದರೂ ನೀವು ಸಂತೋಷದಿಂದಿರಲು ಸಾಧ್ಯವಿಲ್ಲ. ಅಬ್ರಹಾಂ ಲಿಂಕನ್, ಗಾಂಧಿ, ನೆಹರೂ ಸೂಕ್ತ ವಾತಾವರಣಕ್ಕಾಗಿ ಕಾಯುತ್ತ ಕೂತಿದ್ದರೆ, ತಮ್ಮ ಗುರಿ ಮುಟ್ಟುವುದು ಸಾಧ್ಯವಿರಲಿಲ್ಲ. ಇನ್ನೊಂದು ಮುಖ್ಯ ಅಂಶವೆಂದರೆ, ಸಹೋದ್ಯೋಗಿ ಗಳ ಮುಂದೆ ಬಾಸ್‌ನ್ನು ಖಂಡಿಸಬೇಡಿ. ನಿಮ್ಮ ಮಾತು ಬೇರೆಯವರ ಮೂಲಕ ಬಾಸ್ ಕಿವಿ ತಲುಪುತ್ತದೆ. ಆತನನ್ನು ಪೂಸಿ ಹೊಡೆಯಲೆಂದೇ ಕೆಲವರು ಇಂಥ ಕೆಲಸ ಮಾಡುತ್ತಾರೆ. ಇದರಿಂದ ಸಂಬಂಧ ಹದಗೆಡುತ್ತದೆ. ನಿಮಗೆ ಸಾಮರ್ಥ್ಯ, ಬುದ್ಧಿವಂತಿಕೆ ಇದ್ದರೂ, ಬಾಸ್ ನಿಮ್ಮ ವಿರುದ್ಧವಾಗಿದ್ದರೆ, ಕೆಲಸದಲ್ಲಿ ಸಂತೋಷ ಸಿಗಲಾರದು.

ಕೆಲವರು ತಮಗೆ ಸೂಕ್ತ ವೇತನ ಸಿಗುತ್ತಿಲ್ಲ ಎಂದು ಕೆಲಸದ ಬಗ್ಗೆ ಆಸಕ್ತಿ ಕಳೆದುಕೊಳ್ಳುತ್ತಾರೆ. ತನ್ನಷ್ಟು ವಿದ್ಯಾರ್ಹತೆ, ಸಾಮರ್ಥ್ಯವುಳ್ಳವರಿಗೆ ಬೇರೆಡೆ ಹೆಚ್ಚು ವೇತನ ಸಿಗುತ್ತಿದೆ ಎಂಬುದು ಅವರ ದೂರು. ಇರಬಹುದು. ಆದರೆ, ಇದು ನೀವು ಆಯ್ದುಕೊಂಡ ವೃತ್ತಿ. ಕೌಶಲ, ಸಾಮರ್ಥ್ಯ, ವಿದ್ಯಾರ್ಹತೆ ಹೆಚ್ಚಿಸಿಕೊಳ್ಳುವ ಮೂಲಕ ಕೆಲಸದಲ್ಲಿ ಬಡ್ತಿ, ಸಂಬಳ ಹೆಚ್ಚಳದ ಸಾಧ್ಯತೆ ಇದೆ. ಉನ್ನತ ಹುದ್ದೆಯಲ್ಲಿ ಇದ್ದವರೆಲ್ಲ ಸಂತೋಷವಾಗಿರುತ್ತಾರೆ ಎಂಬುದಕ್ಕೆ ಖಾತ್ರಿ ಏನಿಲ್ಲ. ಅಂಥ ಕೆಲಸ ಒತ್ತಡ, ಬಿಡುವಿನ ಕೊರತೆ, ಕುಟುಂಬದೊಡನೆ ಕಾಲ ಕಳೆಯಲು ಆಗದ ಸಂದಿಗ್ಧದಂಥ ನೂರಾರು ತಲೆ ಬಿಸಿಗಳ ಜತೆಗೆ ಬರುತ್ತದೆ.

ಸದಾ ಒಂದೇ ಕೆಲಸ ಮಾಡುತ್ತಿದ್ದರೆ, ಏಕತಾನತೆ ಬರುವುದು ಸಹಜ. ಇದನ್ನು ತಪ್ಪಿಸಿಕೊಳ್ಳಲು ಉತ್ತಮ ಅಭಿರುಚಿ ಬೆಳೆಸಿಕೊಳ್ಳಬೇಕು. ಉತ್ತಮ ಹವ್ಯಾಸ ಇರುವಾತ ಏಕತಾನತೆಯಿಂದ ಹೊರಬರಬಹುದು. ಕೆಲಸದ ಒತ್ತಡ ಹಾಗೂ ಸುಸ್ತು ಕಡಿಮೆಯಾಗುತ್ತದೆ. ಮಾರನೆ ದಿನ ಇನ್ನಷ್ಟು ಉತ್ಸಾಹದಿಂದ ಕೆಲಸ ಮಾಡಬಹುದು.

❑❑

ಟೀಕೆಗಳಿಗೆ ಎದೆಗುಂದದಿರಿ

> **ಬೇರೆಯವರ ಟೀಕೆಗೆ ತಲೆ ಕೆಡಿಸಿಕೊಳ್ಳಬಾರದು. ಎಂಥ ಸಾಧಕರನ್ನೂ ಟೀಕಿಸುವವರು ಇರುತ್ತಾರೆ. ಟೀಕೆಗೆ ಕಿವಿ ಕೊಟ್ಟರೆ, ನಿಂತಲ್ಲೇ ನಿಲ್ಲಬೇಕಾಗುತ್ತದೆ.**

ಚರ್ಚಾಸ್ಪರ್ಧೆಯಲ್ಲಿ ಶಾಮನಿಗೆ ಮೊದಲ ಬಹುಮಾನ ಬಂದಿತು. ಆತ ಖುಷಿಯಿಂದ ಉಬ್ಬಿಹೋದ. ಗೆಳೆಯರು ಶುಭಾಶಯ ಕೋರಿದಾಗ ಖುಷಿ ದುಪ್ಪಟ್ಟಾಯಿತು. ಮನೆಗೆ ಬಂದು ವಿಷಯ ತಿಳಿಸಿದ. ಅವರೂ ಸಂತಸ ಪಟ್ಟರು. ಶಾಮನ ಸಂತಸ ಹೆಚ್ಚು ಕಾಲ ಇರಲಿಲ್ಲ. ಮಾರನೆಯ ದಿನ ಕಾಲೇಜಿಗೆ ಬಂದಾಗ ಸ್ನೇಹಿತ 'ಶಾಮನಿಗೆ ಮೊದಲ ಬಹುಮಾನ ಬರುತ್ತಿರಲಿಲ್ಲ. ತೀರ್ಪುಗಾರರು ಪಕ್ಷಪಾತ ನೀತಿ ಅನುಸರಿಸಿದ್ದರಿಂದ ಬಹುಮಾನ ಬಂದಿದೆ,' ಎಂದು ಹುಡುಗರು ಮಾತನ್ನಾಡಿಕೊಳ್ಳುತ್ತಿದ್ದಾರೆ ಎಂದು ಹೇಳಿದ. ಶಾಮ ಇದರಿಂದ

ಕುಗ್ಗಿಹೋದ. ಜತೆಗೆ, ಸಿಟ್ಟು ಕೂಡಾ ಬಂದಿತು. ಅದು ಸಹಜ ಕೂಡಾ.

ನಾವೆಲ್ಲರೂ ಹೊಗಳಿಕೆಯನ್ನು ಇಷ್ಟಪಡುತ್ತೇವೆಯೇ ಹೊರತು ಟೀಕೆಯನ್ನಲ್ಲ. ಟೀಕೆಯಿಂದ ಸಹಜವಾಗಿಯೇ ನೋವಾಗುತ್ತದೆ. ಯಾರು ಕೂಡಾ ಟೀಕೆಗೆ ಹೊರತಾದವರಲ್ಲ ಎಂದು ಶಾಮನಿಗೆ ಗೊತ್ತಿರಬೇಕಿತ್ತು. ಶ್ರೇಷ್ಠ ಸಾಧಕರು ಕೂಡಾ ಇದಕ್ಕೆ ಹೊರತಾಗಿಲ್ಲ. ಅಮೆರಿಕದ ಅಧ್ಯಕ್ಷ ಜಾರ್ಜ್ ವಾಷಿಂಗ್ಟನ್‌ನನ್ನು ವಂಚಕ ಮತ್ತು ಠಕ್ಕ ಎಂದು ಜರಿಯಲಾಗಿತ್ತು. ನೇಣುಗಂಬದ ಮೇಲೆ ಆತನನ್ನು ನಿಲ್ಲಿಸಿದಂತೆ ಪತ್ರಿಕೆಯೊಂದರಲ್ಲಿ ವ್ಯಂಗ್ಯಚಿತ್ರ ಪ್ರಕಟಗೊಂಡಿತ್ತು. ಆತ ರಸ್ತೆಯಲ್ಲಿ ಹೋಗುತ್ತಿದ್ದಾಗ ಅಪಹಾಸ್ಯ ಮಾಡಿ ನಗಲಾಗುತ್ತಿತ್ತು. ಎಡ್ವರ್ಡ್ ಜನ್ನರ್ ಕೂಡಾ ಇದೇ ಸ್ಥಿತಿ ಅನುಭವಿಸಿದ್ದ. ಆದರೆ, ಸಿಡುಬಿನ ಲಸಿಕೆ ಕಂಡುಹಿಡಿದ ಆತನಿಗೆ ಜಗತ್ತು ಸದಾ ಋಣಿಯಾಗಿರುತ್ತದೆ.

ಟೀಕೆಯಿಂದ ನಿಮ್ಮ ಆತ್ಮವಿಶ್ವಾಸಕ್ಕೆ ಪೆಟ್ಟು ಬಿದ್ದು, ಪ್ರತಿಕ್ರಿಯಿಸಬೇಕೆಂಬ ರೋಷ ಹುಟ್ಟುತ್ತದೆ. ನೀವು ಸೂಕ್ಷ್ಮಜ್ಞ ಹಾಗೂ ಪ್ರಾಮಾಣಿಕರಾಗಿದ್ದರೆ, ರೋಷ ಹೆಚ್ಚು ಇರುತ್ತದೆ. ಮುಯ್ಯಿ ತೀರಿಸಿಕೊಳ್ಳುವುದು, ತಕ್ಷಣ ಪ್ರತಿಕ್ರಿಯಿಸುವುದು ನಿಮ್ಮ ಸಮಯ ವ್ಯರ್ಥಗೊಳಿಸುತ್ತದೆ. ಇದರಿಂದ ಅಗತ್ಯ ಕೆಲಸಕ್ಕೆ ಸಮಯ ಉಳಿಯುವುದಿಲ್ಲ.

ನಕಾರಾತ್ಮಕ ಚಿಂತನೆಯಿಂದ ಮಿದುಳು ವಿಷಯುಕ್ತವಾಗುತ್ತದೆ. ಮುಯ್ಯಿ ತೀರಿಸಿಕೊಳ್ಳುವುದರಿಂದ, ತಾತ್ಕಾಲಿಕ ಮಜಾ ಸಿಗಬಹುದು. ಕೊನೆಯಲ್ಲಿ ತೀವ್ರ ಅಶಾಂತಿಗೆ ಕಾರಣ ಆಗುತ್ತದೆ.

ಯಾರಾದರೂ ನಿಮ್ಮನ್ನು ಟೀಕಿಸಿದಾಗ, ಲಿಂಕನ್ ಅನುಸರಿಸಿದ ಕಾರ್ಯತಂತ್ರವನ್ನು ಬಳಸಿ. ಅಮೆರಿಕದ ಅಂತರ್‌ಯುದ್ಧದ ವೇಳೆ ಲಿಂಕನ್ ಅವರನ್ನು ಟೀಕಿಸದವರೇ ಇರಲಿಲ್ಲ. ಆದರೆ, ಲಿಂಕನ್ ಪ್ರತಿಕ್ರಿಯಿಸಲಿಲ್ಲ. ವಿರೋಧಿಗಳನ್ನು ಟೀಕಿಸಲೂ ಇಲ್ಲ. ಅವರು ಹೇಳಿದ್ದು ಇಷ್ಟೆ, 'ನಾನು ಎಲ್ಲರ ಟೀಕೆಗೆ ಉತ್ತರಿಸುತ್ತ ಕೂರಲಾರೆ. ನಾನು ನನಗೆ ಗೊತ್ತಿರುವುದನ್ನು ಚೆನ್ನಾಗಿ ಮಾಡುತ್ತೇನೆ. ಅತ್ಯುತ್ತಮವಾಗಿದ್ದನ್ನು ಅತ್ಯುತ್ತಮವಾಗಿ ಕೊನೆಯವರೆಗೆ ಮಾಡುತ್ತೇನೆ. ಒಂದೊಮ್ಮೆ ನಾನು ಮಾಡಿದ್ದು ಉತ್ತಮ ಅಂತ್ಯ ಕಂಡರೆ, ಬೇರೆಯವರು ಹೇಳಿದ್ದು ನಗಣ್ಯವಾಗಿ ಬಿಡುತ್ತದೆ. ಒಂದೊಮ್ಮೆ ಅಂತ್ಯ ಸರಿಯಾಗಿರದಿದ್ದರೆ, ನಾನು ಮಾಡಿದ್ದು ಸರಿ ಎಂದು ಹತ್ತು ಕಿನ್ನರರು ಪ್ರತಿಜ್ಞೆ ಮಾಡಿದರೂ ಅದರಿಂದ ಯಾವುದೇ ವ್ಯತ್ಯಾಸವಾಗುವುದಿಲ್ಲ.'

ಲಿಂಕನ್ ಅವರನ್ನು ಅಮೆರಿಕವನ್ನು ಉಳಿಸಿದ ವಿಮೋಚಕ ಎನ್ನಲಾಗಿದೆ. ಆತನನ್ನು ಟೀಕಿಸಿದ್ದವರೆಲ್ಲ ಬಾಯಿ ಮುಚ್ಚಿಕೊಂಡರು. ನಮ್ಮ ಟೀಕೆ ಆತನ ಶ್ರೇಷ್ಠತೆಗೆ

> ಕೆಲ ಟೀಕಾಕಾರರು ಚಿಮಣಿಯನ್ನು ಗುಡಿಸುವವರು. ಅವರು ಬೆಂಕಿಯನ್ನು ಆರಿಸಿಬಿಡುತ್ತಾರೆ. ಗೂಡಿನಲ್ಲಿದ್ದ ಸ್ವಾಲೋ ಹಕ್ಕಿಗಳನ್ನು ಹೆದರಿಸಿ, ಹಾರುವಂತೆ ಮಾಡುತ್ತಾರೆ. ಚಿಮಣಿಯಲ್ಲಿನ ಕಿಟ್ಟವನ್ನು ಕೆರೆಯುತ್ತಾ ಮೈಯನ್ನೆಲ್ಲ ಕಪ್ಪು ಮಾಡಿಕೊಳ್ಳುತ್ತಾರೆ. ಚಿಮಣಿಯನ್ನು ಗುಡಿಸಿ, ಹೆಚ್ಚೆಂದರೆ ಒಂದೆರಡು ಮೂಟೆ ಬೂದಿಯನ್ನು ತರುತ್ತಾರೆ. ಆದರೆ, ತಾವೇ ಚಿಮಣಿಯನ್ನು ನಿರ್ಮಿಸಿದೆವೋ ಎಂಬಂತೆ ಮೇಲ್ಛಾವಣಿ ಮೇಲೆ ನಿಂತು ಹಾಡು ಹೇಳುತ್ತಾರೆ.
>
> *-ಲಾಂಗ್‌ಫೆಲೋ*
>
> ಟೀಕಾಕಾರರು ಚಿಲ್ಲರೆ ಮಂದಿ. ವಿಷಯ ಯಾವುದೇ ಆಗಿರಲಿ, ಅದರ ಬಗ್ಗೆ ಟೀಕೆ ಮಾಡುತ್ತಾರೆ. ಆತ ಎಂದಿಗೂ ಸಹಚರಿ ಆಗಲಾರ. ತಡೆಯುವವ ಆಗುತ್ತಾನೆ.
>
> *- ಸ್ಟೀಲ್*

ಯಾವುದೇ ಕುಂದುಂಟು ಮಾಡುವುದಿಲ್ಲ ಎಂಬುದು ಅವರಿಗೆ ಅರಿವಾಯಿತು. ನಿಮ್ಮ ಟೀಕಾಕಾರರು ಮೇಲುಗೈ ಸಾಧಿಸದಂತೆ, ಪ್ರಗತಿಗೆ ತಡೆಯೊಡ್ಡದಂತೆ ನೋಡಿಕೊಳ್ಳಬೇಕು.

ದೊಡ್ಡದೊಂದು ಪರೀಕ್ಷೆ ತೆಗೆದುಕೊಳ್ಳಬೇಕು ಎಂದುಕೊಂಡಿದ್ದೀರಿ. ಕುಹಕಗಳ ಮಹಾಪೂರವೇ ಎದುರಾಗುತ್ತದೆ. ಕಾಲು ಎಳೆಯುತ್ತಾರೆ, ಹೀಯಾಳಿಸುತ್ತಾರೆ. ಟೀಕೆಗಳಿಗೆ ಕಿವುಡಾಗಿ. ನೀವು ಬೆಟ್ಟದ ತುದಿ ಏರಿದ ಮೇಲೆ ಕೆಳಗಿನವರು ಇರುವೆಗಳಂತೆ ಕಾಣುತ್ತಾರೆ.

ಟೀಕೆ ಎಂಬುದು ನಿಮ್ಮ ಸಾಮರ್ಥ್ಯಕ್ಕೆ ಎಸೆದ ಸವಾಲು. ಪ್ರತಿಭೆ ಇರುವವರು ಉಳಿದವರಿಗಿಂತ ಬೇರೆ ರೀತಿ ಕೆಲಸ ಮಾಡುತ್ತಾರೆ. ಅವರ ಚಟುವಟಿಕೆಗಳು ಅಜ್ಞಾನಿಗಳಿಗೆ ಆಘಾತ ನೀಡುತ್ತದೆ. ಸಂಪ್ರದಾಯ ಶರಣರಿಗೆ ಅವರ ನಡೆವಳಿಕೆ ಸರಿಕಾಣದು. ಇದನ್ನು ಅವರು ಟೀಕೆ ಮೂಲಕ ವ್ಯಕ್ತ ಪಡಿಸುತ್ತಾರೆ. ಈಶ್ವರಚಂದ್ರ ವಿದ್ಯಾಸಾಗರ ಅವರನ್ನು ದೊಡ್ಡ ಸಮಾಜ ಸುಧಾರಕ ಎಂದು ಈಗ ಹೊಗಳಲಾಗುತ್ತದೆ. ಆದರೆ, ವಿಧವೆಯರ ಪುನರ್ ವಿವಾಹವನ್ನು ನಿಷೇಧಿಸಿದ್ದ ಹಿಂದೂ ಸಂಪ್ರದಾಯದ ವಿರುದ್ಧ ಅವರು ದನಿ ಎತ್ತಿದಾಗ, ಅವರನ್ನು ತೀವ್ರವಾಗಿ ಟೀಕಿಸಲಾಗಿತ್ತು. ಅಸ್ಪೃಶ್ಯತೆ ವಿರುದ್ಧ ದನಿಯೆತ್ತಿದ ಗಾಂಧೀಜಿ ಕೂಡಾ ತೀವ್ರ ಖಂಡನೆಗೆ ಗುರಿಯಾಗಬೇಕಾಯಿತು.

ಒಂದೇ ಎತ್ತರದಿಂದ ಬಿಟ್ಟ ಎರಡು ಬೇರೆ ಬೇರೆ ತೂಕದ ವಸ್ತುಗಳು ಒಮ್ಮೆಲೇ ನೆಲ ಮುಟ್ಟುತ್ತವೆ ಎಂದು ಗೆಲಿಲಿಯೋ ಹೇಳಿದಾಗ, ಆತನ ವಿರೋಗಳು, 'ಹಕ್ಕಿಯ ಪುಕ್ಕ ಮತ್ತು ಫಿರಂಗಿಯ ಗುಂಡು ಒಮ್ಮೆಲೆ ನೆಲ ತಲುಪುತ್ತವೆ ಎಂಬುದನ್ನು ಮೂರ್ಖ ಕೂಡಾ ಒಪ್ಪಲಾರ,' ಎಂದಿದ್ದರು.

ಗೆಲಿಲಿಯೋ ಈ ಟೀಕೆಗೆ ಸ್ವಲ್ಪ ಕೂಡಾ ತಲೆ ಕೆಡಿಸಿಕೊಳ್ಳಲಿಲ್ಲ. ಹೀಯಾಳಿಸುತ್ತಿದ್ದ ಜನರ ನಡುವೆಯೇ ನಡೆದು ಪೀಸಾ ಗೋಪುರ ಹತ್ತಿ, ಮೇಲಿಂದ 10 ಪೌಂಡ್

ಹಾಗೂ ಒಂದು ಪೌಂಡ್ ತೂಕದ ಚೆಂಡುಗಳನ್ನು ಕೆಳಗೆ ಬಿಟ್ಟ, ಎರಡು ಚೆಂಡುಗಳೂ ಒಮ್ಮೆಲೇ ನೆಲ ಮುಟ್ಟಿದಾಗ, ಕುಹಕವಾಡುತ್ತಿದ್ದವರು ಮೂಕರಾದರು.

ಟೀಕಿಸುವವರ ಮನಪ್ರವೃತ್ತಿ ಎಂಥದ್ದು? ಇವರಲ್ಲಿ ಬಹುತೇಕರು ಸಣ್ಣ ಮನಸ್ಸಿನ ಜನ. ಯಾವುದೇ ಸಾಧನೆ ಮಾಡದವರು. ಇನ್ನೊಬ್ಬರು ಒಂದಲ್ಲ ಒಂದು ಕೆಲಸ ಮಾಡುತ್ತ ಯಶಸ್ಸು ಗಳಿಸುವುದನ್ನು ಕಂಡಾಗ, ಅಸೂಯೆ ಮೂಡುತ್ತದೆ. ಅವರೊಡನೆ ಸ್ಪರ್ಧೆ ಸಾಧ್ಯವಾಗದ ಕಾರಣ, ಟೀಕಿಸುವ ಮೂಲಕ ತಡೆಯೊಡ್ಡಲು ಯತ್ನಿಸುತ್ತಾರೆ. ಬೇರೆಯವರ ವೈಫಲ್ಯವನ್ನು ತೋರಿಸುವ ಮೂಲಕ, ತಮ್ಮ ದೋಷ ಗಳನ್ನು ಮುಚ್ಚಿಕೊಳ್ಳಲು ಯತ್ನಿಸುತ್ತಾರೆ. ಜನರ ಗಮನ ಸೆಳೆಯಲು ನೋಡುತ್ತಾರೆ. ಶೋಪೆನ್‌ಹಾರ್ ಹೇಳುತ್ತಾರೆ, 'ಉನ್ನತ ಮನುಷ್ಯರ ತಪ್ಪು ಹಾಗೂ ಮೂರ್ಖತನದ ಬಗ್ಗೆ ಮಾತನ್ನಾಡುತ್ತಾ ಕೀಳು ಮನುಷ್ಯರು ಸಂತಸ ಪಡುತ್ತಾರೆ.'

ಟೀಕೆಯಿಂದ ನಮಗೆ ನೋವಾಗಲು ಕಾರಣವೇನೆಂದರೆ, ನಾವು ಅದನ್ನು ಸರಿಯಾದ ರೀತಿ ತೆಗೆದುಕೊಳ್ಳುವುದನ್ನು ಕಲಿತಿರುವುದಿಲ್ಲ. ನಮಗೆ ನಮ್ಮ ಬಗ್ಗೆ ಹಲವು ಭ್ರಮೆಗಳಿರುತ್ತವೆ. ನಾವು ತಪ್ಪು ಮಾಡುವುದೇ ಇಲ್ಲ, ಪರಿಪೂರ್ಣತೆಯ ಶಿಖರದಲ್ಲಿದ್ದೇವೆ ಎಂದೆಲ್ಲ ಭಾವಿಸುತ್ತೇವೆ. ಆದರೆ, ಉಳಿದವರು ಅವರದೇ ಅಳತೆಗೋಲಿನಿಂದ ನಮ್ಮನ್ನು ಅಳೆಯುತ್ತಾರೆ. ಸಹಜವಾಗಿ, ಅವರಿಗೆ ನಮ್ಮ ಹಲವು ದೋಷಗಳು ಕಣ್ಣಿಗೆ ಬೀಳುತ್ತವೆ. ಆದರೆ, ನಮ್ಮಲ್ಲಿ ಬಹುತೇಕರಿಗೆ ಅವರಲ್ಲಿರುವ ಹುಳುಕು ಗೊತ್ತಾಗುವುದಿಲ್ಲ. ಯಾರಾದರೂ ನಮ್ಮ ದೋಷದ ಬಗ್ಗೆ ಹೇಳಿದರೆ, 'ಆತ ಪೂರ್ವಗ್ರಹಪೀಡಿತನಾಗಿದ್ದಾನೆ' ಎನ್ನುತ್ತೇವೆ.

ಇದರಿಂದಾಗಿ ನಮ್ಮಲ್ಲಿನ ದೋಷಗಳು ಹಾಗೆಯೇ ಉಳಿದುಬಿಡುತ್ತವೆ. ಬೇರೆಯವರ ಟೀಕೆಯನ್ನು ಸಿಟ್ಟಿನಿಂದ ತಳ್ಳಿಹಾಕಿದಲ್ಲಿ, ತಪ್ಪನ್ನು ಸರಿಪಡಿಸಿಕೊಳ್ಳುವ ಅವಕಾಶವನ್ನು ಕಳೆದುಕೊಳ್ಳುತ್ತೀರಿ ಹಾಗೂ ಆ ತಪ್ಪು ಹಾಗೆಯೇ ಉಳಿದುಬಿಡುತ್ತದೆ. ದೌರ್ಬಲ್ಯಗಳನ್ನು ಕಳೆದುಕೊಳ್ಳುತ್ತ ಬಂದಂತೆ, ಕಾರ್ಯಕ್ಷಮತೆ ಹೆಚ್ಚುತ್ತದೆ. ನಿಮ್ಮನ್ನು ಜನ ಒಪ್ಪಿಕೊಳ್ಳುತ್ತಾರೆ.

ಅಂಗಡಿಯೊಂದರಲ್ಲಿ ಕಂಡ ಈ ಫಲಕ ನಮಗೆ ಮಾರ್ಗದರ್ಶನ ನೀಡಬಹುದೇನೊ? 'ನಿಮಗೆ ನಮ್ಮ ಸೇವೆ ತೃಪ್ತಿತಾರದಿದ್ದಲ್ಲಿ, ನಮಗೆ ತಿಳಿಸಿ. ನಮ್ಮ ಸೇವೆ ಉತ್ತಮವಾಗಿದೆ ಎನಿಸಿದಲ್ಲಿ, ಬೇರೆಯವರಿಗೂ ಹೇಳಿ.' ದೊಡ್ಡ ಸಂಸ್ಥೆ ಗಳೆಲ್ಲವೂ ಗ್ರಾಹಕರನ್ನು ಖುಷಿಯಲ್ಲಿಡಲು ಪ್ರಯತ್ನಿಸುತ್ತವೆ. ಗ್ರಾಹಕರ ಪ್ರತಿಕ್ರಿಯೆ ಯನ್ನು ಅಧ್ಯಯಿಸಲು ಪ್ರತ್ಯೇಕ ವಿಭಾಗವನ್ನು ತೆರೆದಿರುತ್ತಾರೆ. ಇಂಥ ವ್ಯವಹಾರ ಜ್ಞಾನ ಅವರಿಗೆ ಹೆಚ್ಚು ಲಾಭ ತಂದುಕೊಡುತ್ತದೆ.

ನಮ್ಮ ನಾಗರಿಕತೆ ಕೂಡಾ ಆರೋಗ್ಯಕರ ಟೀಕೆಯಿಂದಾಗಿ ಬೆಳೆದಿದೆ. ಕಾಲ ಕಾಲಕ್ಕೆ ಹೊಸ ವಸ್ತುಗಳನ್ನು ಸಂಶೋಧಿಸಲಾಗುತ್ತದೆ. ಇದರಿಂದ ಹಳೆಯವು ತಿರಸ್ಕೃತವಾಗುತ್ತವೆ. ಟೀಕಿಸುವವರೇ ಇಲ್ಲದೆ ಹೋದಲ್ಲಿ ಸೋಮಾರಿತನ ಸೇರಿಕೊಳ್ಳುತ್ತದೆ.

ಒಂದೊಮ್ಮೆ ಯಾರಾದರೂ ನಿಮ್ಮನ್ನು ಟೀಕಿಸಿದಲ್ಲಿ ಸಿಟ್ಟಾಗದಿರಿ. ಬದಲಿಗೆ, ಟೀಕಾಕಾರರ ಮನಸ್ಸಿನಲ್ಲೇನಿದೆ ಎಂಬುದನ್ನು ಅರ್ಥಮಾಡಿಕೊಳ್ಳಿ. ಆತನ ಮಾತು ಸತ್ಯವೇ ಆಗಿರಬೇಕೆಂದಿಲ್ಲ, ಆತನ ನಿಲುವು ಸರಿಯಾಗಿರಬೇಕು ಎಂದೇನಿಲ್ಲ. ಆತ ಅಸೂಯೆಯಿಂದ ನಿಮ್ಮ ಬಗ್ಗೆ ಮಾತನ್ನಾಡುತ್ತಿರಬಹುದು. ಹಾಗಿದ್ದಾಗ, ಮೌನವಾಗಿರುವ ಮೂಲಕ ಆತನ ಮಾತನ್ನು ಕೊಲ್ಲಬೇಕು.

ಜೀವನದ ಬಗ್ಗೆ ವಾಸ್ತವವಾದಿ ನಿಲುವು ಬೆಳೆಸಿಕೊಂಡರೆ, ಟೀಕೆ ನಿಮ್ಮನ್ನು ನೋಯಿಸಲಾರದು. ನಿಮ್ಮ ಕೆಲಸ ಅತ್ಯಂತ ಉದಾತ್ತವಾಗಿದ್ದರೂ, ಕೆಸರು ಎರಚುವವರು ಇದ್ದೇ ಇರುತ್ತಾರೆ. ಟೀಕೆಯೊಂದಿಗೆ ಬದುಕುವುದನ್ನು ಕಲಿಯಬೇಕು. ನಾರ್ಮನ್ ವಿನ್ಸೆಂಟ್ ಪೀಲ್ ಹೇಳುವುದನ್ನು ಕೇಳಿ, 'ಕೆಲವರು ನಿರುದ್ದೇಶವಾಗಿ ನಮ್ಮನ್ನು ನೋಯಿಸಿದಂತೆ, ನಾವು ಕೂಡಾ ಬೇರೆಯವರನ್ನು ನೋಯಿಸಿರುತ್ತೇವೆ. ಈ ಸರಳ ಸತ್ಯ ಗೊತ್ತಾದಲ್ಲಿ ಸ್ವಲ್ಪ ಮಟ್ಟಿಗಿನ ಕುಖ್ಯಾತಿಗೆ ನೀವು ತಲೆ ಕೆಡಿಸಿಕೊಳ್ಳುವುದಿಲ್ಲ.

❑❑

ಸೋಲನ್ನು ಜಯವಾಗಿ ಪರಿವರ್ತಿಸಿ

ಸೋಲಿನ ವಿರುದ್ಧ ನಿರಂತರ ಹೋರಾಟದಿಂದ ಬದುಕಿಗೆ ಅರ್ಥ, ಸಂತಸ ಹಾಗೂ ಉತ್ಸಾಹ ಬರುತ್ತದೆ. ಸತ್ತವ ಮಾತ್ರ ಸೋಲನ್ನು ಕಾಣುವುದಿಲ್ಲ. ಜತೆಗೆ, ಜಯವನ್ನೂ. ಬದುಕು, ಸಂತಸ ಹಾಗೂ ದುಃಖದ ಮಿಶ್ರಣ.

ಬದುಕು ದುಃಖಮಯ ಎನ್ನುವವ ಸಿನಿಕ. ಅಂತೆಯೇ, ಬದುಕು ಸುಖದ ಸುಪ್ಪತ್ತಿಗೆ ಎನ್ನುವವ ಕೂಡಾ ತನ್ನನ್ನೇ ವಂಚಿಸಿಕೊಳ್ಳುತ್ತಿದ್ದಾನೆ ಎನ್ನಬೇಕಾಗುತ್ತದೆ. ಆದರೆ, ದುರದೃಷ್ಟದ ಹೊಡೆತದಿಂದ ಉಳಿದುಕೊಂಡು ಮುನ್ನುಗ್ಗುವವ ಕೀರ್ತಿ ಹಾಗೂ ಐಶ್ವರ್ಯ ಎರಡನ್ನೂ ಗಳಿಸುತ್ತಾನೆ.

ರಾಜು ಸಣ್ಣ ಉದ್ಯಮವೊಂದನ್ನು ಪ್ರಾರಂಭಿಸಿದ. ಅದೇ ಕ್ಷೇತ್ರದಲ್ಲಿ ಹಲವು ಭಾರಿ ಉದ್ಯಮಗಳಿದ್ದವು. 'ಸ್ಪರ್ಧೆಯಲ್ಲಿ ಸೋಲುತ್ತಾನೆ, ಸರ್ವ ನಾಶ ಆಗುತ್ತಾನೆ' ಎಂದೆಲ್ಲ ಸುತ್ತಲಿನವರು ಕುಟುಕಿದರು. ರಾಜು ಇದಕ್ಕೆಲ್ಲ ತಲೆ ಕೆಡಿಸಿಕೊಳ್ಳಲಿಲ್ಲ.

ತನ್ನೆಲ್ಲ ಶ್ರಮ, ಬುದ್ಧಿಯನ್ನು ಉದ್ಯಮದಲ್ಲಿ ತೊಡಗಿಸಿದ. ಒಂದು ವರ್ಷ, ಎರಡು ವರ್ಷ ಕಳೆಯಿತು. ಆತನ ಉತ್ಪನ್ನದ ಉತ್ತಮ ಗುಣಮಟ್ಟ, ಸ್ಪರ್ಧಾತ್ಮಕ ಬೆಲೆಯಿಂದಾಗಿ ಆತ ಯಶ ಸಾಸಿದ. ಟೀಕಿಸಿದ್ದವರೆಲ್ಲ ಬಾಲ ಮುದುರಿಕೊಂಡು, ಹೊಗಳಲಾರಂಭಿಸಿದರು.

ಹೊಗಳಿಕೆ ಆತನ ತಲೆಗೆ ಹತ್ತಿತು. ಸಣ್ಣಪುಟ್ಟವರು ಆತನ ಕಣ್ಣಿಗೇ ಬೀಳುತ್ತಿರಲಿಲ್ಲ. ಆದರೆ, ಬದುಕು ಒಂದು ಚಕ್ರದಂತೆ. ನಿರಂತರವಾಗಿ ಸುತ್ತುತ್ತಿರುತ್ತದೆ. ಉದ್ಯಮ ಸಂಕಷ್ಟದಲ್ಲಿ ಸಿಲುಕಿತು. ನಷ್ಟ ಆಯಿತು. ಆತನ ಹಿತ ಚಿಂತಕರು 'ಇದು ತಾತ್ಕಾಲಿಕ. ನಿನ್ನ ಕಾರ್ಖಾನೆಯ ಮೂಲ ಆಸ್ತಿವಾರ ಭದ್ರವಾಗಿದೆ. ತಲೆ ಕೆಡಿಸಿಕೊಳ್ಳ ಬೇಡ' ಎಂದರು. ಆದರೆ, ರಾಜುವಿಗೆ ಹಿಡಿದಿದ್ದ ಮಬ್ಬು ಕಡಿಮೆಯಾಗಲಿಲ್ಲ. ಖಿನ್ನತೆಗೆ ತುತ್ತಾದ. ಎಲ್ಲವನ್ನೂ ಕಳೆದುಕೊಂಡ.

ಇದಕ್ಕೆ ತದ್ವಿರುದ್ಧ ಪ್ರಕರಣ ಪ್ರಕಾಶ್‌ನದು. ಆತ ಕಾಲೇಜೊಂದರಲ್ಲಿ ಉಪನ್ಯಾಸಕ. ಒಳ್ಳೆಯ ಹೆಸರು ಗಳಿಸಿದ್ದ. ಮಾರುಕಟ್ಟೆಯ ಬೇಡಿಕೆಗೆ ಅನುಗುಣವಾಗಿ ಕೋರ್ಸ್‌ಗಳ ಆಯ್ಕೆ ನಡೆಯುವುದರಿಂದ, ಆತ ಕಲಿಸುತ್ತಿದ್ದ ಕಾಂಬಿನೇಷನ್‌ಗೆ ಬೇಡಿಕೆ ಕುಸಿಯಿತು. ಕಾಲೇಜು ಆಡಳಿತ ಪ್ರಕಾಶ್ ಸೇರಿದಂತೆ, ಕೆಲವರನ್ನು ವಜಾಗೊಳಿಸಿತು.

ಇದರಿಂದ ಆತ ಧೃತಿಗೆಡಲಿಲ್ಲ. ಸ್ವಲ್ಪ ಆಸ್ತಿಯಿತ್ತು. ಆದರಿಂದ ಸರಳ ಬದುಕು ಸಾಧ್ಯವಿತ್ತು. ಆದರೆ, ಆತನಿಗೆ ನೋವು ತಂದಿದ್ದು, ಸಹೋದ್ಯೋಗಿಗಳ ವರ್ತನೆ ಹಾಗೂ ಮೇನೇಜ್‌ಮೆಂಟ್‌ನ ಅನ್ಯಾಯದ ವಜಾ. 'ಆತನಿಗೆ ಬೇರೆ ಕೆಲಸ ಸಿಗುವುದಿಲ್ಲ' ಎಂದೆಲ್ಲ ಬೆನ್ನ ಹಿಂದೆ ಮಾತನ್ನಾಡಲಾಯಿತು. ಕೆಲ ದಿನ ಆತ ಅಪಾರ ನೋವಿನಲ್ಲಿ ಕಳೆದ. ಪ್ರೀತಿಯ ಪತ್ನಿ, ಮಗಳ ಬೆಂಬಲದಿಂದ ಬೇಸರದಿಂದ ಹೊರಬಂದ. ಬೇರೆ ಕೆಲಸಕ್ಕೆ ಅರ್ಜಿ ಹಾಕಲಾರಂಭಿಸಿದ. ಕೆಲಸವೂ ಸಿಕ್ಕಿತು. ಸಂಬಳ ಮೊದಲಿಗಿಂತ ಕಡಿಮೆ ಆದರೂ, ಸಹೋದ್ಯೋಗಿಗಳ ವರ್ತನೆ ಆತನಿಗೆ ಖುಷಿ ತಂದಿತು. ಬದುಕು ಹಳಿಗೆ ಬಂದಿತು.

ಕೈಲಾಸ್‌ಗೆ ಸದಾ ಹಣದ ಗೀಳು. ವ್ಯಾಪಾರದ ಮೂಲಕ ಭಾರಿ ಹಣ ಮಾಡುವುದು ಸಾಧ್ಯ ಎಂಬುದು ಆತನ ನಿಲುವು. ಆದರೆ, ಗೆಳೆಯನ ವೈಫಲ್ಯ ಆತನನ್ನು ಧೃತಿಗೆಡಿಸಿತ್ತು. ಸೋಲಿನ ಭಯದಿಂದಲೇ ಆತ ಬದುಕಿನ ಮುಖ್ಯ ಹಂತವನ್ನು ವ್ಯರ್ಥಗೊಳಿಸಿಕೊಂಡ. ಯಶಸ್ಸಿಗೆ ಏಣಿಯನ್ನು ಯಾರೂ ಹಾಕಿ ಕೊಡುವುದಿಲ್ಲ ಎಂಬುದನ್ನು ಆತ ಅರಿಯಲಿಲ್ಲ.

ಬಂಪರ್ ಬೆಳೆ ಬರಬೇಕು ಎಂದುಕೊಳ್ಳುವ ರೈತ, ಅದಕ್ಕೆ ಅಗತ್ಯವಿರುವುದನ್ನು ಮಾಡಬೇಕು. ಕಾಲಕಾಲಕ್ಕೆ ಗೊಬ್ಬರ, ನೀರು, ಕೀಟಬಾಧೆ ತಡೆಗೆ ಕ್ರಮ

ಕೈಗೊಳ್ಳಬೇಕು. ಬದುಕಿನ ಯಾವುದೇ ಕ್ಷೇತ್ರದಲ್ಲಿ ಗಮನಾರ್ಹ ಎನ್ನುವಂತ ಸಾಧನೆ ಮಾಡಬೇಕೆಂದರೆ, ನಷ್ಟವನ್ನು ಅನುಭವಿಸಲು ಸಿದ್ಧವಾಗಿರಬೇಕಾಗುತ್ತದೆ. 'ನಕ್ಷತ್ರ ಸಿಗಬೇಕೆಂದರೆ ಅದಕ್ಕಾಗಿ ಕೈಚಾಚಬೇಕಾಗುತ್ತದೆ' ಎಂಬ ಮಾತಿದೆ. ಊಹಿಸುವ ಮೂಲಕ ಟೇಬಲ್ ಮೇಲೆ ಆಹಾರ, ತಲೆ ಮೇಲೆ ಸೂರು ಇಲ್ಲವೇ ಶ್ರಮ ಪಡದೆ ಐಶ್ವರ್ಯ ಗಳಿಕೆ ಸಾಧ್ಯವಿಲ್ಲ. ಪ್ರತಿಭೆ ಇರುವವರು ಹಾಗೂ ದೈಹಿಕ-ಮಾನಸಿಕ ಶ್ರಮದ ಮೂಲಕ ಉತ್ಪಾದಿಸುವವರಿಗೆ ಮಾತ್ರ ಬದುಕು ಅಗತ್ಯವಿರುವುದನ್ನು ಕೊಡಮಾಡುತ್ತದೆ.

ಇದು ಮಗ್ಗಿ ಪುಸ್ತಕದ ಸೂತ್ರವಲ್ಲ. ಖ್ಯಾತ ಬಾಣಸಿಗ ಕೂಡಾ ಚೆಲ್ಲದೆ ತಿನ್ನಲು ಸಾಧ್ಯವಿಲ್ಲ. ವಿವೇಕಿ ಆಗಿಹೋದದ್ದಕ್ಕೆ ಅಳುತ್ತ ಕೂರಬಾರದು. ತಪ್ಪು ಮಾಡಿದರೆ, ಅದನ್ನು ತಿದ್ದಿಕೊಂಡು ಮುಂದುವರಿದರೆ ಮಾತ್ರ ಯಶಸ್ಸು ಸಾಧ್ಯ. ಜೆ.ಎಸ್. ಮುರ್ಸೆಲ್ ಹೇಳುತ್ತಾರೆ, 'ನೀವು ಎಷ್ಟು ಸಾರಿ ಪ್ರಯತ್ನಿಸಿದಿರಿ ಎಂಬುದು ಮುಖ್ಯವಲ್ಲ. ಬದಲಿಗೆ, ನಿಮ್ಮ ಪ್ರಯತ್ನ ಎಷ್ಟು ಬುದ್ಧಿವಂತಿಕೆಯಿಂದ ಕೂಡಿತ್ತು ಹಾಗೂ ಇಂಥ ಪ್ರಯತ್ನಗಳಿಂದ ನೀವು ಕಲಿತಿದ್ದೇನು ಎಂಬುದು ಮುಖ್ಯ'.

ನಿಜ, ಸೋಲು ಎಂದಿಗೂ ಸಂತಸಕರವಾಗಿರುವುದಿಲ್ಲ. ಆದರೆ, ಅದು ಮಾರುವೇಷದಲ್ಲಿರುವ ವರ. ಸೋಲಿನಿಂದ ನಮಗೆ ಸಹಜೀವಿಗಳ ಬಗ್ಗೆ ಸೌಹಾರ್ದ ವರ್ತನೆ ಹಾಗೂ ಧೈರ್ಯ ಬರುತ್ತದೆ. ಒಮ್ಮೆ ಸೋಲು ಅನುಭವಿಸಿದವ ಬೇರೆಯವರನ್ನು ಹೀಯಾಳಿಸುವುದಿಲ್ಲ. ಯಶಸ್ಸಿನ ಹಾದಿ ದುರ್ಗಮ. ಸಂಚಾರ ಸುಗಮವಲ್ಲ. ದಾರಿಯಲ್ಲಿ ಏಳು ಬೀಳು, ಎಡರುತೊಡರು ಸಾಮಾನ್ಯ. ಇದನ್ನು ಅರಿತವ ಬೇರೆಯವರ ಬಗ್ಗೆ ಸಹಾನುಭೂತಿ ತೋರುತ್ತಾನೆ. ಅಗತ್ಯ ಸಲಹೆ ನೀಡುತ್ತಾನೆ. ನೆಪೋಲಿಯನ್ ಹಿಲ್ ಹೇಳುತ್ತಾರೆ, 'ವೈಫಲ್ಯವೆಂಬುದು ಪ್ರಕೃತಿ ನಿರ್ಮಿಸಿದ ಕುಲುಮೆ. ಮನುಷ್ಯನ ಮನಸ್ಸಿನ ಕಿಲುಬು ತೆಗೆದು ಕಠಿಣ ಪರಿಸ್ಥಿತಿ ಎದುರಿಸಲು ಸಿದ್ಧವಾಗುವಂತೆ ಆತನನ್ನು ಶುದ್ಧಗೊಳಿಸುತ್ತದೆ.'

ಬದುಕಿನಲ್ಲಿ ಕಷ್ಟಗಳನ್ನು ಎದುರಿಸಿದ ಮನುಷ್ಯ ಧೈರ್ಯ ಗಳಿಸುತ್ತಾನೆ. ಗಾಳಿಪಟ ಗಾಳಿಗೆ ಎದುರಾಗಿ ಮೇಲೇರುತ್ತದೆಯೇ ಹೊರತು ಜತೆಗಲ್ಲ. ಧೈರ್ಯ ದೂರದೃಷ್ಟಿಯುಳ್ಳವರೇ ಜಗತ್ತಿನಲ್ಲಿ ಶಾಶ್ವತ ಎನ್ನುವ ಹಲವು ಬದಲಾವಣೆಗಳಿಗೆ ಕಾರಣರು ಎಂಬುದನ್ನು ನಾವು ಮರೆಯಬಾರದು.

ನೆಪೋಲಿಯನ್‌ನ ಉದಾಹರಣೆ ಗಮನಿಸಿ. 'ಆಲ್ಪ್ಸ್ ಪರ್ವತ ಎಂಬುದು ಇಲ್ಲ' ಎಂದು ಘೋಷಿಸಿದ ಆತ, ಪರ್ವತ ಶ್ರೇಣಿಯನ್ನು ದಾಟಿ ಇಟಲಿ ಮೇಲೆ ದಾಳಿ ಮಾಡಿ ಅದನ್ನು ಜಯಿಸಿದ. ಜಾರ್ಜ್ ಸ್ಟೀಫನ್‌ಸನ್ ಇನ್ನೊಂದು ಉದಾಹರಣೆ. ಗಣಿಗಳಲ್ಲಿ ಬಳಸಲು ರಕ್ಷಾ ದೀಪವನ್ನು ಕಂಡುಹಿಡಿದ ಆತ, ಅದನ್ನು ಪರೀಕ್ಷಿಸಲು

ಗಣಿಯೊಳಗೆ ತಾನೇ ಇಳಿದ. ಜತೆಗೆ, ಅತ್ಯಂತ ಅಪಾಯಕಾರಿ ಮಾರ್ಗ ಯಾವುದು ಎಂದು ಕೇಳಿದ್ದ!

ನಿರ್ದಿಷ್ಟ ಹಂತವೊಂದರಲ್ಲಿ ಅನಿಲ ತುಂಬಿಕೊಂಡಿದೆ ಎಂದು ಗೊತ್ತಾದಾಗ, ಆತ ಅಲ್ಲಿಗೆ ಧಾವಿಸಿದ. ಉಳಿದವರೆಲ್ಲ ಹಿಂದೆ ಉಳಿದರು. ಅಪಾಯಕಾರಿ ಅನಿಲ ಇದೆ ಎಂಬ ಸ್ಥಳಕ್ಕೆ ಬಂದ ಆತ ದೀಪವನ್ನು ಮುಂದೆ ಹಿಡಿದ. ಮೊದಲಿಗೆ ಜ್ವಾಲೆಯ ತೀವ್ರತೆ ಹೆಚ್ಚಿತು, ಅತ್ತಿತ್ತ ಅಲುಗಾಡಿತು. ನಂತರ ಆರಿಹೋಯಿತು. ಆದರೆ, ಸ್ಫೋಟ ಸಂಭವಿಸಲಿಲ್ಲ. ಈ ಮೂಲಕ ಸ್ಫೋಟಕ್ಕೆ ಅವಕಾಶ ಕೊಡದೆ, ಗಣಿಗಳಲ್ಲಿ ಬೆಳಕು ಹರಿಸುವ ಕ್ಷೇಮಕರ ವಿಧಾನವೊಂದನ್ನು ಆತ ಕಂಡುಹಿಡಿದ. ಇದರಿಂದ ಲಕ್ಷಾಂತರ ಜೀವಗಳು ಉಳಿದವು.

ಧೈರ್ಯವಿರುವವನಿಗೆ ಹೆಣ್ಣು ಒಲಿಯುತ್ತಾಳೆ. ಯಶಸ್ಸಿನ ವೈರಿಯಾದ ದ್ವೇಷವನ್ನು ಧೈರ್ಯ ಹೊಡೆದೋಡಿಸುತ್ತದೆ. ಯಶಸ್ಸು ಖಾತ್ರಿಯಾಗಬೇಕೆಂದರೆ, ನಿಮ್ಮ ಮಾನಸಿಕ, ದೈಹಿಕ ಬಲದ ಖಚಿತ ಲೆಕ್ಕಾಚಾರ ನಿಮಗಿರಬೇಕು. ನಿಮ್ಮ ಸಾಮರ್ಥ್ಯವನ್ನು ಮೀರಿದ ಗುರಿ ಇರಿಸಿಕೊಳ್ಳುವುದರಿಂದ, ಸೋಲು ಎದುರಾಗುತ್ತದೆ. ಯಶಸ್ವಿಯಾಗಲು ನೀವು ಅತ್ಯುತ್ತಮ ವ್ಯಕ್ತಿ ಆಗಿರಬೇಕೆಂದಿಲ್ಲ. ನೆನಪಿರಲಿ, ಇಬ್ಬರು ಏಕ ಕಾಲದಲ್ಲಿ ಒಂದೇ ದೇಶದ ಅಧ್ಯಕ್ಷರಾಗುವುದು ಸಾಧ್ಯವಿಲ್ಲ. ತಂಡಕ್ಕೆ ಇಬ್ಬರು ಕ್ಯಾಪ್ಟನ್‌ಗಳು ಇರುವುದಿಲ್ಲ. ಉಳಿದವರು ಆಟಗಾರರಾಗಿರಬೇಕಾಗುತ್ತದೆ. ಹೀಗಾಗಿ, ನೀವು ಕ್ಯಾಪ್ಟನ್ ಆಗುವುದು ಸಾಧ್ಯವಿಲ್ಲದಿದ್ದರೆ, ಯೋಗ್ಯತೆ-ಪ್ರತಿಭೆ ಇದ್ದರೂ, ವ್ಯಥಿಸಬೇಡಿ.

ರಿಚರ್ಡ್ ನಿಕ್ಸನ್ ಎರಡು ಚುನಾವಣೆಯಲ್ಲಿ ಸೋಲುಂಡರು. ಅವರ ರಾಜಕೀಯ ಭವಿಷ್ಯ ಇತಿಶ್ರೀ ಆಯಿತು ಎಂದು ಪಂಡಿತರು ಭವಿಷ್ಯ ನುಡಿದರು. ನಿಕ್ಸನ್ ಗೊಣಗುತ್ತ ಕೂರಲಿಲ್ಲ. ಅವರ ನಿರಂತರ ಪ್ರಯತ್ನ ಫಲ ಕೊಟ್ಟಿತು. ಅಧ್ಯಕ್ಷರಾಗಿ ಆಯ್ಕೆಯಾದರು.

ಅಡೆತಡೆ ಎಷ್ಟೇ ಭಾರಿಯಾದದ್ದಿರಲಿ, ಮಾನಸಿಕ ಸ್ತಿಮಿತತೆ ಉಳಿಸಿಕೊಳ್ಳಿ. ಇದನ್ನು ಲೇಖಕನೊಬ್ಬ ಹೇಳಿದ್ದು ಹೀಗೆ, 'ಸಮುದ್ರದಲ್ಲಿ ಅಪಾರ ಪ್ರಮಾಣದ ನೀರಿರುತ್ತದೆ. ಆದರೆ, ಹಡಗಿನ ಒಳಗೆ ನೀರು ಹೋಗದಿದ್ದರೆ, ಅದು ಮುಳುಗದು. ಜಗತ್ತಿನಲ್ಲಿ ಅಸಂಖ್ಯ ಸಮಸ್ಯೆಗಳಿದ್ದರೂ, ಸಮಸ್ಯೆಗಳು ಮನುಷ್ಯನ ಮನಸ್ಸಿನ ಒಳಗೆ ಪ್ರವೇಶಿಸದಿದ್ದಲ್ಲಿ ಅವು ಆತನನ್ನು ಮುಳುಗಿಸಲಾರವು.'

❑❑

ಕಲ್ಪನೆಯ ಪವಾಡ ಶಕ್ತಿ

ಕಲ್ಪನೆಯೆಂಬ ಕ್ರಿಯಾಶೀಲ ಬಲವನ್ನು ಸೂಕ್ತವಾಗಿ ಬಳಸಿದಲ್ಲಿ, ಭೋರ್ಗರೆದು ಬೀಳುತ್ತಿರುವ ಜಲ ಪಾತವನ್ನು ಬೆಳಕು-ಶಕ್ತಿಯ ಮೂಲವಾಗಿ ಬದಲಿಸ ಬಹುದು.

ಕಲ್ಪನೆ ಎಂದರೇನು? 'ಜ್ಞಾನ ಇಲ್ಲವೇ ಆಲೋಚನೆಯೊಂದನ್ನು ನೂತನ, ನವೀನ ಹಾಗೂ ತರ್ಕಬದ್ಧ ವ್ಯವಸ್ಥೆಯಾಗಿ ಪರಿವರ್ತಿಸುವ ಬುದ್ಧಿವಂತಿಕೆ; ಕವಿತ್ವ, ಕಲಾತ್ಮಕತೆ, ಆಧ್ಯಾತ್ಮಿಕ ಹಾಗೂ ವೈಜ್ಞಾನಿಕ ಚಿಂತನೆಯನ್ನು ಒಟ್ಟುಗೂಡಿಸುವ ಸಾಮರ್ಥ್ಯ.' ಕಲ್ಪನೆಯಲ್ಲಿ ಎರಡು ವಿಧ-ಸಂಯೋಜಿತ ಹಾಗೂ ಕ್ರಿಯಾತ್ಮಕ. ಸಂಯೋಜಿತ ಕಲ್ಪನೆಯನ್ನು ವ್ಯಾಖ್ಯಾನಿಸಬಹುದು. ಅದರ ಮೂಲಕ ವಾಸ್ತವಾಂಶ, ಚಿಂತನೆಗಳು ಹಾಗೂ ಆಲೋಚನೆಗಳನ್ನು ಪರಿಶೀಲಿಸಬಹುದು. ಹೊಸತನ್ನು ಸೃಷ್ಟಿಸಬಹುದು. ನಾವೆಲ್ಲರೂ ಇಂಥ ಸಂಯೋಜಿತ ಕಲ್ಪನೆಯನ್ನು ಹೊಂದಿರು

ತ್ತೇವೆ. ಆದರೆ, ಲೇಖಕರು, ಕಲಾವಿದರು, ಸಂಗೀತಗಾರರು ಮತ್ತು ವಿಜ್ಞಾನಿಗಳು ಕ್ರಿಯಾತ್ಮಕ ಕಲ್ಪನೆಯನ್ನು ಹೊಂದಿರುತ್ತಾರೆ. ಬಳಕೆಯಿಂದ ಇವೆರಡು ಕಲ್ಪನೆಗಳೂ ಹುರಿಗಟ್ಟುತ್ತವೆ, ಜಾಗೃತಗೊಳ್ಳುತ್ತವೆ. ಇದನ್ನು ಹಲವು ಮನಶಾಸ್ತ್ರಜ್ಞರು ಸಂಶೋಧನೆಗಳ ಮೂಲಕ ಸಾಬೀತುಪಡಿಸಿದ್ದಾರೆ. ಹೀಗಾಗಿ, ಯಶಸ್ಸು ಬೇಕು ಎನ್ನುವವರು, ತಮ್ಮ ಕಲ್ಪನಾ ಶಕ್ತಿಯನ್ನು ನಿರ್ಲಕ್ಷಿಸ ಬಾರದು. ಕಲ್ಪನೆ ಎಂಬುದು ಮನುಷ್ಯನ ಮಿದುಳೆಂಬ ವರ್ಕ್‌ಶಾಪ್‌ನ ಉತ್ಪನ್ನ ಹಾಗೂ ಅತ್ಯಂತ ಯಶಸ್ವಿ ಶೋಧ-ಸೃಷ್ಟಿಗಳೆಲ್ಲ ಈ ವರ್ಕ್‌ಶಾಪ್‌ನಿಂದ ಬಂದಿವೆ. ಈ ವರ್ಕ್‌ಶಾಪ್‌ನಲ್ಲಿ ಸೂಕ್ತ ಸಾಧನಗಳಿಲ್ಲದಿದ್ದರೆ, ಉತ್ಪನ್ನ ಕೀಳು ಗುಣಮಟ್ಟದ್ದಾಗಿರುತ್ತದೆ. ಇಂಥ ಉತ್ಪನ್ನದ ಫಲಿತ ಕೂಡಾ ಕಡಿಮೆ.

ತಮ್ಮ ಕಲ್ಪನೆಯ ಮೂಲಕ ಮನುಕುಲದ ಮುನ್ನಡೆಗೆ ನೆರವಾದ ಹಲವರ ಉದಾಹರಣೆ ಇತಿಹಾಸದಲ್ಲಿದೆ. ನಯಾಗರ ಇಲ್ಲವೇ ಜೋಗ ಜಲಪಾತವನ್ನೇ ತೆಗೆದುಕೊಳ್ಳಿ. ಮೇಲಿನಿಂದ ಭೋರ್ಗರೆದು ಸುರಿಯುವ ನೀರು ನೋಡಲು ನಯನ ಮನೋಹರವಾಗಿರುತ್ತದೆ. ಅದೇ ನೀರನ್ನು ವಿದ್ಯುತ್ತಾಗಿ ಪರಿವರ್ತಿಸಿದರೆ, ಉದ್ಯಮ ತಲೆಯೆತ್ತುತ್ತದೆ. ಉದ್ಯೋಗ ಸೃಷ್ಟಿಯಾಗುತ್ತದೆ.

ಪೋಸ್ಟ್(ಅಂಚೆ) ಗಿಂತ ಉತ್ತಮ ಸಂಪರ್ಕ ಸಾಧನವನ್ನು ಶೋಧಿಸಬೇಕೆಂಬ ಮಾರ್ಸ್‌ನ ತುಡಿತದಿಂದಾಗಿ ಟೆಲಿಗ್ರಾಫ್ ಜನ್ಮತಳೆಯಿತು. ಟೆಲಿಗ್ರಾಫ್ ಸಾಲದು ಎಂದು ಬೆಲ್ ಅಂದುಕೊಂಡಾಗ, ಟೆಲಿಫೋನ್ ಸೃಷ್ಟಿಯಾಯಿತು. ಇಷ್ಟು ಮಾತ್ರವಲ್ಲ, ನಮ್ಮ ಆಧುನಿಕ ನಾಗರಿಕತೆ ಹಲವು ದಾರ್ಶನಿಕರ ಶ್ರಮದ ಫಲ. ಅವರು ತಮ್ಮ ಕಲ್ಪನೆಯನ್ನು ಬಳಸದೆ ಹೋಗಿದ್ದಲ್ಲಿ, ನಾವೆಲ್ಲ ಇನ್ನೂ ಗವಿಯಲ್ಲೇ ಉಳಿದಿರಬೇಕಾಗುತ್ತಿತ್ತು.

ಕ್ರಿಯಾತ್ಮಕ ಕಲ್ಪನೆಯ ಕೊಡುಗೆ ವೈಜ್ಞಾನಿಕ ಕ್ಷೇತ್ರಕ್ಕೆ ಸೀಮಿತವಾಗಿಲ್ಲ. ಕಲೆ, ಆರ್ಥಿಕ ಮತ್ತು ರಾಜಕೀಯ ಕ್ಷೇತ್ರಗಳಲ್ಲೂ ಅದರ ಛಾಪು ಕಾಣಬಹುದು. ಕಾಳಿದಾಸ, ರವೀಂದ್ರನಾಥ ಟ್ಯಾಗೋರ್ ಮತ್ತಿತರರು ತಮ್ಮ ಕೃತಿಗಳ ಮೂಲಕ ಜಗತ್ತಿನ ಗಮನ ಸೆಳೆದರು. ಲಿಯೊನಾರ್ಡೊ ಡ ವಿಂಚಿಯ'ಮೊನಾಲೀಸಾ'ಕ್ಕೆ ಮಾರು ಹೋಗದವರಿಲ್ಲ. ಉದ್ಯಮ-ವ್ಯಾಪಾರ ಕ್ಷೇತ್ರದ ಚಿಂತನಶೀಲರು ತಮ್ಮ ಕ್ರಿಯಾಶೀಲತೆಯಿಂದ ಭಾರಿ ಉದ್ಯಮ-ವ್ಯವಹಾರ ಕಟ್ಟಿದ್ದಾರೆ. ಉದ್ಯೋಗ ಸೃಷ್ಟಿಯ ಜತೆಗೆ, ದೇಶದ ಆರ್ಥಿಕ ಪ್ರಗತಿಗೆ ಕಾರಣರಾಗಿದ್ದಾರೆ. ಗಾಂಧಿ, ನೆಲ್ಸನ್ ಮಂಡೇಲಾ, ಮಾರ್ಟಿನ್ ಲೂಥರ್ ಕಿಂಗ್, ಅಬ್ರಹಾಂ ಲಿಂಕನ್ ಮತ್ತಿತರರ ಕ್ರಿಯಾಶೀಲ ಚಿಂತನೆಯಿಂದ ಕೋಟ್ಯಂತರ ಜನ ಸ್ವಾತಂತ್ರ್ಯದ ರುಚಿ ಉಂಡರು.

ಆಡಳಿತಗಾರನಿಗೆ ಕಲ್ಪನಾಶಕ್ತಿ ಇದ್ದಲ್ಲಿ ಆತ ತನ್ನ ವ್ಯಾಪ್ತಿಯಲ್ಲಿ ಜನಸ್ನೇಹಿ ಕೆಲಸ

ಮಾಡಬಹುದು. ಹೊಸ ಯೋಜನೆಗಳನ್ನು ರೂಪಿಸಿ, ಚಾಲನೆ ನೀಡಬಹುದು. ಕ್ರಿಯಾಶೀಲತೆಯುಳ್ಳ ಗೃಹಿಣಿ ಮನೆ ಹಾಗೂ ಸುತ್ತಮುತ್ತ ಸ್ಫೂರ್ತಿ, ಉತ್ಸಾಹಕ್ಕೆ ಕಾರಣವಾಗಬಹುದು. ಶ್ರೀಮಂತಿಕೆ ಇದ್ದರೂ, ಕೆಲವರ ಮನೆಗಳು ಗೋದಾಮಿನಂತಿರುತ್ತವೆ. ಆದರೆ, ಅದೇ ಕ್ರಿಯಾಶೀಲ ಗೃಹಿಣಿ ಇರುವ ಮನೆ ಮನಸ್ಸಿಗೆ ಮುದ ಕೊಡುತ್ತದೆ.

ಕಲ್ಪನೆ ದೈವದತ್ತವೇ? ಖಂಡಿತಾ ಅಲ್ಲ. ನಾವೆಲ್ಲರೂ ಆ ವರವನ್ನು ಹೊಂದಿದ್ದೇವೆ. ಅದನ್ನು ಬಳಸಿಕೊಂಡು ಅತ್ಯುತ್ತಮ ಸೃಷ್ಟಿ ಎಲ್ಲರಿಗೂ ಸಾಧ್ಯವಿಲ್ಲ. ಆದರೆ, ಅದರ ರಚನಾತ್ಮಕ ಬಳಕೆ ಸಾಧ್ಯವಿದೆ. ಮೊದಮೊದಲು ಅದರಿಂದ ಹೆಚ್ಚು ಉಪಯೋಗ ಆಗದೆ ಇರಬಹುದು. ಇದಕ್ಕಾಗಿ ಬೇಸರ ಬೇಡ. ಮಹಾನ್ ನಾಟಕಕಾರ ಕಾಳಿದಾಸನಿಗೆ ಕೂಡಾ ಯಶಸ್ಸು ಎಂಬುದನ್ನು ಯಾರೂ ತಟ್ಟೆಯಲ್ಲಿಟ್ಟು ಕೊಡಲಿಲ್ಲ. ನಿಮಗೆಲ್ಲ ಗೊತ್ತಿರುವಂತೆ, ಬಾಲ್ಯದಲ್ಲಿ ಆತ ಅಷ್ಟೇನೂ ಪ್ರತಿಭಾವಂತನಾಗಿರಲಿಲ್ಲ. ತಾನು ಕುಳಿತಿದ್ದ ಮರದ ಕೊಂಬೆಯನ್ನೇ ಕಡಿಯುತ್ತಿದ್ದ ಎಂಬ ಐತಿಹ್ಯವೂ ಇದೆ. ತಾಳ್ಮೆ ಮತ್ತು ನಿರಂತರ ಪ್ರಯತ್ನದಿಂದ ಸರಸ್ವತಿ ಆತನಿಗೆ ಒಲಿದಳು. ಆತ ಶ್ರೇಷ್ಠ ನಾಟಕಕಾರ ಎಂದು ಹೆಸರು ಗಳಿಸಿದ. ನೀವೂ ಕೂಡಾ ಅಂಥ ಯಶಸ್ಸನ್ನು ಗಳಿಸಬಲ್ಲಿರಿ.

❑❑

ಸಮತೋಲನವೇ ಬಲ

> ಸಂಕಷ್ಟದಲ್ಲಿದ್ದಾಗಲೂ ಸಮತೋಲನ ಕಾಯ್ದು ಕೊಳ್ಳುವುದು ವಿವೇಕಿಯ ಲಕ್ಷಣ. ಅದನ್ನು ಬೆಳೆಸಿ ಕೊಳ್ಳುವುದು ಸಾಧ್ಯವಿದೆ.

ಗೆಳೆಯರಿಬ್ಬರು ಸೇರಿಕೊಂಡು ವ್ಯಾಪಾರ ಪ್ರಾರಂಭಿಸಿದರು. ಒಬ್ಬ ಉತ್ಸಾಹಿ, ಇನ್ನೊಬ್ಬ ಅನುಭವಿ. ಮುಖ್ಯ ರಸ್ತೆಯಲ್ಲಿ ಮಳಿಗೆ ಇದ್ದುದರಿಂದ, ವ್ಯಾಪಾರ ಬೇಗ ಗರಿಗಟ್ಟಿಕೊಂಡಿತು.

ಕಾಲ ಒಂದೇ ರೀತಿ ಇರುವುದಿಲ್ಲವಲ್ಲ. ಆರ್ಥಿಕ ಸಂಕಷ್ಟ ಉದ್ಯಮವನ್ನು ಕಾಡತೊಡಗಿತು. ಅದರ ಪರಿಣಾಮ ಗೆಳೆಯರ ವಹಿವಾಟಿನ ಮೇಲೆಯೂ ಬಿದ್ದಿತು. ವ್ಯಾಪಾರದ ಬಗ್ಗೆ ಅರಿವಿದ್ದ ವ್ಯಕ್ತಿ, ಈ ಸ್ಥಿತಿ ಶಾಶ್ವತವಲ್ಲ ಎಂದು ಗೆಳೆಯನಿಗೆ ತಿಳಿಹೇಳಿದ. ಆದರೆ, ಆತ ನಷ್ಟದ ಭೀತಿಯಲ್ಲಿ ಸಮತೋಲನ ಕಳೆದುಕೊಂಡಿದ್ದ. ಗ್ರಾಹಕರ ಮೇಲೆ ಕಿರುಚಾಡಲು ಆರಂಭಿಸಿದ. ಕೊನೆಗೊಂದು ದಿನ ಆತನ ಸಿಟ್ಟು ಗೆಳೆಯನ ಕಡೆಗೂ ತಿರುಗಿತು. ಬೇಸತ್ತಿದ್ದ ಗೆಳೆಯ ಗುಡ್‌ಬೈ ಹೇಳಿದ. ಮಳಿಗೆ ಮುಚ್ಚದೆ ಬೇರೆ ದಾರಿಯೇ ಇರಲಿಲ್ಲ.

ಸಮಚಿತ್ತ ಕಾಯ್ದುಕೊಳ್ಳದೆ ಇದ್ದರೆ, ಕುಟುಂಬದ ಸಂತೋಷ ಕೂಡಾ ಹರಣವಾಗುತ್ತದೆ. ಕೆಲವರ ಬಳಿ ಹಣ ಇರುತ್ತದೆ, ಕೈಕಾಲಿಗೆ ಸೇವಕರು, ಇಚ್ಛೆ ಅರಿತು ನಡೆಯುವ ಮನೆಯವರು ಇರುತ್ತಾರೆ. ಹೀಗಿದ್ದರೂ ಸಂತೋಷದಿಂದ ಇರುವುದಿಲ್ಲ. ತಾವು ದುಃಖಿಗಳಾಗುವುದಲ್ಲದೆ, ಜತೆಯವರನ್ನೆಲ್ಲ ಹಿಂಸಿಸುತ್ತಾರೆ. ಸಣ್ಣ ಕಾರಣಕ್ಕೆ ಕಿರುಚುತ್ತಾರೆ, ಕಂಡವರ ಮೇಲೆಲ್ಲ ಎಗರಾಡುತ್ತಾರೆ. ಇಂಥವರನ್ನು ಕಂಡರೆ ಹೊರಗಿನವರು ಮಾತ್ರವಲ್ಲ, ಮನೆಯವರು ಕೂಡಾ ದೂರ ಹೋಗುತ್ತಾರೆ. ತಾವು ಸುಖಪಡರು, ಬೇರೆಯವರೂ ಸುಖವಾಗಿರಲು ಬಿಡರು!

ಇದಕ್ಕೆ ತದ್ವಿರುದ್ಧ ಇರುವವರೂ ಇದ್ದಾರೆ. ನಿಮ್ಮ ಸುತ್ತ ಅಂಥವರು ಇರಬಹುದು. ತಮ್ಮ ಕೆಲಸ ಸರಿಯಾಗಿ ಮಾಡುತ್ತಾರೆ. ಸಾರ್ವಜನಿಕ ಸಂಪರ್ಕ ವಿಭಾಗದ ಕೆಲವರನ್ನು ನೋಡಿ. ಅವರಿಗೂ ಮನೆ, ಮಕ್ಕಳು, ಸಂಸಾರ ತಾಪತ್ರಯ... ಎಲ್ಲವೂ ಇರುತ್ತದೆ. ಹೀಗಿದ್ದರೂ ಅದು ಕೆಲಸದ ಮೇಲೆ ಪರಿಣಾಮ ಬೀರದಂತೆ ನೋಡಿಕೊಳ್ಳುತ್ತಾರೆ. ಸಮಸ್ಯೆಗಳೇ ಇಲ್ಲವೇನೋ ಎಂದು ಬೇರೆಯವರು ಅಂದುಕೊಳ್ಳುವಂತೆ ವರ್ತಿಸುತ್ತಾರೆ.

ತಾಳ್ಮೆ ಕಳೆದುಕೊಳ್ಳದಿರಿ

ಯಶಸ್ಸು ಹಾಗೂ ಸಂತೋಷ ಪಡೆಯಲು ಜೀವನದ ಎಲ್ಲ ಕ್ಷೇತ್ರದಲ್ಲೂ ಸಮತೋಲನ ಕಾಯ್ದುಕೊಳ್ಳಬೇಕು. ಸ್ಥಾನ ಎತ್ತರ, ಎತ್ತರಕ್ಕೆ ಹೋದಂತೆ, ಅದರ ಅಗತ್ಯ ಇನ್ನಷ್ಟು ಹೆಚ್ಚುತ್ತದೆ. ನೀವು ತಪ್ಪು ಮಾಡುವುದನ್ನೇ ಕಾಯುತ್ತಿರುತ್ತಾರೆ. ಸಣ್ಣ ತಪ್ಪುಗಳನ್ನೇ ಉಬ್ಬಿಸುತ್ತಾರೆ. ಇಲ್ಲದ ಲೋಪಗಳನ್ನು ಹುಟ್ಟುಹಾಕಿ ದೂಷಿಸುತ್ತಾರೆ. ನಿಮಗೆ ಕರ್ತವ್ಯ ನಿಷ್ಠೆ ಇಲ್ಲ ಎನ್ನುತ್ತಾರೆ. ಅನೈತಿಕ ಚಟುವಟಿಕೆಯಲ್ಲಿ ತೊಡಗಿದ್ದೀರಿ ಎನ್ನಲೂ ಬಹುದು. ಒಂದೊಮ್ಮೆ ತಾಳ್ಮೆ ಕಳೆದುಕೊಂಡರೆ, ನೀವು ಬೀಳಲಾರಂಭಿಸಿದ್ದೀರಿ ಎಂದರ್ಥ. ವ್ಯಕ್ತಿ ಎಷ್ಟು ಬುದ್ಧಿವಂತನಿದ್ದರೂ, ಸಿಟ್ಟಿಗೆದ್ದಾಗ ಆತ ಮತಿಹೀನನಾಗುತ್ತಾನೆ.

ಅಮೆರಿಕದ ಅಧ್ಯಕ್ಷ ಕ್ಲೀವ್‌ಲ್ಯಾಂಡ್ ಚುನಾವಣೆ ಪ್ರಚಾರದಲ್ಲಿ ತೊಡಗಿದ್ದಾಗ, ಅವರನ್ನು ದೂಷಿಸಲಾಯಿತು. ಒಂದು ವರ್ಗ ಅವರ ಸಭೆಗಳನ್ನೇ ನಿಷೇಧಿಸಿತು. ಆಯ್ಕೆಯಾದ ಬಳಿಕ ಅವರು ತಮ್ಮ ವಿರೋಧಿಗಳಿಗೆ ಸರಿಯಾದ ಉತ್ತರ ಕೊಡುತ್ತಾರೆ ಎಂದು ಭಾವಿಸಿದ್ದರು. ಆದರೆ, ಅಂಥದ್ದೇನೂ ನಡೆಯಲಿಲ್ಲ. ಜೆ.ಜೆ. ಇಂಗಲ್ಸ್ ಅದನ್ನು ವಿವರಿಸಿರುವುದು ಹೀಗೆ, 'ನನ್ನ ಮುಂದೆ ಕುಳಿತ ಆತ, ತನ್ನ ವಿರುದ್ಧ ನಡೆದ ಅಪಪ್ರಚಾರಕ್ಕೆ ತಲೆ ಕೆಡಿಸಿಕೊಂಡಂತಿಲ್ಲ. ನಾಟಕವೊಂದರಲ್ಲಿ ಪಾತ್ರ ವಹಿಸಲು ಕಾಯುತ್ತಿರುವ ವೇಷಧಾರಿಯಂತೆ ಕಾಣುತ್ತಿದ್ದಾರೆ. ಭಾಷಣದ ಲಿಖಿತ ಪ್ರತಿಯನ್ನು ತೆಗೆಯುತ್ತಾರೆ ಎಂದು ನಾನು ಭಾವಿಸಿದ್ದೆ. ಬದಲಿಗೆ ಸ್ಪಷ್ಟವಾಗಿ, ಹಿಂಜರಿಕೆಯಿಲ್ಲದೆ, ತಮ್ಮ ವಿಶಿಷ್ಟ ಕಂಠದಿಂದ ಅವರು ಭಾಷಣ ಮಾಡುತ್ತ ಹೋದರು. 60 ದಶಲಕ್ಷ ಜನ ತನ್ನ ಮಾತು ಕೇಳುತ್ತಿದ್ದಾರೆ ಎಂದು ಗೊತ್ತಿದ್ದರೂ, ಬೋರ್ಡ್ ಮೀಟಿಂಗ್‌ನಲ್ಲಿ ಮಾತನಾಡಿದಷ್ಟು ಸುಲಲಿತವಾಗಿ, ಶಾಂತಚಿತ್ತರಾಗಿ ಮಾತನ್ನಾಡಿದರು'.

'ಶಾಂತಚಿತ್ತ ಮನುಷ್ಯ ಎಲ್ಲರನ್ನೂ ನಿಯಂತ್ರಿಸುತ್ತಾನೆ' ಎಂಬ ಮಾತಿದೆ. ಚಿಂತಕ ಸೆನೆಕಾ ಕೂಡಾ ಇದನ್ನೇ ಹೇಳುತ್ತಾರೆ. ಶಾಂತಚಿತ್ತತೆ ಎಂಬುದು ವಾಹನದ ಶಾಕ್ ಅಬ್ಸಾರ್ಬರ್ ಇದ್ದಂತೆ. ವಾಹನಕ್ಕೆ ಉತ್ತಮ ಗುಣಮಟ್ಟದ ಶಾಕ್ ಅಬ್ಸಾರ್ಬರ್‌ಗಳನ್ನು ಅಳವಡಿಸಿದ್ದರೆ, ಪ್ರಯಾಣ ಸುಖಕರವಾಗಿರುತ್ತದೆ, ದಾರಿ ಹಳ್ಳಕೊಳ್ಳಗಳಿಂದ ಕೂಡಿದ್ದರೂ. ಸಮಚಿತ್ತದ ಮನುಷ್ಯ ಕೂಡಾ, ಕಷ್ಟನಷ್ಟಗಳಿಗೆ ಕುಸಿಯದೆ ಜೀವನ ಮುಂದುವರಿಸುತ್ತಾನೆ.

ಅಪರಾಧಗಳಿಗೆ ನಿಯಂತ್ರಣ ತಪ್ಪಿದ ಮನಸ್ಸೇ ಕಾರಣ. ಸುಲಭವಾಗಿ ಸಿಟ್ಟಿಗೇಳುವವರು ನರಕದ ಹಾದಿಯಲ್ಲಿದ್ದಾರೆ ಎನ್ನಬೇಕಾಗುತ್ತದೆ. ಸಮತೋಲನ ಒಂದು ಭ್ರಮೆ ಎನ್ನುವವರಿದ್ದಾರೆ. ಅದು ಸರಿಯಲ್ಲ. ಆ ಶಕ್ತಿ ನಿಮ್ಮೊಳಗೇ ಇದೆ. ಅದನ್ನು ನಾವು ಬೆಳೆಸಿಕೊಳ್ಳಬೇಕು. ಬೆಳ್ಳಿ, ಚಿನ್ನ ಇವೆಲ್ಲ ನೆಲದಾಳದಲ್ಲಿ ಇರುತ್ತವೆ. ಹೊರಗೆ ಬಂದಾಗ ಅವಕ್ಕೆ ಬೆಲೆ ಬರುತ್ತದೆ. ಯಾವಾಗ ನಾವು ಅದನ್ನು ಭೂಮಿಯಿಂದ ಎತ್ತಿ ಕೈನಲ್ಲಿ ಇಟ್ಟುಕೊಳ್ಳುತ್ತೇವೋ, ಆಗ ಐಶ್ವರ್ಯ ನಮ್ಮದಾಗುತ್ತದೆ.

ಈಗ ಹೇಳಿ: ನೀವು ನಿಮ್ಮ ಆಯ್ಕೆಯ ಕ್ಷೇತ್ರದಲ್ಲಿ ಉನ್ನತ ಸ್ಥಾನ ಏರಬೇಕೆಂಬ ಮಹತ್ವಾಕಾಂಕ್ಷೆ ಹೊಂದಿದ್ದೀರಾ? ನಿಮ್ಮ ಆಸೆ ಈಡೇರಿಸಿಕೊಳ್ಳಬೇಕೆಂಬ ಛಲ ಹೊಂದಿದ್ದೀರಾ? ಹೌದು ಎಂದಾದಲ್ಲಿ, ನೀವು ಸಮಚಿತ್ತತೆ, ಶಾಂತ ಮನೋಭಾವ, ತಾಳ್ಮೆ ಬೆಳೆಸಿಕೊಳ್ಳುವುದು ಅತ್ಯಗತ್ಯ.

❑❑

ಕೆಟ್ಟ ಹವ್ಯಾಸ ತೊರೆಯಿರಿ

‘ಕೆಟ್ಟ ಹವ್ಯಾಸಗಳು ಭಯೋತ್ಪಾದಕರಂತೆ. ಜೀವನದ ಸಂತೋಷವನ್ನೆಲ್ಲ ಬದುಕು ಕಿತ್ತುಕೊಂಡು, ಹೊರೆಯಾಗುವಂತೆ ಮಾಡುತ್ತವೆ. ಅವನ್ನು ಬಿಟ್ಟು ಬಿಡಿ. ನಗು-ಸಂತೋಷ ನಿಮ್ಮದಾಗುತ್ತದೆ.’

ಕೆಲ ವರ್ಷಗಳ ಹಿಂದೆ ಪ್ರೇಮ್‌ಚಂದ್ ಸ್ವಂತ ಬಿಸಿನೆಸ್ ಆರಂಭಿಸಿದ. ಬಂದ ಲಾಭವನ್ನೆಲ್ಲ ಮತ್ತೆ ತೊಡಗಿಸಿ, ಸರಳ ಜೀವನ ನಡೆಸುತ್ತೇನೆ ಎಂದು ಮೊದಲೇ ನಿರ್ಧರಿಸಿದ್ದ. ಆತನ ನಿರ್ಧಾರಕ್ಕೆ ಮನೆಯವರೂ ಬೆಂಬಲ ನೀಡಿದರು. ಆತ ಕಾಲಕ್ರಮೇಣ ಐಶ್ವರ್ಯವಂತನಾದ. ಬಳಿಕ ಆತನ ಬದುಕಿನ ಶೈಲಿ ಬದಲಾಗುತ್ತದೆ

ಎಂದು ಎಲ್ಲರೂ ಭಾವಿಸಿದರು. ಹಾಗೇನೂ ಆಗಲಿಲ್ಲ. ಬದಲಿಗೆ ಆತ ಇನ್ನಷ್ಟು ಕೈಬಿಗಿ ಮಾಡಿದ. ಮನೆಯವರ ಆಗತ್ಯಗಳಿಗೂ ಹಣ ಕೊಡಲು ಕಿರಿಕಿರಿ ಮಾಡುತ್ತಿದ್ದ.'ಹಣ ಗಳಿಸಲು ಎಷ್ಟು ಕಷ್ಟ ಗೊತ್ತಾ' ಎಂದು ಕುಟುಕುತ್ತಿದ್ದ.

ಆತನ ಜುಗ್ಗತನ ಕೆಲವೊಮ್ಮೆ ಕ್ರೌರ್ಯದ ಹಂತ ತಲುಪುತ್ತಿತ್ತು. ಆತನ ಕಿರಿಯ ಮಗ ಅನಾರೋಗ್ಯಕ್ಕೆ ಸಿಲುಕಿದ. ಆತನ ಪರಿಸ್ಥಿತಿ ಗಂಭೀರವಾಗಿದ್ದನ್ನು ಕಂಡ ಆತನ ಪತ್ನಿ, ವೈದ್ಯರ ಬಳಿ ಕರೆದುಕೊಂಡು ಹೋಗಲು ಹಣ ಕೇಳಿದಳು. 'ಈಗಿನ ವೈದ್ಯರಿಗೆ ಹಣ ಕೀಳುವುದು ಬಿಟ್ಟು ಬೇರೇನೂ ಗೊತ್ತಿಲ್ಲ' ಎಂದು ಹೇಳಿ, ಮನೆ ಔಷಧ ನೀಡಲು ಸೂಚಿಸಿದ. ಇದನ್ನು ಆಕೆ ಒಪ್ಪಲಿಲ್ಲ. ಆಕೆಯ ಪ್ರತಿಭಟನೆಗೆ ಪ್ರೇಮ್‌ಚಂದ್ ಪ್ರತಿಕ್ರಿಯಿಸಲಿಲ್ಲ. ಕೆಲವು ದಿನಗಳ ನಂತರ ಮಗ ಮೃತಪಟ್ಟ. ಘಟನೆಯಿಂದ ಆಕೆ ತೀವ್ರ ಅಸಮಾಧಾನಗೊಂಡಳು. 'ಮಗನ ಸಾವಿಗೆ ನೀನೇ ಕಾರಣ' ಎಂದು ಬೈಯುತ್ತಿದ್ದಳು. 'ಸಾವು ದೈವೇಚ್ಛೆ. ನಾವು ಅದನ್ನು ಒಪ್ಪಿಕೊಳ್ಳಬೇಕು' ಎಂಬ ಆತನ ಮಾತು ಆಕೆಗೆ ಇನ್ನಷ್ಟು ಸಿಟ್ಟು ತರಿಸುತ್ತಿತ್ತು. ಬಳಿಕವೂ ಆತನ ಜುಗ್ಗತನ ಕಡಿಮೆಯಾಗಲಿಲ್ಲ. ಇದರಿಂದ ಮನೆ ಸದಾ ರಣರಂಗದಂತೆ ಇರುತ್ತಿತ್ತು. ಹಣವಿದ್ದರೂ ಆ ಕುಟುಂಬ ಸುಖವಾಗಿಲ್ಲ.

ಕೇದಾರ್ ಕೂಡಾ ಸಣ್ಣ ಪ್ರಮಾಣದಲ್ಲೇ ವಹಿವಾಟು ಆರಂಭಿಸಿದವ. ಈಗಾತ ನಗರದ ಶ್ರೀಮಂತರಲ್ಲಿ ಒಬ್ಬ. ಆದರೆ, ಆತ ಕುಟುಂಬದವರ ಸಂತಸಕ್ಕಿಂತ ಹಣ ಮುಖ್ಯ ಎಂದು ಭಾವಿಸಿದವನಲ್ಲ. ಆತ ದುಂದುವೆಚ್ಚಕ್ಕೆ ಅನುಮತಿ ಕೊಡುವುದಿಲ್ಲ. ಕುಟುಂಬಕ್ಕೆ ಅಗತ್ಯ ಸೌಲಭ್ಯಗಳನ್ನು ಪೂರೈಸಿದ್ದಾನೆ. ಯಾವುದೇ ಕೊರತೆ ಇಲ್ಲದಂತೆ ನೋಡಿಕೊಂಡಿದ್ದಾನೆ. 'ಹಣ ಇರುವುದು ಮನುಷ್ಯನಿಗಾಗಿಯೇ ಹೊರತು ಹಣದಿಂದ ಮನುಷ್ಯನಲ್ಲ' ಎಂಬುದು ಆತನ ನಿಲುವು. ದಾನ-ಧರ್ಮವನ್ನು ಮಾಡುವುದರಿಂದ ಸಮಾಜದಲ್ಲಿಯೂ ಆತನಿಗೆ ಒಳ್ಳೆಯ ಹೆಸರಿದೆ.

ಒಳ್ಳೆಯ ಅಭ್ಯಾಸಗಳು ಸಂತಸ ತರುತ್ತವೆ. ಆದರೆ, ಕೆಟ್ಟ ಹವ್ಯಾಸಗಳು ಹಿಡಿತ ಸಾಧಿಸಿದಾಗ, ತಲೆ ಕೆಡಿಸಿಕೊಳ್ಳಬೇಕಾಗುತ್ತದೆ. ಕೆಟ್ಟ ಹವ್ಯಾಸಗಳು ಇದ್ದಕ್ಕಿದ್ದಂತೆ ಬರುವಂಥವಲ್ಲ. 'ಬಿತ್ತಿದ್ದನ್ನೇ ಬೆಳೆಯುತ್ತೇವೆ, ಪಡೆಯುತ್ತೇವೆ' ಎಂಬ ಮಾತಿದೆ. ಹೀಗಾಗಿ ನಾವು ಅವಸರದಲ್ಲಿ ಸರಿಯಾಗಿ ಆಲೋಚಿಸದೆ ಯಾವ ಕೆಲಸಕ್ಕೂ ಕೈಹಾಕಬಾರದು.

ಕೆಲವರು ತಮ್ಮ ಕೃತ್ಯಗಳ ವಿಪರಿಣಾಮ ಕುರಿತು ಆಲೋಚಿಸಿರುವುದಿಲ್ಲ. ಕೆಲ ವರ್ಷಗಳ ಹಿಂದೆ ಮನೋಹರ್ ಮೊದಲ ಬಾರಿ ವೈನ್‌ನ ರುಚಿ ನೋಡಿದಾಗ, ಗೆಳೆಯರು ಆತನನ್ನು ಎಚ್ಚರಿಸಿದರು. ಮತ್ತೊಮ್ಮೆ ಕುಡಿಯುವುದಿಲ್ಲ ಎಂದ ಮನೋಹರ. ಸ್ವಲ್ಪ ಕಾಲದ ಬಳಿಕ ಅದೇ ಸ್ನೇಹಿತನ ಕೈಗೆ ಸಿಕ್ಕಿಬಿದ್ದ. 'ನಾನು

ಯಾವಾಗಲೋ ಒಮ್ಮೆ ಸ್ನೇಹಿತರ ಜತೆ ಕುಡಿಯುತ್ತೇನೆ. ನಾನು ಮದ್ಯದ ದಾಸನಾಗುವುದು ಸಾಧ್ಯವೇ ಇಲ್ಲ' ಎಂದ ಮನೋಹರ. ಈಗ ಕುಡಿತ ಪ್ರತಿದಿನದ ಕರ್ತವ್ಯದಂತೆ ಆಗಿದೆ. ಕುಡಿದಾಗ ಆತ ಬಳಸುವ ಭಾಷೆ ನೋಡಿ ವಠಾರದ ಜನ ಅವನನ್ನು ಕಂಡರೆ ದೂರ ಹೋಗಿ ಬಿಡುತ್ತಾರೆ. ಆತನ ಕುಟುಂಬದ ಮೇಲೆಯೂ ಕುಡಿತದ ಪರಿಣಾಮ ಬಿದ್ದಿದೆ. ಆತನ ವೇತನವೆಲ್ಲ ಕುಡಿತಕ್ಕೆ ಹೋಗುತ್ತಿದ್ದು, ಮನೆ ಖರ್ಚಿಗೆ ಹಣ ಕೊಡುತ್ತಿಲ್ಲ. ಶುಲ್ಕ ಕಟ್ಟದ ಕಾರಣ ಮಗ ಶಾಲೆಗೆ ಹೋಗುತ್ತಿಲ್ಲ. ಪತ್ನಿ, ಮಕ್ಕಳು ಹರಿದ ಬಟ್ಟೆ ಧರಿಸುತ್ತಾರೆ. ಅವರ ಮೇಲೆ ಕೈ ಮಾಡಿದ್ದೂ ಇದೆ.

ಒಳ್ಳೆಯ ಹವ್ಯಾಸ ಬೆಳೆಸಿಕೊಳ್ಳಲು ಹೆಚ್ಚು ಕಾಲ ಬೇಕಾಗುತ್ತದೆ. ಆದರೆ, ದುರಭ್ಯಾಸ ಸ್ವಲ್ಪ ಸಮಯದಲ್ಲೇ ಬೇರೂರಿ ಬಿಡುತ್ತದೆ. ಒಮ್ಮೆ ಅಂಟಿಕೊಂಡ ಬಳಿಕ ಅದನ್ನು ತ್ಯಜಿಸುವುದು ತುಂಬಾ ಕಷ್ಟ.

ಬಿಡುಗಡೆ ಸಾಧ್ಯವಿದೆ

ದುಷ್ಟ ಹವ್ಯಾಸಕ್ಕೆ ಸಿಲುಕಿದವರು ಜೀವನವಿಡೀ ಅದಕ್ಕೆ ಗುಲಾಮರಾಗಿ ನರಳಬೇಕು ಎಂದೇನಿಲ್ಲ. ದೀರ್ಘ ಕಾಲದಿಂದ ಸಿಗರೇಟ್ ಸೇದುತ್ತಿದ್ದವರು, ಮದ್ಯ ವ್ಯಸನಿಗಳು ಏಕಾಏಕಿ ಅದನ್ನು ತೊರೆದ ಹಲವು ಉದಾಹರಣೆಗಳಿವೆ. ಸ್ವಯಂ ಶಿಸ್ತು ಹಾಗೂ ನಿರಾಕರಣೆ ಮೂಲಕ ದುರಭ್ಯಾಸ ತೊರೆದು, ಸಂತಸ-ಯಶಸ್ಸಿನ ಹಾದಿ ಹಿಡಿಯಬಹುದು.

ಊಟದ ಬಳಿಕ ಖಿನ್ನತೆ ಹಾಗೂ ನೋವುಂಟಾಗುತ್ತದೆ ಎಂಬುದು ರತನ್‌ನ ದೂರು. ಆತ ನಿದ್ರೆ ಕೂಡಾ ಸರಿಯಾಗಿ ಮಾಡುವುದಿಲ್ಲ. ಇಲಾಖೆ ಪರೀಕ್ಷೆಗೆ 3 ಬಾರಿ ಹಾಜರಾದರೂ, ಉತ್ತೀರ್ಣನಾಗಿಲ್ಲ. ಹೀಗಾಗಿ ಆತನಿಗೆ ಬಡ್ತಿ ಸಿಕ್ಕಿಲ್ಲ. ಇದರಿಂದ ಆತ ಕೆಲಸದಲ್ಲಿ ಆಸಕ್ತಿ ಕಳೆದುಕೊಂಡಿದ್ದಾನೆ. ಸಣ್ಣ ಕಾರಣಕ್ಕೂ ಕಿರಿಕಿರಿ ಆಗುತ್ತದೆ. ತನಗೆ ಜೀವನದಲ್ಲಿ ಯಶಸ್ಸು ಗಗನ ಕುಸುಮ ಎಂದುಕೊಂಡಿದ್ದಾನೆ. ಊಟ ಮಾಡುವಾಗಲೂ ಅಷ್ಟೆ. ಗಬಗಬನೆ ತಿನ್ನುತ್ತಾನೆ. ಹೀಗಾಗಿ ಅಜೀರ್ಣ ಸದಾ ಆತನನ್ನು ಕಾಡುತ್ತದೆ.

ಈ ಪ್ರಕರಣವನ್ನು ವಿಶ್ಲೇಷಿಸಿದರೆ ಗೊತ್ತಾಗುವುದು– ರತನ್ ನಕಾರಾತ್ಮಕ ಚಿಂತನೆಗಳಿಗೆ ಬಲಿಪಶುವಾಗಿದ್ದಾನೆ. ನಕಾರಾತ್ಮಕ ಭಾವನೆಗಳನ್ನು ಬಿಡುವ ಮೂಲಕ, ಜೀವನದ ಬಗ್ಗೆ ಪ್ರಬುದ್ಧ ಚಿಂತನೆ ಮೂಲಕ ಆತ ಬದಲಾಗಲು ಸಾಧ್ಯವಿದೆ. ಆತನಿಗೆ ಬಡ್ತಿ ಸಿಗದೆ ಇರಬಹುದು. ಆದರೆ, ಆತನನ್ನು ಕೆಲಸದಿಂದ ತೆಗೆದುಹಾಕಿಲ್ಲ. ಇದರರ್ಥ– ಆತ ಹಿಂದೆ ಮಾಡಿದ ಕೆಲಸ ಆತನಿಗೆ ಯಶಸ್ಸು ತಂದಿದೆ. ಯಾವ ಜಾಣ್ಮೆ, ಕೌಶಲ ಅವನಿಗೆ ಕೆಲಸ ಕೊಡಿಸಿತೋ, ಮುಂದುವರಿಸಿತೋ, ಅದು ಆತನನ್ನು ಮುಂದೆಯೂ ಕೈಹಿಡಿದು ನಡೆಸುತ್ತದೆ. ಯಶಸ್ಸಿನ ತುತ್ತ ತುದಿಯಲ್ಲಿದ್ದವ

ರಿಗೂ ಕೆಲವೊಮ್ಮೆ ಸಣ್ಣ ಪುಟ್ಟ ಸೋಲು ತಪ್ಪಿದ್ದಲ್ಲ. ಹೀಗಾಗಿ, ನಡೆಯುವವನು ಎಡವುವುದು ಸಹಜ ಎಂದುಕೊಂಡು ಮುನ್ನಡೆಯಬೇಕು. ಅದರಿಂದ ಕುಸಿದು ಬೀಳಬಾರದು. ಇಂಥ ಮನಸ್ಥಿತಿ ಬೆಳೆಸಿಕೊಂಡರೆ, ನಿರಾಸೆ ನಾಪತ್ತೆಯಾಗುತ್ತದೆ. ಸಂತೋಷವಾಗಿ ಊಟ ಮಾಡಿದರೆ, ಸಾಕಷ್ಟು ಜೊಲ್ಲುರಸ ಉತ್ಪತ್ತಿಯಾಗಿ, ಆಹಾರ ಸುಲಭವಾಗಿ ಪಚನವಾಗುತ್ತದೆ. ಚೆನ್ನಾಗಿ ನಿದ್ರೆಯೂ ಬರುತ್ತದೆ.

ಇನ್ನೊಂದು ವರ್ಗವಿದೆ. ಇವರು ಕೆಲಸವನ್ನು ಉತ್ಸಾಹದಿಂದಲೇ ಆರಂಭಿಸುತ್ತಾರೆ. ಆದರೆ, ಮಧ್ಯಾಹ್ನದ ಹೊತ್ತಿಗೆ ಸುಸ್ತು ಹೊಡೆಯುತ್ತಾರೆ. ಇದಕ್ಕೆ ಕಾರಣ ಸುಲಭವಾದ ಕೆಲಸಗಳನ್ನು ಮೊದಲು ಮುಗಿಸಿ, ನಂತರ ಕಷ್ಟದವಕ್ಕೆ ಕೈ ಹಾಕುವುದು. ನಿರಂತರವಾಗಿ ಕೆಲಸ ಮಾಡಿ, ಕೊನೆಯವರೆಗೆ ಉತ್ಸಾಹವನ್ನು ಉಳಿಸಿಕೊಳ್ಳುವುದು ಸುಲಭವಲ್ಲ. ಹೀಗಾಗಿ, ದಿನದ ಮೊದಲ ಅರ್ಧಭಾಗದಲ್ಲಿ ಕ್ಲಿಷ್ಟ, ಕಠಿಣ ಕೆಲಸಗಳನ್ನು ಮುಗಿಸಿಬಿಡಬೇಕು. ಕೆಲಸದ ಮಧ್ಯೆ ಸಣ್ಣ ವಿರಾಮ, ಸಣ್ಣ ಹರಟೆ, ತಂಗಾಳಿ ಸೇವನೆ ಮೂಲಕ ಹುರುಪು ಮೈದುಂಬುತ್ತದೆ.

ಯಾವ ಕೆಲಸ ಯಾವಾಗ ಮಾಡಬೇಕು, ಅದಕ್ಕೆ ಎಷ್ಟು ಸಮಯ ಬೇಕಾಗುತ್ತದೆ, ಮಾಡಬೇಕಾದ ಕೆಲಸ ಎಷ್ಟಿದೆ, ಎಷ್ಟು ಸಮಯ ಬೇಕಾಗಬಹುದು ಎಂಬುದನ್ನು ಮೊದಲೇ ಯೋಚಿಸಿ, ಅದಕ್ಕೆ ತಕ್ಕಂತೆ ವೇಳಾಪಟ್ಟಿ ತಯಾರಿಸಿಕೊಂಡರೆ, ಕೆಲಸ ಹೊರೆ ಆಗುವುದಿಲ್ಲ. ಸುಲಭದ ಕೆಲಸಗಳಿಗೆ ಹೆಚ್ಚು ಶಕ್ತಿ, ಸಮಯ ಬೇಕಾಗುವುದಿಲ್ಲ. ಹೀಗಾಗಿ, ಅವನ್ನು ಕೊನೆಗೆ ಇಟ್ಟುಕೊಳ್ಳುವುದು ಒಳಿತು. ಇದರಿಂದ ಕೆಲಸ ಹೊರೆಯಾಗುವುದಿಲ್ಲ.

ಇನ್ನೊಂದು ವರ್ಗವಿದೆ. ಯೌವನದ ಬಿಸಿಯನ್ನು ನಿರಂತರವಾಗಿ ಕಾಯ್ದುಕೊಳ್ಳಬೇಕು ಎಂಬ ಹಠ ಇವರದ್ದು. ಪ್ರಕೃತಿಯಲ್ಲಿ ಅದು ಸಾಧ್ಯವಿಲ್ಲ. ಹೀಗಾಗಿ, ಔಷಧ ಸೇವನೆ ಮೂಲಕ ಯೌವನ ಕಾಯ್ದುಕೊಳ್ಳಲು ಮುಂದಾಗುತ್ತಾರೆ. ತಲೆನೋವು, ಹೊಟ್ಟೆನೋವು, ಮೈ ಕೈ ನೋವು,...ಹೀಗೆ ಸಣ್ಣ ಸಮಸ್ಯೆಗೂ ಗುಳಿಗೆಗಳ ಮೊರೆ ಹೋಗುತ್ತಾರೆ. ಅತಿ ಔಷಧ ಅವಲಂಬನೆ ಅಪಾಯಕರ ಎಂಬುದನ್ನು ಅವರು ಒಪ್ಪುವುದಿಲ್ಲ. ದೀರ್ಘ ಕಾಲ, ವೈದ್ಯರ ಸಲಹೆ ಇಲ್ಲದೆ ತೆಗೆದುಕೊಳ್ಳುವ ಔಷಧಗಳು ಆರೋಗ್ಯಕ್ಕೆ ತೀವ್ರ ಹಾನಿಯುಂಟು ಮಾಡುತ್ತವೆ.

ದೇಹ ಹಾಗೂ ಆರೋಗ್ಯದ ರಕ್ಷಣೆ ಅತ್ಯಂತ ಮುಖ್ಯ, ಇದಕ್ಕಾಗಿ ಸೂಕ್ತ, ಹಿತಮಿತ ಆಹಾರ ಸೇವನೆ ಮಾಡಬೇಕು. ಪೌಷ್ಟಿಕ, ಸಮತೋಲನದ ಆಹಾರ, ಸೊಪ್ಪು-ಹಣ್ಣು ಹಾಗೂ ದ್ರವಾಹಾರ ಸೇವನೆಯಿಂದ ಉತ್ತಮ ಆರೋಗ್ಯ ಹೊಂದಲು ಸಾಧ್ಯವಿದೆ. ಜತೆಗೆ, ನಿರಂತರ ವ್ಯಾಯಾಮ ಕೂಡಾ ಅಗತ್ಯ.

❑❑

ನಿಮ್ಮ ವ್ಯಕ್ತಿತ್ವವೇ ನಿಮ್ಮ ಐಶ್ವರ್ಯ

ಜನರ ಅಗತ್ಯವೇನು ಎಂಬುದರ ಅರಿವು ಹಾಗೂ ವ್ಯಕ್ತಿಯ ಅಗತ್ಯವನ್ನು ಅರಿತು, ಅದನ್ನು ಕೊಡುವವ ಯಶಸ್ಸು ಗಳಿಸುತ್ತಾನೆ. ಉತ್ತಮ ವ್ಯಕ್ತಿತ್ವ, ಕೆಲಸವನ್ನು ಸುಲಭಗೊಳಿಸುತ್ತದೆ. ವ್ಯಕ್ತಿತ್ವ ನಾವು ಬೆಳೆಸಿಕೊಳ್ಳುವಂತದ್ದು, ದೇವರ ವರವಲ್ಲ.

ಪಾರ್ಟಿಯೊಂದಕ್ಕೆ ಹೋಗಿರುತ್ತೀರಿ. ಅಲ್ಲಿ ವ್ಯಕ್ತಿಯೊಬ್ಬನ ಸುತ್ತ ಜನ ನೆರೆದಿರುತ್ತಾರೆ, ಆತನ ಮಾತುಗಳನ್ನು ಗಮನವಿರಿಸಿ ಕೇಳುತ್ತಿರುತ್ತಾರೆ. ಆತ ವಶೀಕರಣ ತಂತ್ರವನ್ನೇನೂ ಬಳಸಿರುವುದಿಲ್ಲ. ಬದಲಿಗೆ, ಆತನ ವ್ಯಕ್ತಿತ್ವ ಜನರನ್ನು ಸೆಳೆದಿರುತ್ತದೆ.

ಭವ್ಯ ವ್ಯಕ್ತಿತ್ವ ಆಕಾಶದಿಂದ ಬರುವಂತದ್ದಲ್ಲ. ಅದನ್ನು ಗಳಿಸುವುದು ಅಸಾಧ್ಯವೂ ಅಲ್ಲ. ನಮ್ಮಲ್ಲೂ ಅಂಥ ಕಿಡಿಯೊಂದು ಇದೆ. ಈ ಕಿಡಿಗೆ ರಕ್ಷಣೆ ನೀಡಿ, ಅದನ್ನು ಬೆಳಗುವಂತೆ ಮಾಡುವುದು ನಮ್ಮ ಕೈಯಲ್ಲಿದೆ. ಕೆಲವರು ಅದನ್ನು ಹಾಗೆಯೇ ಬಿಟ್ಟು ಬಿಡುತ್ತಾರೆ.

ಅಂದ ಹಾಗೆ ವ್ಯಕ್ತಿತ್ವ ಎಂದರೇನು? ವ್ಯಕ್ತಿಯ ಸೌಂದರ್ಯ, ಧ್ವನಿ, ವಸ್ತ್ರ ಹಾಗೂ ನಡೆವಳಿಕೆ ಇವೆಲ್ಲದರ ಮೊತ್ತ ಅದು. ವ್ಯಕ್ತಿತ್ವ ಎನ್ನುವುದು ಸಂಕ್ಷಿಪ್ತ ಪದ. ಖ್ಯಾತ ಮನಶಾಸ್ತ್ರಜ್ಞ ಆಲ್‌ಪೋರ್ಟ್ ಹೇಳುತ್ತಾರೆ, 'ವ್ಯಕ್ತಿತ್ವ ಎಂಬುದು ವ್ಯಕ್ತಿ ತನ್ನ ಪರಿಸರದೊಂದಿಗೆ ಹೊಂದಿಕೊಳ್ಳಲು ಮಾಡಿಕೊಳ್ಳುವ ಮಾನಸಿಕ-ದೈಹಿಕ ವ್ಯವಸ್ಥೆಯ ಚಲನಶೀಲ ಸಂಘಟನೆ'. ಡೇಲ್ ಕಾರ್ನೆಗಿ ಹೇಳುವುದೇ ಬೇರೆ. 'ವ್ಯಕ್ತಿತ್ವ ಎನ್ನುವುದು ವಿಶ್ಲೇಷಣೆಗೆ ಸಿಲುಕದ ಅಸ್ಪಷ್ಟ ಹಾಗೂ ಕೈಗೆಟುಕದ ವಸ್ತು, ಕಾಡು

ಹೂವಿನ ಸುಗಂಧದಂತೆ'. ವ್ಯಕ್ತಿತ್ವ ಎಂಬುದು ಸಂಕೀರ್ಣ ಹಾಗೂ ವಿವರಣೆಗೆ ಸಿಗದ ವಿಷಯ ಆಗಿರಬಹುದು. ಆದರೆ, ಅದನ್ನು ಗಳಿಸುವುದು, ಪರಿಪೂರ್ಣ ಗೊಳಿಸುವುದು ಸಾಧ್ಯವಿದೆ. ಆಲ್ಡಸ್ ಹಕ್ಸ್ಲಿ ಹೇಳುತ್ತಾರೆ, 'ಅಕ್ಷರ ಜ್ಞಾನ ಇರುವ ಎಲ್ಲರಿಗೂ ವ್ಯಕ್ತಿತ್ವದ ಬೆಳವಣಿಗೆ ಹೇಗೆ ಎಂಬುದು ಗೊತ್ತಿರುತ್ತದೆ. ತನ್ನ ಇರುವನ್ನು ಗಮನಾರ್ಹವಾಗಿಸುವ ದಾರಿಗಳು ಯಾವುವು, ಬದುಕನ್ನು ಪೂರ್ಣವಾಗಿ, ಅರ್ಥಭರಿತವಾಗಿ ಹಾಗೂ ವಿಶಿಷ್ಟವಾಗಿ ಬದುಕುವುದು ಹೇಗೆಂದು ಗೊತ್ತಿರುತ್ತದೆ.'

ಸಹೋದ್ಯೋಗಿಗಳು ನಿಮಗೆ ಗೌರವ ಕೊಡಬೇಕು, ಬದುಕನ್ನು ಸಂಪೂರ್ಣ ವಾಗಿ, ಸಂತಸದಿಂದ ಬದುಕಬೇಕೆಂದರೆ, ಆಕರ್ಷಕ ವ್ಯಕ್ತಿತ್ವವನ್ನು ಕಟ್ಟಿಕೊಳ್ಳಬೇಕು. ಕೌಶಲ, ವಿದ್ಯಾರ್ಹತೆ, ಬುದ್ಧಿವಂತಿಕೆ-ಎಲ್ಲ ಇದ್ದರೂ, ಕೆಲಸ ಮಾಡುವ ಮನಸ್ಸಿಲ್ಲ ದಿದ್ದರೆ ಏನೂ ಪ್ರಯೋಜನವಿಲ್ಲ. ನಮ್ಮಲ್ಲಿ ಕೌಶಲವಿಲ್ಲ ಎಂದುಕೊಳ್ಳುವುದು ಮೂರ್ಖತನ. ನಮ್ಮೆಲ್ಲರಲ್ಲೂ ಕೌಶಲವಿದೆ, ಬುದ್ಧಿಯಿದೆ. ಅದರ ಪ್ರಮಾಣ ಹೆಚ್ಚು ಕಡಿಮೆ ಇರಬಹುದಷ್ಟೆ.

ಯಶಸ್ಸಿನ ಸೂತ್ರ

ನಿಮ್ಮ ಕೌಶಲಕ್ಕೆ ಸೂಕ್ತ ದಿಕ್ಕು ತೋರಿಸಿ, ಅದನ್ನು ಬಳಸುವ ಮೂಲಕ ಪರಿಪೂರ್ಣಗೊಳಿಸಬೇಕು. ಇದಕ್ಕೆ ತಾಳ್ಮೆ ಹಾಗೂ ಸಹನೆ ಬೇಕು. ಕೆಲಸದಲ್ಲಿ ಕ್ಷಮತೆ ರಾತ್ರೋರಾತ್ರಿ ಬರುವುದಿಲ್ಲ, ಆ ದಾರಿ ಸುಗಮವಾಗಿರುವುದಿಲ್ಲ. ಅಡೆತಡೆ ಬಂದರೆ, ಎದೆಗೆಡದೆ ಮುಂದುವರಿಯಬೇಕು. ಇದು ನಿಮ್ಮ ಪೌರುಷಕ್ಕೆ ಎಸೆದ ಸವಾಲು. ಅದನ್ನು ಎದುರಿಸಲೇಬೇಕು. ವೃತ್ತಿಯಲ್ಲಿ ಕೌಶಲ ಹಾಗೂ ಕ್ಷಮತೆ ಗಳಿಸಿದಲ್ಲಿ, ನೀವು ವಿಭಿನ್ನರಾಗುತ್ತೀರಿ. ಆದರೆ, ಒಂದು ಕೆಲಸ ಮಾಡಕೂಡದು. ಬೇರೆಯವರ ಸಾಧನೆ, ಯಶಸ್ಸಿನ ಜತೆಗೆ ನಿಮ್ಮದನ್ನು ಹೋಲಿಸಬಾರದು. ಇದು ಅಸೂಯೆ ಹಾಗೂ ಕ್ಷೋಭೆಗೆ ಕಾರಣವಾಗುತ್ತದೆ.

ನಿಮ್ಮ ಮುಂದಿರುವವನು ಈ ಕ್ಷೇತ್ರದಲ್ಲಿ ನಿಮಗಿಂತ ಅನುಭವಿ ಎಂಬುದನ್ನು ಮರೆಯದಿರಿ. ಅವರ ವಯಸ್ಸಿನಲ್ಲಿ ನೀವು ಆತನಿಗಿಂತ ಹೆಚ್ಚು ಅನುಭವ, ತಜ್ಞತೆ ಹೊಂದಿರುತ್ತೀರಿ. ಅನುಮಾನವೇ ಬೇಡ. ಹೀಗಾಗಿ, ಹೋಲಿಕೆ ಅನಗತ್ಯ.

ಒಮ್ಮೆ ರವೀಂದ್ರನಾಥ ಟಾಗೋರ್ ಅವರನ್ನು 'ಶೇಕ್ಸ್‌ಪಿಯರ್ ಕಾಳಿದಾಸನಿ ಗಿಂತ ಉತ್ತಮ ನಾಟಕಕಾರನೇ?' ಎಂದು ಯಾರೋ ಪ್ರಶ್ನಿಸಿದರು. ಅದಕ್ಕೆ ಟಾಗೋರ್ ಕೊಟ್ಟ ಉತ್ತರ, 'ಕಲೆ ಹೋಲಿಕೆಯನ್ನು ಇಚ್ಛಿಸುವುದಿಲ್ಲ'. ವಾಸ್ತವ ವೆಂದರೆ, ಇಬ್ಬರು ಒಂದೇ ರೀತಿ ಇರುವುದಿಲ್ಲ, ನಾನು ನಾನು, ನೀನು ನೀನು. ಹೀಗಾಗಿ, ನಾವು ಮಾಡುವ ಕೆಲಸ ಹಾಗೂ ಫಲಿತಾಂಶ ಒಂದೇ ಆಗಿರುವುದು ಸಾಧ್ಯವಿಲ್ಲ.

> *ಅದೃಷ್ಟದ ಕಣ್ಣಿಗೆ ಬಟ್ಟೆ ಕಟ್ಟಲಾಗಿದೆ, ಆಕೆ ಅಂಧಳೆಂದು ತೋರಿಸಲು. ಆಕೆಯನ್ನು ಚಕ್ರದ ಜತೆ ತೋರಿಸಲಾಗಿದೆ. ಆಕೆ ಸ್ಥಿರವಲ್ಲವೆಂದು ತೋರಿಸಲು. ಆಕೆಯ ಕಾಲನ್ನು ವೃತ್ತಾಕಾರದ ಕಲ್ಲೊಂದಕ್ಕೆ ಜೋಡಿಸಲಾಗಿದೆ. ಅದು ಸದಾ ಸುತ್ತುತ್ತಾ ಇರುತ್ತದೆ.*
> **-ಷೇಕ್ಸ್‌ಪಿಯರ್**
>
> *ಭಾರಿ ಅದೃಷ್ಟ ಎಂಬುದು ಭಾರಿ ಗುಲಾಮಗಿರಿ.* **- ಸೆನೆಕಾ**
>
> *ಅದೃಷ್ಟ ಎಂಬುದು ಗಾಜಿದ್ದಂತೆ. ಹೊಳಪು ಹೆಚ್ಚಿದಷ್ಟೂ ಒಡೆಯುವ ಸಾಧ್ಯತೆ ಹೆಚ್ಚು.*
> **- ಪಬ್ಲಿಲಿಯಸ್ ಸೈರಸ್**

ಬೇರೊಬ್ಬರ ಜತೆ ಹೋಲಿಸಿಕೊಳ್ಳುವುದನ್ನು ಬಿಟ್ಟು, ನಮ್ಮಲ್ಲಿರುವ ವೈಶಿಷ್ಟ್ಯವನ್ನು ಕಾಯ್ದುಕೊಳ್ಳಲು ಹಾಗೂ ವೃದ್ಧಿಸಲು ಅಗತ್ಯವಿರುವುದನ್ನು ಮಾಡಬೇಕು. ನಿಮಗೆ ನೀವೇ ಸವಾಲು ಎಸೆದುಕೊಳ್ಳಬೇಕು, ಪ್ರತಿಸ್ಪರ್ಧಿಯಾಗಬೇಕು. ನೆನ್ನೆಗಿಂತ ಇಂದು, ಇಂದಿಗಿಂತ ನಾಳೆ... ಹೀಗೆ ನಿಮ್ಮ ಕೆಲಸದ ಗುಣಮಟ್ಟ ಹೆಚ್ಚಬೇಕು. ಹಲವು ಹನಿಗಳ ಕ್ರೋಢೀಕರಣದಿಂದ ಹೂಜಿ ತುಂಬುತ್ತದೆ. ಹೀಗಾಗಿ, ಯಾವ ಹನಿಯೂ ನಗಣ್ಯವಲ್ಲ.

ವೃತ್ತಿಯಲ್ಲಿ ನೈಪುಣ್ಯ ಅತ್ಯಂತ ಮುಖ್ಯ. ಇದರಿಂದ ಕೆಲ ಸಕಾರಾತ್ಮಕ ಅಪಾಯಗಳೂ ಇವೆ. ಕಲಾವಿದ ವ್ಯಾನ್‌ಗೋನ ಚಿತ್ರಗಳಿಗೆ ಕೋಟಿಗಟ್ಟಲೆ ಬೆಲೆ ಇದೆ. ವಿಕ್ಷಿಪ್ರ, ಕ್ಷೋಭೆಯ ಮನಸ್ಥಿತಿಯ ಆತ ತನ್ನ 37ನೇ ವಯಸ್ಸಿನಲ್ಲಿ ಆತ್ಮಹತ್ಯೆ ಮಾಡಿಕೊಂಡ.

ಫ್ರೆಡರಿಕ್ ಶೋಪಿನ್ ಮತ್ತು ಎಡ್ಗರ್ ಅಲನ್‌ಪೋ ಜೀನಿಯಸ್ (ಅಸಾಧಾರಣ ಬುದ್ಧಿಶಾಲಿ)ಗಳು. ಸಾಟಿಯಿಲ್ಲದ ವೃತ್ತಿಕೌಶಲವಿದ್ದವರು. ಹೀಗಿದ್ದರೂ, ದುಃಖಿತರಾಗಿ ಮೃತಪಟ್ಟರು. ಕಾರಣ- ತಮ್ಮ ವ್ಯಕ್ತಿತ್ವದ ಬೇರೆ ಅಂಶಗಳನ್ನು ಅವರು ಕಡೆಗಣಿಸಿದ್ದರು. ಹೀಗಾಗಿ, ಪರಿಪೂರ್ಣತೆಯ ಗೀಳು ವ್ಯಸನವಾಗದಂತೆ ನೋಡಿಕೊಳ್ಳಿ. ವೃತ್ತಿ ಕೌಶಲದ ಜತೆಗೆ ಸ್ವಸಾಮರ್ಥ್ಯ ಕೂಡಾ ಇರಬೇಕು. ನಮ್ಮ ವೈಫಲ್ಯಕ್ಕೆ ದುರದೃಷ್ಟ ಹಾಗೂ ಪರಿಸ್ಥಿತಿಯನ್ನು ಬೈಯುವುದರಲ್ಲಿ ಅರ್ಥವಿಲ್ಲ. ಕೆಲವರು ವಶೀಲಿ ಬಾಜಿ ಇಲ್ಲವೇ ಪ್ರಬಲರ ಶಿಫಾರಸಿನಿಂದ ಪ್ರಮುಖ ಹುದ್ದೆ ಹಿಡಿಯುತ್ತಾರೆ. ಹಾಗೆಂದ ತಕ್ಷಣ ಅದೇ ನಿಜವಲ್ಲ.

ಕಠಿಣ ಕೆಲಸ

ಬಹುತೇಕರ ಯಶಸ್ಸಿಗೆ ಕಠಿಣ ಶ್ರಮ ಕಾರಣ. ಈ ದಾರಿ ಮೂಲಕ ಸಾಧಿಸಿದ ಜಯ, ನಿಜವಾದ್ದು. ಯೋಗ್ಯತೆ ಇಲ್ಲದಿದ್ದರೂ ಉನ್ನತ ಸ್ಥಾನ ಅಲಂಕರಿಸಿರುವವರು ಕೈಗೋಲು ಹಿಡಿದು ನಡೆಯಬಲ್ಲರೇ ಹೊರತು ಓಡಲಾರರು. ದೈಹಿಕ ವಿಕಲಚೇತನರು ಕೂಡಾ ಭಿಕ್ಷೆಯನ್ನು ಇಷ್ಟಪಡುವುದಿಲ್ಲ. ಬದಲಿಗೆ, ತಮಗೆ

ಸಾಧ್ಯವಾದ ಕೌಶಲ ಕಲಿಕೆ ಮೂಲಕ ಗೌರವಯುತ ಜೀವನ ಸಾಗಿಸಲು ಪ್ರಯತ್ನಿಸುತ್ತಾರೆ.

ಯಶಸ್ಸು ನಮಗೆ ಸಿಗದಿರಲು ಕಾರಣ– ನಾವು ಬೇಕಾದಷ್ಟು ಪ್ರಯತ್ನ, ಶ್ರಮ ಹಾಕಿರುವುದಿಲ್ಲ. ಯೋಗ್ಯರಿಗೆ ಮಾತ್ರ ಯಶಸ್ಸು ಸಿಗುತ್ತದೆ.

ಆರ್ಥಿಕ ಯಶಸ್ಸು ಸಾಧಿಸಿದ್ದರೂ, ವೈಯಕ್ತಿಕ ಬದುಕಿನಲ್ಲಿ ಕೆಲವರು ವಿಫಲರಾಗುತ್ತಾರೆ. ಸದಾ ತಮ್ಮ ಬಗ್ಗೆ ಕೊಚ್ಚಿಕೊಳ್ಳುವವರು ಹಾಗೂ ಇತರರ ಬಗ್ಗೆ ಕೆಟ್ಟದಾಗಿ ಮಾತನ್ನಾಡುವವರನ್ನು ಕಂಡರೆ ಜನ ಓಡಿಹೋಗುತ್ತಾರೆ.

ಯಶಸ್ಸನ್ನು ಸಮಚಿತ್ತದಿಂದ ಸ್ವೀಕರಿಸಿದಲ್ಲಿ, ಒಂದೊಮ್ಮೆ ವಿಫಲಗೊಂಡರೂ ಹೆಚ್ಚು ಭಾವನಾತ್ಮಕ ಹೊಡೆತ ಬೀಳುವುದಿಲ್ಲ. ಯಶಸ್ಸು ತಲೆಗೆ ಹತ್ತಲು ಬಿಡಬಾರದು. ಸಣ್ಣವರಿಂದಲೂ ಕಲಿಯುವ ಮನಸ್ಥಿತಿ ಇರಬೇಕು. ಸೌಜನ್ಯದಿಂದ ಕಲಿಕೆ ಸಾಧ್ಯ. ಇದಕ್ಕಾಗಿ ನೀವು ಖರ್ಚೇನೂ ಮಾಡಬೇಕಾಗಿಲ್ಲ. ಇಂಥ ಮನಸ್ಥಿತಿ ಇರುವವರ ಜತೆ ಕೆಲಸ ಮಾಡುವುದು ಸುಲಭ. ಜತೆಗೆ, ತಾವೇನೂ ನಗಣ್ಯರಲ್ಲ ಎಂಬ ಭಾವನೆ ಬೇರೆಯವರಲ್ಲಿ ಬರುತ್ತದೆ. ತಮ್ಮ ಕೆಲಸದಲ್ಲಿ ತಪ್ಪು ಕಂಡುಹಿಡಿಯುವುದಿಲ್ಲ ಎಂಬ ಖಾತ್ರಿ ಇರುವುದರಿಂದ ಕ್ರಿಯಾಶೀಲತೆ ಹೆಚ್ಚುತ್ತದೆ. ಸಹೋದ್ಯೋಗಿಗಳು ತಾವೇ ಮುಂದಾಗಿ ಕೆಲಸ ಮಾಡುತ್ತಾರೆ.

ಮಾತು, ನಡೆವಳಿಕೆ ಹಾಗೂ ವಸ್ತ್ರ ಧರಿಸುವಿಕೆಯಲ್ಲಿ ಮಿತಿ ಮೀರದಿರುವುದು ಆರೋಗ್ಯಕರ ವ್ಯಕ್ತಿತ್ವದ ಇನ್ನೊಂದು ಲಕ್ಷಣ. ಇನ್ನೊಬ್ಬರ ಮೇಲೆ ಛಾಪು ಒತ್ತಲು ದುಬಾರಿ ಬೆಲೆಯ ಬಟ್ಟೆಯನ್ನೇ ಧರಿಸಬೇಕು ಎಂದಿಲ್ಲ. ಜನ ವಿದೂಷಕರನ್ನು ನಗಲು ಮಾತ್ರ ಬಳಸುತ್ತಾರೆ. ಶುಚಿಯಾದ, ಹಿತಮಿತವಾದ ಬಟ್ಟೆ ಸುಸಂಸ್ಕೃತನ ಪ್ರಮುಖ ಲಕ್ಷಣ.

ಇದೇ ನಿಯಮ ಮಾತಿಗೂ ಅನ್ವಯಿಸುತ್ತದೆ. ಬೇರೆಯವರ ಗಮನ ಸೆಳೆಯಲು ಗಟ್ಟಿಯಾಗಿ, ಅಸಭ್ಯ ಮಾತು ಆಡುವವರಿದ್ದಾರೆ. ಇದು ಸರಿಯಲ್ಲ, ಕೆಲವರು, ಕೆಲಕಾಲ ಇಂಥ ಮಾತಿಗೆ ನಗಬಹುದು. ಬಳಿಕ ಜನ ಓಡಿಹೋಗುತ್ತಾರೆ. ನೇರ, ಸರಳ, ಸ್ಪಷ್ಟ ಹಾಗೂ ದ್ವಂದ್ವಾರ್ಥವಿಲ್ಲದ ಮಾತು ನಮ್ಮದಾಗಬೇಕು. ಇಂಥ ಮಾತು ಸ್ವೀಕಾರಾರ್ಹ.

ನಿಮ್ಮ ವಸ್ತ್ರ, ಮಾತು ಮತ್ತು ನಡವಳಿಕೆ ಬೇರೆಯವರಲ್ಲಿ ಒಳ್ಳೆಯ ಅಭಿಪ್ರಾಯ ಮೂಡಿಸುತ್ತದೆ. ಇದು ಮೊದಲ ಹೆಜ್ಜೆ. ಇದರಿಂದ ಸ್ನೇಹ ಬೆಳೆಯುತ್ತದೆ. ಅವರನ್ನು ಉಳಿಸಿಕೊಳ್ಳಲು ನಿಷ್ಕಪಟ ಮನಸ್ಸು ಬೇಕು. ಭರವಸೆಗಳನ್ನು ಈಡೇರಿಸದಿದ್ದರೆ, ಜನ ನಿರಾಸೆಗೊಳ್ಳುತ್ತಾರೆ. ಹೀಗಾಗಿ, ಮೊದಲ ಹೆಜ್ಜೆ ಮಾತ್ರ ಸಾಲದು. ಮುನ್ನಡೆಯ ಬೇಕಾಗುತ್ತದೆ.

❑❑

ಉತ್ಸಾಹದಿಂದ ಉಪಯೋಗ

ಜೀವನದ ಬಗ್ಗೆ ನಮ್ಮ ಮನೋವೃತ್ತಿಯನ್ನು ನಿರ್ಧರಿಸುವ ಮನಸ್ಸಿನ ಸ್ಥಿತಿಯೇ ಜೀವನೋತ್ಸಾಹ. ಅದು ಆಶಾವಾದವನ್ನು ಪ್ರೋತ್ಸಾಹಿಸುತ್ತದೆ. ಮನುಷ್ಯನನ್ನು ಮುಂದೆ ತಳ್ಳುವ ಬಲಶಾಲಿ ಚಾಲನಶಕ್ತಿ ಅದು.

ಯಾರೂ ಸೋಲಲು ಬಯಸುವುದಿಲ್ಲ, ಇಚ್ಛಿಸುವುದೂ ಇಲ್ಲ. ಇದಕ್ಕೆ ನೀವು ಕೂಡಾ ಹೊರತಾಗಿಲ್ಲ. ನಿಮ್ಮ ಕನಸುಗಳನ್ನು ವಾಸ್ತವಕ್ಕೆ ಇಳಿಸಲು, ವೃತ್ತಿಯಲ್ಲಿ ಹೊಳೆಯಲು, ಉತ್ಸಾಹದ ರಹಸ್ಯವನ್ನು ನೀವು ಅರಿಯಬೇಕು. ಈ ರಹಸ್ಯ ಗೊತ್ತಾದ ಬಳಿಕ, ನೀವು ಸೋಲುವುದು ಸಾಧ್ಯವೇ ಇಲ್ಲ. ಉತ್ಸಾಹವು ಬದುಕು ಮತ್ತು ಇರುವಿಕೆ ನಡುವೆ ವ್ಯತ್ಯಾಸ ತರುತ್ತದೆ. ಉತ್ಸಾಹ ದೊಡ್ಡ ಚಾಲಕ ಶಕ್ತಿ. ಅಡೆತಡೆ ಮತ್ತು ಸಮಸ್ಯೆಗಳು ಉತ್ಸಾಹದಿಂದ ಇಲ್ಲವಾಗುತ್ತವೆ.

ಕೆಲಸ-ಗುರಿ ಯಾವುದೇ ಇರಲಿ, ಆಶಾವಾದಿ 'ನಾನು ಇದನ್ನು ಮಾಡುತ್ತೇನೆ' ಎನ್ನುತ್ತಾನೆ. ಆದರೆ, ನಿರಾಶಾವಾದಿ 'ಇದು ನನ್ನಿಂದ ಸಾಧ್ಯವಿಲ್ಲ' ಎಂದುಕೊಳ್ಳುತ್ತಾನೆ. 'ಕೆಲಸ ಸಾಧ್ಯವಿದೆ' ಎಂದುಕೊಂಡರೆ, ಅರ್ಧ ಕೆಲಸ ಆದಂತೆ.

ಕೆಲವರು ಕಾಟಾಚಾರಕ್ಕೆ ಕೆಲಸ ಮಾಡುತ್ತಾರೆ. ಅರ್ಧ ದಿನದ ಕೆಲಸ ಮುಗಿಸುವಷ್ಟರಲ್ಲಿ ಸುಸ್ತಾಗುತ್ತಾರೆ. ವಿಮಲಾ ಆರೋಗ್ಯವಂತ, ಯುವ ಗೃಹಿಣಿ. ಮನೆಗೆಲಸಕ್ಕೆ ಆಳು ಇದ್ದಾಳೆ. ಅಡುಗೆ ಮಾಡುವುದಷ್ಟೆ ಅವಳ ಕೆಲಸ. 5 ಜನರಿಗೆ ಬೇಯಿಸುವಷ್ಟರಲ್ಲಿ ಆಕೆ ಸುಸ್ತು ಹೊಡೆಯುತ್ತಾಳೆ. ನೆರೆ ಮನೆಯವರ ಜತೆ ಅವಳ ಮಾತು ಕೂಡಾ ಅಡುಗೆ, ಸುಸ್ತು ಇಷ್ಟಕ್ಕೇ ಸೀಮಿತ. ಆಕೆಯ ನೆರೆಮನೆಯ ಕಮಲಾ,

ತದ್ವಿರುದ್ಧ. ಆಕೆ ಶಾಲೆಯೊಂದರಲ್ಲಿ ಶಿಕ್ಷಕಿ. ಮನೆಗೆಲಸ ತಾನೇ ಮಾಡುತ್ತಾಳೆ. ಹೀಗಿದ್ದರೂ ಆಕೆ ಗೊಣಗುತ್ತ, ದೂರುತ್ತ ಕೂರುವುದಿಲ್ಲ. ಇದಕ್ಕೆ ಕಾರಣ- ಆಕೆಯ ಜೀವನೋತ್ಸಾಹ.

ಜೀವನೋತ್ಸಾಹವುಳ್ಳ ವ್ಯಕ್ತಿ ಇಡೀ ಪರಿಸರದಲ್ಲಿ ಉತ್ಸಾಹ ತುಂಬುತ್ತಾನೆ. ಉತ್ಸಾಹ ಎಂಬುದು ಸಾಂಕ್ರಾಮಿಕ. ಅಂಥವರು ಹಳೆಯ ತಪ್ಪುಗಳಿಗಾಗಿ ಅಳುತ್ತ ಕೂರುವುದಿಲ್ಲ. ಅವಮಾನ, ನಿರಾಸೆಗಳಿಂದ ಉತ್ಸಾಹಕ್ಕೆ ಭಂಗ ಬರುತ್ತದೆ. ಜೀವನದಲ್ಲಿ ಇದೆಲ್ಲ ಸಹಜ. ಅವನ್ನು ಗಂಭೀರವಾಗಿ ಪರಿಗಣಿಸಬಾರದು. ಇಂಥವರ ಸಹವಾಸದಿಂದ ಕತ್ತಲಿನಿಂದ ಬೆಳಕಿಗೆ ಬಂದಂತೆ ಆಗುತ್ತದೆ.

ಸಾಧಿಸಲು ಒಂದು ಗುರಿ ಇಲ್ಲದ ಜೀವನೋತ್ಸಾಹಕ್ಕೆ ಅರ್ಥವಿಲ್ಲ. ಬಳಕೆಯಾಗದ ಉತ್ಸಾಹ, ಹಗಲುಗನಸಿಗೆ ದಾರಿ ಮಾಡಿಕೊಡುತ್ತದೆ. ಕ್ರಿಯೆಯಿಂದ ಹೊರತಾದ ಚಿಂತನೆಯಿಂದ ಯಾವುದೇ ಉಪಯೋಗ ಇಲ್ಲ. ಇದು ಮೈಗಳ್ಳತನಕ್ಕೆ ದಾರಿ ಮಾಡಿಕೊಡುತ್ತದೆ. ಹೀಗಾಗಿ, ಗುರಿಯೊಂದು ಇರಬೇಕು. ಅದನ್ನು ಮುಟ್ಟಲು ಕೆಲಸ ಮಾಡಬೇಕು.

ನೆನಪಿರಲಿ, ಉತ್ಸಾಹಿಗಳು ಮಂತ್ರವಾದಿಗಳಲ್ಲ. ಅವರ ಕೈಯಲ್ಲಿನ ಮಂತ್ರ ದಂಡ ಎಲ್ಲ ಕೆಲಸ ಮಾಡಿಕೊಡುವುದಿಲ್ಲ. ಎಲ್ಲದರಲ್ಲೂ ಯಶಸ್ಸು ಸಿಗುವುದಿಲ್ಲ. ನಿರುತ್ಸಾಹಿಗಳು ಕೆಲಸ ಆರಂಭಿಸಿದಾಗ, ಯಶಸ್ಸಿನ ಕನಸು ಕಂಡಿರುತ್ತಾರೆ. ಅಡೆತಡೆ ಬಂದರೆ ಕೆಲಸ ಅರ್ಧಕ್ಕೆ ಕೈಬಿಡುತ್ತಾರೆ. ಹೀಗಾಗಿ, ಜಯ ಅವರದಾಗುವುದಿಲ್ಲ. ಉತ್ಸಾಹಿಗಳು ಎಡೆತಡೆಗಳಿಗೆ ಬೆದರುವುದಿಲ್ಲ. ಗುರಿ ಮುಟ್ಟುವ ತನಕ ಮುಂದುವರಿಯುತ್ತಾರೆ.

ಉದ್ದಿಮೆ ಇಲ್ಲವೇ ವಹಿವಾಟನ್ನು ಸಣ್ಣದಾಗಿ ಪ್ರಾರಂಭಿಸಿ, ಬಹಳ ಎತ್ತರ ಏರಿದವರಿದ್ದಾರೆ. ಧೀರೂಭಾಯಿ ಅಂಬಾನಿ ರಿಲಯನ್ಸ್ ಕಂಪನಿ ಆರಂಭಿಸುವ ಮುನ್ನ ಬಂಕ್‌ವೊಂದರಲ್ಲಿ ಪೆಟ್ರೋಲ್ ಹಾಕುತ್ತಿದ್ದರು. ಸಿಕ್ಕ ಅವಕಾಶಗಳನ್ನೆಲ್ಲ ಬಳಸಿಕೊಂಡು, ದೇಶದ ಅತ್ಯಂತ ದೊಡ್ಡ ಉದ್ಯಮ ಸಾಮ್ರಾಜ್ಯ ಕಟ್ಟಿದರು. ಬಾಲ್ಯದಲ್ಲಿ ಅವರನ್ನು ಕಂಡವರು, ತಿಳಿದವರು ಬೆರಗಾದರು.

ವೈಯಕ್ತಿಕ ದುರಂತ ಹಾಗೂ ಸಂಕಷ್ಟದಿಂದ ವ್ಯಕ್ತಿಯ ಉತ್ಸಾಹ ಕುಂದುವುದಿದೆ. ಮಹಿಳೆಯೊಬ್ಬಳು ಮೊದಲು ಪತಿ, ಬಳಿಕ ಮಗನನ್ನು ಕಳೆದುಕೊಂಡರು. ತೀವ್ರ ಖಿನ್ನತೆಗೆ ತುತ್ತಾದರು. ಸಾಮಾಜಿಕ ಭೇಟಿ, ಸಮಾರಂಭಗಳಿಗೆ ಹೋಗುವುದನ್ನು ನಿಲ್ಲಿಸಿದರು. ಯಾವ ಶೋಕವೂ ನಿರಂತರವಲ್ಲ. ಕೆಲ ಕಾಲದ ಬಳಿಕ ಪವಾಡವೋ ಎಂಬಂತೆ ಆಕೆ ಕಟ್ಟಿಕೊಂಡಿದ್ದ ಕೋಶವನ್ನು ಒಡೆದು ಹೊರ ಬಂದರು. ಮೆಚ್ಚಿಕೊಂಡ ವ್ಯಕ್ತಿಯನ್ನು ಮದುವೆಯಾದರು. ಮಕ್ಕಳು, ಮೊಮ್ಮಕ್ಕಳು ಆದವು.

ನಮ್ಮಲ್ಲಿ ನಮಗೆ ನಂಬಿಕೆ ಇದ್ದರೆ, ಉತ್ಸಾಹ ತನ್ನಿಂದತಾನೇ ಬರುತ್ತದೆ. ಮನುಷ್ಯನಿಗೆ ದೇವರು ಏನೆಲ್ಲ ಶಕ್ತಿ ಕೊಟ್ಟಿದ್ದಾನೆ. ಅದನ್ನು ನಾವು ಬಳಸಬಾರದೇಕೆ? ನೀವು ನಿಮ್ಮ ಸಾಮರ್ಥ್ಯವನ್ನು ನಂಬದಿದ್ದಲ್ಲಿ, ದೇವರನ್ನು ತಿರಸ್ಕರಿಸಿದಂತೆ. ಶ್ರದ್ಧೆ ಬೆಟ್ಟಗಳನ್ನೂ ಕದಲಿಸುತ್ತದೆ ಎಂಬ ಮಾತಿದೆ. ನಾವು ನಮ್ಮ ದೇಹ-ಮನಸ್ಸನ್ನು ಕ್ರಿಯಾಶೀಲಗೊಳಿಸೋಣ. ಫಲ ಸಿಗುವುದು ಖಾತ್ರಿ.

❑❑

ಯೌವನ ವ್ಯರ್ಥಗೊಳಿಸದಿರಿ

ಹರೆಯವನ್ನು ವ್ಯರ್ಥಗೊಳಿಸುವ ಹಾಗೂ ಶಿಸ್ತಿನಿಂದ ಕೆಲ ಮಾಡದವರಿಗೆ ಯಶಸ್ಸು ಸಿಗುವುದಿಲ್ಲ ಎಂದು ಚರಿತ್ರೆ ಹೇಳುತ್ತದೆ. ಯಶಸ್ಸು ವಿಧಿಯಿಂದ ಪಡೆದ ಭಿಕ್ಷೆ ಅಲ್ಲ. 'ಕೆಲಸದ ಫಲಿತವು ಅದೃಷ್ಟ ಕೊಟ್ಟ ಕೊಡುಗೆಗಿಂತ ಸಿಹಿಯಾದದ್ದು' ಎಂಬುದನ್ನು ನಂಬಿದವರಿಗೆ ಮಾತ್ರ ಜಯ ದೊರೆಯುತ್ತದೆ.

ಕುಡಿತ, ಮೋಜು-ಮಸ್ತಿ, ಧೂಮಪಾನ, ಮತ್ತಕಾರಕಗಳ ಬಳಕೆ ಹೆಚ್ಚಳಗೊಂಡಿದೆ. ಯುವಜನ ಇಂಥ ಚಟುವಟಿಕೆಯಲ್ಲಿ ತಮ್ಮ ಸಮಯ ವ್ಯರ್ಥಗೊಳಿಸುತ್ತಿದ್ದಾರೆ. ಗರಿಷ್ಠ ಮಜಾ ಇವರ ಉದ್ದೇಶ. ನಿರಂತರ ಮೋಜು ಒಂದು ಭ್ರಮೆ. ಹೀಗಾಗಿ, ಇಂಥ ಬಿಸಿಲು ಕುದುರೆ ಏರುವವರಿಗೆ ಬೇಗ ಭ್ರಮನಿರಸನ ಆಗುತ್ತದೆ.

ನಿಜ, ಯೌವನ ಎಂಬುದು ಮಜಾ ಮಾಡುವ ವಯಸ್ಸು. ಚಿಂತೆ-ಸಮಸ್ಯೆಗಳು ಕಡಿಮೆ ಇರುತ್ತವೆ. ಆದರೆ, ಯೌವನ ಎಂಬುದು ಬದುಕಿಗೆ ಅಸ್ತಿಭಾರ ಹಾಕಬೇಕಾದ ಕ್ರಿಯಾಶೀಲ ಅವಧಿ ಕೂಡಾ. ನೀವು ಯೌವನವನ್ನು ವ್ಯರ್ಥವಾಗಿ ಜಾರಿ ಹೋಗಲು ಬಿಟ್ಟರೆ, ಸಮೃದ್ಧ ಪ್ರಬುದ್ಧಾವಸ್ಥೆ ನಿಮಗೆ ದಕ್ಕಲು ಸಾಧ್ಯವಿಲ್ಲ.

ಬಾಲ್ಯದಿಂದಲೇ ವಿಷಯವೊಂದಕ್ಕೆ ತಮ್ಮನ್ನು ಅರ್ಪಿಸಿಕೊಂಡು, ನಿರಂತರ ಸಾಧನೆಗೈದು, ಖ್ಯಾತಿಯ ಶಿಖರ ಏರಿದ ಹಲವು ಉದಾಹರಣೆಗಳಿವೆ.

'ಎಸ್ಒಎಸ್, ಎಸ್ಒಎಸ್'(ಸೇವ್ ಅವರ್ ಸೋಲ್ಸ್) ಇದು ಟೈಟಾನಿಕ್

ಹಡಗಿನ ನಿಸ್ತಂತು ಆಪರೇಟರ್ ಜಾಕ್ ಫಿಲಿಪ್ಸ್ ಹೊರಜಗತ್ತಿಗೆ ಕಳಿಸಿದ ಸಂದೇಶ. ಅಟ್ಲಾಂಟಿಕ್ ಸಾಗರದ ಮಬ್ಬು ಹಾದಿಯಲ್ಲಿ ಮಂಜುಗಡ್ಡೆ ಗುಡ್ಡವೊಂದಕ್ಕೆ ಡಿಕ್ಕಿ ಹೊಡೆದ ಟೈಟಾನಿಕ್‌ನ ಕ್ಷಣಗಣನೆ ಆರಂಭವಾಗಿತ್ತು. 1500 ಜನರಿದ್ದ ಹಡಗು ಶೀತಲ ನೀರಿನಲ್ಲಿ ಮುಳುಗುತ್ತಿದಂತೆ, ಜೀವ ಉಳಿಸಿಕೊಳ್ಳಲು ಎಲ್ಲರೂ ಹೊರಗೆ ಹಾರಿದರು. ಅದು ಏಪ್ರಿಲ್ 15, 1912. ಜೀವರಕ್ಷಕ ನಾವೆಯಲ್ಲಿ ನ್ಯೂಯಾರ್ಕ್ ಸೇರಿದ 706 ಮಂದಿ ಹೇಳಿದ ಹೆಸರು ಒಂದೇ. 'ಮಾರ್ಕೋನಿ, ನಿನ್ನಿಂದ ನಮ್ಮ ಜೀವ ಉಳಿಯಿತು.' ನಿಸ್ತಂತು ಸಂಪರ್ಕಕ್ಕೆ ಮನ್ನಣೆ ದೊರೆಯಿತು. ಮಾರ್ಕೋನಿ ಜಗವಂದ್ಯನಾದ. ಇಂದು ಮನೆಮನೆಗಳಲ್ಲಿ ರೇಡಿಯೊ ಮೂಲಕ ಹರಿದು ಬರುವ ಸಂಗೀತ ನಮ್ಮೆಲ್ಲರ ಮನಸ್ಸನ್ನು ಸಂತಸಗೊಳಿಸಿದರೆ, ಆರ್ದ್ರಗೊಳಿಸಿದರೆ, ಅದರ ಶ್ರೇಯಸ್ಸು ಮಾರ್ಕೋನಿಗೆ ಸಲ್ಲಬೇಕು.

12ನೇ ವಯಸ್ಸಿನಲ್ಲಿ ಮಾರ್ಕೋನಿಗೆ ರಸಾಯನಶಾಸ್ತ್ರ, ಭೌತಶಾಸ್ತ್ರ ಹಾಗೂ ವಿದ್ಯುತ್ ಬಗ್ಗೆ ಆಸಕ್ತಿ ಹುಟ್ಟಿತು. 15ನೇ ವಯಸ್ಸಿನಲ್ಲಿ ಬೊಲೋನಾ ವಿವಿಯ ವಿದ್ಯಾರ್ಥಿಯಾಗಿದ್ದ ಆತ, ನಿಸ್ತಂತು ಅಲೆಗಳ ಚಲನೆ ಬಗ್ಗೆ ಓದಿದ. ಸಂವಹನಕ್ಕಾಗಿ ಅವುಗಳನ್ನೇಕೆ ಬಳಸಬಾರದು ಎಂದು ಆಲೋಚನೆ ಆತನಿಗೆ ಬಂದಿತು.

21ನೇ ವಯಸ್ಸಿನಲ್ಲಿ ಆರಂಭಿಸಿದ ಆತನ ಶೋಧ ಕಾರ್ಯ ನಿಸ್ತಂತು ವಾಹಕದ ಆವಿಷ್ಕಾರದೊಂದಿಗೆ ಮುಕ್ತಾಯಗೊಂಡಿತು. ಬ್ರಿಟನ್ ಸರಕಾರ ಹಾಗೂ ದೊಡ್ಡ ಖಾಸಗಿ ಕಂಪನಿಗಳು ಆತನ ಶೋಧವನ್ನು ಪುರಸ್ಕರಿಸಿದವು.

ಥಾಮಸ್ ಎಡಿಸನ್ ಕೂಡಾ ಇದೇ ಗುಂಪಿಗೆ ಸೇರಿದವ. ಆತನದು ಪ್ರಶ್ನಿಸುವ, ಪರಿಶೀಲಿಸುವ ಮನಸ್ಸು. ಬೆಂಕಿ ಹೊತ್ತಿ ಉರಿದರೆ ಏನಾಗುತ್ತದೆ ಎಂದು ನೋಡಲು ಆರನೇ ವರ್ಷದಲ್ಲಿ ಬಣವೆಗೆ ಬೆಂಕಿ ಹಚ್ಚಿದ್ದ. ಬಣವೆ ಜತೆಗೆ ಆತನ ಮೈ ಕೂಡಾ ಸುಟ್ಟಿತು. 10 ವರ್ಷ ಆಗಿದ್ದಾಗ ಸಮ ವಯಸ್ಕರೆಲ್ಲ ಸಾಹಸ ಕುರಿತ ಪುಸ್ತಕ ಓದುತ್ತಿದ್ದರೆ, ಎಡಿಸನ್ ರಸಾಯನಶಾಸ್ತ್ರದ ದಪ್ಪ ಹೊತ್ತಗೆಗಳನ್ನು ಓದುತ್ತಿದ್ದ. 15 ನೇ ವಯಸ್ಸಿನಲ್ಲಿ 'ವೀಕ್ಲಿ ಹೆರಾಲ್ಡ್'ನ ಸಂಪಾದಕ-ಪ್ರಕಾಶಕನಾದ. ಆತ ಅಸಂಖ್ಯ ಆವಿಷ್ಕಾರ-ಉತ್ಪನ್ನ ಶೋಧಿಸಲು ಈ ಅಂಕೆಯಿಲ್ಲದ ಕ್ರಿಯಾಶೀಲತೆಯೇ ಕಾರಣವಾಯಿತು.

ಅಮೆರಿಕದ ಅಧ್ಯಕ್ಷ ಜಾನ್ ಎಫ್. ಕೆನಡಿ ಶ್ರೇಷ್ಠ ಮಟ್ಟದ ರಾಜತಾಂತ್ರಿಕ ಮಾತ್ರವಲ್ಲ, ಶ್ರೇಷ್ಠ ವಿದ್ಯಾರ್ಥಿ ಕೂಡಾ. 1940ರಲ್ಲಿ ಹಾರ್ವರ್ಡ್ ವಿವಿಯಿಂದ ರಾಜ್ಯಶಾಸ್ತ್ರದಲ್ಲಿ ಅತ್ಯುನ್ನತ ಅಂಕಗಳೊಂದಿಗೆ ತೇರ್ಗಡೆಯಾದರು. 23ನೇ ವರ್ಷದಲ್ಲಿ ಬರೆದ 'ವೈ ಇಂಗ್ಲೆಂಡ್ ಸ್ಲೆಪ್ಟ್' ಪುಸ್ತಕ ಖ್ಯಾತಿಗಳಿಸಿತು.

ರಾಜಾರಾಮ್ ಮೋಹನ್‌ರಾಯ್ ಅವರನ್ನು ಇಂದಿಗೂ ಗೌರವದಿಂದ

ನೆನೆಯಲಾಗುತ್ತದೆ. ಅವರು ಆರಂಭಿಸಿದ ಸುಧಾರಣೆ ಆಂದೋಲನಗಳು, ದೇಶವನ್ನು ಪ್ರಗತಿಯ ಹಾದಿಯಲ್ಲಿ ಮುನ್ನಡೆಸಿದವು. ಸತಿ ಪದ್ಧತಿಗೆ ನಿಷೇಧ, ಬ್ರಹ್ಮ ಸಮಾಜದ ಮೂಲಕ ಅರ್ಚಕ ವರ್ಗದ ನೀತಿಗಳನ್ನು ಬಹಿರಂಗಗೊಳಿಸಿದ್ದು ಇವೆಲ್ಲ ಸಾಧ್ಯವಾಗಿದ್ದು ಎಳವೆಯಲ್ಲೇ ರೂಢಿಸಿಕೊಂಡಿದ್ದ ಅಧ್ಯಯನ ಪ್ರವೃತ್ತಿಯಿಂದ. ವೇದ-ಪುರಾಣ, ಸಂಸ್ಕೃತ, ಪರ್ಶಿಯನ್, ಅರೇಬಿಕ್‌ಗಳನ್ನು ವ್ಯಾಸಂಗ ಮಾಡಿದ್ದ ರಿಂದ, ಸಾಮಾಜಿಕ-ಧಾರ್ಮಿಕ ಮೌಲ್ಯಗಳ ಬಗ್ಗೆ ಸೂಕ್ತ ಅರಿವು ಮೂಡಿತ್ತು.

ಲೋಕಮಾನ್ಯ ಬಾಲಗಂಗಾಧರ ತಿಲಕ್ ಕೂಡಾ ಯೌವನದ ನಿರ್ಲಕ್ಷ್ಯದಿಂದ ಆಗಬಹುದಾದ ಹಾನಿಗಳ ಅರಿವು ಇದ್ದವರಾಗಿದ್ದರು. ತಮ್ಮ 10ನೇ ವಯಸ್ಸಿನಲ್ಲೇ ಕಾಳಿದಾಸ, ಭವಭೂತಿ, ದಂಡಿ ಹಾಗೂ ಭಾರವಿಯ ಕೃತಿಗಳ ಬಗ್ಗೆ ಜ್ಞಾನ ಹೊಂದಿದ್ದರು. ಕೆಲಸ ಎಷ್ಟೇ ಕಠಿಣವಾಗಿದ್ದರೂ, ಹಿಂಜರಿಯುತ್ತಿರಲಿಲ್ಲ. ಇದು ಅವರ ಬಾಲ್ಯದಲ್ಲಿ ನಡೆದ ಒಂದು ಘಟನೆ. ತಿಲಕ್ ಅವರ ತಂದೆ ಬಾಣಭಟ್ಟ ಬರೆದ ಕಾದಂಬರಿಯನ್ನು ವಾಚಿಸುತ್ತ ಅದರಲ್ಲಿನ ಪದಗಳ ಸೌಂದರ್ಯವನ್ನು ಸವಿಯು ತ್ತಿದ್ದರು. ಅಲ್ಲಿಗೆ ಬಂದ ತಿಲಕ್, 'ಏನು ಓದುತ್ತಿದ್ದೀರಿ' ಎಂದು ತಂದೆಯನ್ನು ಪ್ರಶ್ನಿಸಿದ. ಆತನನ್ನು ಅಲ್ಲಿಂದ ಸಾಗಹಾಕಲು ಗಣಿತದ ಲೆಕ್ಕವೊಂದನ್ನು ಬಿಡಿಸಿದರೆ, ಪುಸ್ತಕ ಕೊಡುವುದಾಗಿ ಹೇಳಿದರು. ಬಾಲಕ ಇದಕ್ಕೆ ಒಪ್ಪಿಕೊಂಡ. ಕಠಿಣವಾದ, ವಯಸ್ಸಿಗೆ ಮೀರಿದ ಲೆಕ್ಕವನ್ನು ಕೊಡಲಾಯಿತು. 2 ಗಂಟೆ ಹೆಣಗಾಡಿದ ತಿಲಕ್, ಲೆಕ್ಕವನ್ನು ಬಿಡಿಸಿದರು. ತಂದೆ ಮರು ಮಾತಾಡದೆ ಪುಸ್ತಕ ಕೊಡಬೇಕಾಗಿ ಬಂದಿತು. ಹಿಡಿದಿದ್ದನ್ನು ಬಿಡದೆ ಮುಗಿಸುವ ಇದೇ ಬುದ್ಧಿ ಮುಂದೆಯೂ ಅವರ ಜತೆ ಬಂದಿತು.

ಗೋಪಾಲಕೃಷ್ಣ ಗೋಖಲೆ ಬಾಲ್ಯದಿಂದಲೂ ಕಠಿಣ ಪರಿಶ್ರಮಿ. ಹೀಗಾಗಿ ಕಡಿಮೆ ಅವಧಿಯಲ್ಲೇ ಅಪಾರ ಸಾಧನೆ ಮಾಡಿದರು. 18ನೇ ವಯಸ್ಸಿನಲ್ಲಿ ಪದವಿ, 20ನೇ ವಯಸ್ಸಿನಲ್ಲಿ ಪ್ರೊಫೆಸರ್, ಸುಧಾರಕ ಪತ್ರಿಕೆಯ ಸಹ ಸಂಪಾದಕ, 21ನೇ ವಯಸ್ಸಿನಲ್ಲಿ ಸಾರ್ವಜನಿಕ ಸಭಾದ ಕಾರ್ಯದರ್ಶಿ ಹಾಗೂ ಚಾತುರ್ಮಾಸಿಕ ಪತ್ರಿಕೆಯ ಸಂಪಾದಕ, 25ರಲ್ಲಿ ಬಾಂಬೆ ಪ್ರಾವಿನ್ಷಿಯಲ್ ಸಮಿತಿಯ ಕಾರ್ಯದರ್ಶಿ, 34ರಲ್ಲಿ ರಾಷ್ಟ್ರೀಯ ಕಾಂಗ್ರೆಸ್‌ನ ಕಾರ್ಯದರ್ಶಿ ಹಾಗೂ 39ನೇ ವಯಸ್ಸಿನಲ್ಲಿ ಕಾಂಗ್ರೆಸ್ ಅಧ್ಯಕ್ಷರಾಗಿ ಆಯ್ಕೆಯಾದರು.

ಗಾಂಧೀಜಿ ಅವರಿಂದ 'ತಮ್ಮ ರಾಜಕೀಯ ಗುರು' ಎಂದು ಕರೆಸಿಕೊಂಡ ಗೋಖಲೆ, ಚಿನ್ನದ ಚಮಚ ಬಾಯಲ್ಲಿ ಇಟ್ಟುಕೊಂಡು ಹುಟ್ಟಿದವರಲ್ಲ. ಅವರದು ಕಷ್ಟದ ಬದುಕು. ಆದರೆ, ಅಲ್ಪಾವಯ ಜೀವಿತದಲ್ಲಿ ಘನವಾದ ಕೆಲಸ ಮಾಡಲು ಸಾಧ್ಯವಾಗಿದ್ದು ವೃತ್ತಿನಿಷ್ಠೆ ಹಾಗೂ ಆದರ್ಶದಿಂದಾಗಿ.

ಹೊಸ ಶಕೆ

ತಮ್ಮ ವೈಜ್ಞಾನಿಕ ಬರಹಗಳ ಮೂಲಕ ಹೊಸ ಶಕೆಗೆ ಆರಂಭ ನೀಡಿದವರು ಜೂಲ್ಸ್‌ವರ್ನ್. ಆತನ ಬರಹಗಳು ಎಷ್ಟು ಸ್ಫೂರ್ತಿದಾಯಕವಾಗಿದ್ದವು ಎಂಬುದಕ್ಕೆ ಸಾಕ್ಷಿ ಈ ಮಾತು, 'ತಮ್ಮ ಪುಸ್ತಕಗಳಲ್ಲಿ ವರ್ನ್ ಸ್ಪಷ್ಟವಾಗಿ, ಸರಳವಾಗಿ ವಿವರಿಸಿದ್ದನ್ನು ವಿಜ್ಞಾನಿಗಳು ರೂಪಿಸುತ್ತಿದ್ದಾರಷ್ಟೆ. ಆತನ ಆಲೋಚನೆಗಳನ್ನು ವಾಸ್ತವಕ್ಕೆ ಇಳಿಸಲಾಗುತ್ತಿದೆ.'

ವರ್ನ್ ಅಸಾಧಾರಣ ಬೌದ್ಧಿಕ ಸಾಮರ್ಥ್ಯವುಳ್ಳವನಾಗಿದ್ದರು. ಕಠಿಣ ಶ್ರಮ, ಯೋಜನಾಬದ್ಧ ಹಾಗೂ ಸೂಕ್ತ ತಯಾರಿಯಿಂದ, ಅವಕಾಶ ಸಿಕ್ಕೊಡನೆ ಅದನ್ನು ಬಳಸಿಕೊಂಡರು.

ಖ್ಯಾತ ಕಲಾವಿದ ಲಿಯೊನಾರ್ಡೊ ಡ ವಿಂಚಿಯ ಕಲಾಕೃತಿಗಳಿಗೆ ಮನ ಸೋಲದವರೇ ಇಲ್ಲ. 15ನೇ ವಯಸ್ಸಿನಲ್ಲಿ ಆತ ಕೀಟಗಳ ಮಾದರಿಯನ್ನು ಸಂಗ್ರಹಿಸುತ್ತಿದ್ದ. ನಿರಂತರ ಪ್ರಯತ್ನ, ಶ್ರಮದಿಂದಾಗಿ ಇತಿಹಾಸದ ಪುಟಗಳಲ್ಲಿ ಯಾರೂ ಕದಲಿಸಲಾಗದ ಸ್ಥಾನ ಗಳಿಸಿದ.

ವಿಜ್ಞಾನಿ ಬೇಸ್ ಪಾಸ್ಕಲ್ ಮರಣ ಹೊಂದಿದಾಗ ಅವರಿಗೆ 39 ವರ್ಷ. ಅಷ್ಟರಲ್ಲಿ ತನ್ನ ಆವಿಷ್ಕಾರಗಳಿಂದ ಪಾಸ್ಕಲ್ ಅಜರಾಮರವಾಗಿದ್ದರು. ಅವರು ಕಂಡುಹಿಡಿದ ಕ್ಯಾಲ್ಕುಲೇಟರ್ ಕೂಡು, ಕಳೆ, ಗುಣಿಸು, ಭಾಗಿಸುವ ಪ್ರಕ್ರಿಯೆಯನ್ನು ಸರಳಗೊಳಿಸಿತು. ಇದನ್ನೇ ಮುಂದುವರಿಸಿ ಕಂಪ್ಯೂಟರ್, ಅಲ್ಟಿ ಮೀಟರ್ ಮತ್ತಿತರ ಸಾಧನಗಳು ಆವಿಷ್ಕಾರಗೊಂಡವು. ತನ್ನ 12ನೇ ವಯಸ್ಸಿನಲ್ಲಿ ಪಾಸ್ಕಲ್, ಲೆಕ್ಕಶಾಸ್ತ್ರದ ರೇಖಾ ಚಿತ್ರಗಳನ್ನು ಅಧ್ಯಯನ ಮಾಡುತ್ತಿದ್ದ. 16ನೇ ವಯಸ್ಸಿನಲ್ಲಿ ಆತ ಶಂಖುವಿನ ಕುರಿತ ಪ್ರಬಂಧವನ್ನು ರಚಿಸಿದ.

ರಸಾಯನಶಾಸ್ತ್ರ ಕ್ಷೇತ್ರದಲ್ಲಿ ಕ್ರಾಂತಿಯನ್ನು ತಂದ ಲವಾಸಿಯರ್, 25ನೇ ವಯಸ್ಸಿನಲ್ಲಿ ಪ್ಯಾರಿಸ್‌ನ ಬೀದಿದೀಪಗಳ ವ್ಯವಸ್ಥೆಯನ್ನು ಉತ್ತಮಗೊಳಿಸುವ ಯೋಜನೆಗಾಗಿ ಪ್ರಶಸ್ತಿಯೊಂದನ್ನು ಗಳಿಸಿದ್ದ. ಫ್ರೆಂಚ್ ವಿಜ್ಞಾನ ಅಕಾಡೆಮಿಯ ಸದಸ್ಯನಾಗಿದ್ದ.

ಜೆ.ಸಿ. ಮಿಲ್ ತನ್ನ ಎಳೆವಯಸ್ಸಿನಲ್ಲೇ ಎಚ್ಚರದ ಯೋಜನೆ ಹಾಗೂ ದೃಢ ಚಿತ್ತದಿಂದ ಕಾರ್ಯ ನಿರ್ವಹಿಸುವುದನ್ನು ಕಲಿತಿದ್ದ. 18ನೇ ವಯಸ್ಸಿನಲ್ಲಿದ್ದಾಗ ಆತನಿಗೆ 'ಬೆಂಥಾಮ್ಸ್ ರ್‍ಯಾಷನೇಲ್ ಆಫ್ ಜ್ಯುಡಿಷಿಯಲ್ ಎವಿಡೆನ್ಸ್'ನ ಸಂಪಾದನೆಯ ಜವಾಬ್ದಾರಿ ವಹಿಸಲಾಗಿತ್ತು.

ಜಗತ್ತಿನೆಲ್ಲೆಡೆಯ ಜನರನ್ನು ತನ್ನ ರಾಜಕೀಯ ಚಿಂತನೆಗಳಿಂದ ಬಡಿದೆಬ್ಬಿಸಿದ

ಕಾರ್ಲ್ ಮಾರ್ಕ್ಸ್, ಯಶಸ್ಸಿಗೆ ಇರುವುದು ಕಠಿಣ ಶ್ರಮದ ದಾರಿ ಮಾತ್ರ ಎಂಬುದನ್ನು ಅರಿತುಕೊಂಡಿದ್ದ. 19ನೇ ವಯಸ್ಸಿನಲ್ಲಿ ಟೆಸಿಟಸ್ ಹಾಗೂ ಓವಿಡ್‌ನ ಕೆಲ ಭಾಗಗಳನ್ನು ಅನುವಾದಿಸಿದ್ದ. 300 ಪುಟಗಳ ಕಾನೂನಿನ ಸಿದ್ಧಾಂತ ಕುರಿತ ಹೊತ್ತಗೆ ಸಿದ್ಧಗೊಳಿಸಿದ್ದರು. ಹೆಗೆಲ್‌ನನ್ನು ಆದಿಯಿಂದ ಅಂತ್ಯದವರೆಗೆ ಉದ್ಧರಿಸುತ್ತಿದ್ದ!

ಚಂದ್ರನ ಮನುಷ್ಯ

ಚಂದ್ರನ ಮೇಲೆ ಕಾಲಿಟ್ಟ ಮೊದಲ ಮನುಷ್ಯ ನೀಲ್ ಆರ್ಮ್‌ಸ್ಟ್ರಾಂಗ್ ಯಾರಿಗೆ ಗೊತ್ತಿಲ್ಲ ಹೇಳಿ. ತನ್ನ ಆರನೇ ವಯಸ್ಸಿನಲ್ಲೇ ತಂದೆ ಜತೆ ಹಾರಾಟ ನಡೆಸಿದ್ದ. ಬಳಿಕ ವಿಮಾನದ ಮೊದಲ ಮಾದರಿ ತಯಾರಿಸಿದ. ತನ್ನ ರಚನೆ ಸಂಪೂರ್ಣ ತೃಪ್ತಿ ತರುವವರೆಗೆ ಮಾದರಿಗಳನ್ನು ರಚಿಸುತ್ತಲೇ ಹೋದ. ವಾಯುಯಾನ ಕುರಿತ ಮಾಹಿತಿಯನ್ನೆಲ್ಲ ಓದಿದ. ಶಾಲೆಯ ಮೊದಲ ವರ್ಷದಲ್ಲಿ 90 ಪುಸ್ತಕ ಓದಿದ್ದ ಎನ್ನುತ್ತಾರೆ. 17ನೇ ವರ್ಷದಲ್ಲಿ ಏರೋನಾಟಿಕಲ್ ಎಂಜಿನಿಯರಿಂಗ್ ವ್ಯಾಸಂಗಕ್ಕೆ ವಿಶ್ವವಿದ್ಯಾಲಯ ಸೇರಿದ.

ಈ ಎಲ್ಲ ಉದಾಹರಣೆಗಳಿಂದ ನಮಗೆ ಗೊತ್ತಾಗುವುದು ಯೌವನವನ್ನು ವ್ಯರ್ಥಗೊಳಿಸಬಾರದು. ಯಾರು ಹರೆಯದಲ್ಲಿ ಕಲಿಕೆ, ಶ್ರಮದ ಭದ್ರ ಬುನಾದಿ ಹಾಕುತ್ತಾರೋ, ಅವರಿಗೆ ಭವಿಷ್ಯದಲ್ಲಿ ಸಮೃದ್ಧ ಫಲ ಸಿಗುವುದು ಖಾತ್ರಿ.

❑❑

ಭಾವನಾತ್ಮಕ ಕಲೆಯಿಂದ ಹಿನ್ನಡೆ

ಬದುಕೆಂಬುದು ದೀರ್ಘ ಪ್ರಯಾಣ. ಪ್ರಯಾಣದ ವೇಳೆ ಕೆಲವೊಮ್ಮೆ ಏಳು, ಬೀಳು ಸಾಮಾನ್ಯ. ಇಂಥ ಹೊಡೆತಗಳು ನಮ್ಮನ್ನು ದೀರ್ಘ ಕಾಲ ಕಾಡ ಬಾರದು. ಸಂಕಷ್ಟ, ಸಂದಿಗ್ಧ ಸ್ಥಿತಿಯಲ್ಲಿ ಸಿಲುಕಿರು ವಾಗ, ಕ್ರೀಡಾ ಮನೋಭಾವ ಪ್ರದರ್ಶಿಸಬೇಕು.

ತೆನಾಲಿ ರಾಮ ಬೆಕ್ಕಿಗೆ ಬಿಸಿ ಹಾಲು ಕುಡಿಯಲು ಕೊಟ್ಟು, ಅದು ಬಾಯಿ ಸುಟ್ಟುಕೊಂಡು ಬಳಿಕ ಹಾಲನ್ನು ಕಂಡರೆ ಓಡಿಹೋಗುವಂತಾದ ಪ್ರಸಂಗ ನೀವೆಲ್ಲ ಓದಿರುತ್ತೀರಿ. ಉಷಾ ಕೂಡಾ ಒಮ್ಮೆ ಇಂಥದ್ದೇ ಪ್ರಸಂಗ ಎದುರಿಸಬೇಕಾಗಿ ಬಂದಿತು. ತುಂಬಿದ ಬಸ್ ಏರಲು ಪ್ರಯತ್ನಿಸಿ ಬಿದ್ದು ಗಾಯವಾಯಿತು. ಮುಖದ ಗಾಯ ಮಾಯ್ದರೂ, ಕಲೆ ಉಳಿದುಕೊಂಡಿತು. ನೆರೆಹೊರೆಯವರು ತಾಯಿ ಬಳಿ ಹೇಳುತ್ತಿದ್ದ ಮಾತು ಕೇಳಿಸಿಕೊಂಡು ಆಕೆ ಬೇಸರ ಪಡುತ್ತಿದ್ದಳು. ಓದಿನಲ್ಲಿ ಆಸಕ್ತಿ ಕಡಿಮೆಯಾಯಿತು.

ಇಂಥ ನಕಾರಾತ್ಮಕ ಯೋಚನೆಯಿಂದ ಯಾವುದೇ ಪ್ರಯೋಜನವಾಗದು. ಮುಖದ ಮೇಲಿನ ಕಲೆ, ಮನಸ್ಸಿಗೆ ಅಂಟಿಕೊಳ್ಳಬಾರದು. ಕಲೆ ಆಕೆಯ ಸೌಂದರ್ಯಕ್ಕೆ ಸ್ವಲ್ಪ ಧಕ್ಕೆ ತರಬಹುದಷ್ಟೆ. ಬುದ್ಧಿಶಕ್ತಿ, ಕೌಶಲ ಮತ್ತಿತರ ಸಕಾರಾತ್ಮಕ ಗುಣಗಳ ಮೇಲೆ ಅದು ಯಾವುದೇ ಪರಿಣಾಮ ಬೀರಲಾರದು. ಒಂದೊಮ್ಮೆ ಕಲೆಯಿಂದಾಗಿ ವ್ಯಕ್ತಿಯೊಬ್ಬ ಆಕೆಯನ್ನು ಮದುವೆ ಆಗಲಾರೆ ಎಂದಲ್ಲಿ ಅಂಥವರನ್ನು ಮದುವೆ ಆಗುವ ಬದಲು ಸುಮ್ಮನಿರುವುದು ಒಳಿತು. ಭಾವನಾತ್ಮಕ ಕಲೆಗಳು ನಮ್ಮ ಸಂತೋಷ, ಜೀವನೋಲ್ಲಾಸವನ್ನು ಕೊಲ್ಲುತ್ತವೆ.

ವೈಯಕ್ತಿಕ ಲೋಪ ಇಲ್ಲವೇ ಅಂಗವೈಕಲ್ಯ ಸಾಧನೆಗೆ ಅಡ್ಡಿಯಾಗದು ಎಂಬುದಕ್ಕೆ ಅಸಂಖ್ಯ ಉದಾಹರಣೆಗಳಿವೆ. ಹೆಲೆನ್ ಕೆಲ್ಲರ್ ಬಾಲ್ಯದಲ್ಲೇ ಕಣ್ಣಿನ ದೃಷ್ಟಿ, ಶ್ರವಣ ಶಕ್ತಿ ಹಾಗೂ ಮಾತಿನ ಶಕ್ತಿ ಕಳೆದುಕೊಂಡರು. ಶಿಕ್ಷಕ ಸಲಿವಾನ್ ನೆರವಿನಿಂದ ಆಕೆ ಇಂಗ್ಲಿಷ್, ಲ್ಯಾಟಿನ್, ಫ್ರೆಂಚ್ ಮತ್ತು ಜರ್ಮನ್ ಭಾಷೆಯನ್ನು ಕಲಿತಳು. 'ದಿ ಸ್ಟೋರಿ ಆಫ್ ಮೈ ಲೈಫ್', 'ದಿ ವರ್ಲ್ಡ್ ಐ ಲಿವ್ ಇನ್,' 'ಲೆಟ್ ಅಸ್ ಹ್ಯಾವ್ ಫೇತ್' ಮತ್ತಿತರ ಕೃತಿಗಳ ಮೂಲಕ ಜನಮನ್ನಣೆ ಗಳಿಸಿದಳು. 2ನೇ ವಿಶ್ವ ಯುದ್ಧದ ವೇಳೆ ಆಸ್ಪತ್ರೆಗಳಿಗೆ ಭೇಟಿ ನೀಡಿ, ಗಾಯಗೊಂಡಿದ್ದ ಸೈನಿಕರನ್ನು ಸಂತೈಸಿದಳು. ಅಮೆರಿಕದ ಅಧ್ಯಕ್ಷ ಐಸೆನ್‌ಹೋವರ್ ಬರೆದ ಪತ್ರದಲ್ಲಿ ಆಕೆಯನ್ನು ಶ್ಲಾಘಿಸುತ್ತ 'ನಿಮ್ಮ ಕೆಲಸ ಹೃದಯ ಮತ್ತು ಮನಸ್ಸಿನ ವೈಶಾಲ್ಯದ ಪ್ರತೀಕ ಮಾತ್ರವಲ್ಲ, ಇಡೀ ಜಗತ್ತಿಗೆ ಸ್ಫೂರ್ತಿದಾಯಕ. ದೈಹಿಕ ವೈಕಲ್ಯ ಇರುವವರು ಹಾಗೂ ಇಂಥವರಿಗೆ ನೆರವಾಗುವವರಿಗೆ ನಿಮ್ಮ ಕೆಲಸ ಸದಾ ಸ್ಫೂರ್ತಿ ತುಂಬುತ್ತದೆ.'

ಮಹಾರಾಜ ರಣಜಿತ್ ಸಿಂಘ್ ಅಕ್ಷರಸ್ಥನಲ್ಲ ಹಾಗೂ ಆತನಿಗೆ ಇದ್ದುದು ಒಂದು ಕಣ್ಣು ಮಾತ್ರ. ಇದು ಆತನ ಸಾಧನೆಗೆ ಅಡ್ಡಿಯಾಗಲಿಲ್ಲ. ತಮ್ಮ ತಮ್ಮಲೇ ಬಡಿದಾಡುತ್ತಿದ್ದ ಹಲವು ಪ್ರಾಂತ್ಯಗಳನ್ನು ಒಂದುಗೂಡಿಸಿ, ಬಲಿಷ್ಠ ಹಾಗೂ ಉತ್ತಮ ಆಡಳಿತವಿದ್ದ ಸಿಖ್ಖರ ರಾಜ್ಯವನ್ನು ಆತ ಸ್ಥಾಪಿಸಿದ. ರಣಜಿತ್ ಸಿಂಗ್ ಇರುವವರೆಗೆ ಆತನ ರಾಜ್ಯದ ಮೇಲೆ ಕಣ್ಣು ಹಾಕಲು ಬ್ರಿಟಿಷರು ಧೈರ್ಯ ಮಾಡಲಿಲ್ಲ.

ದೋಷಗಳಿದ್ದರೂ ಯಶಸ್ಸು-ಸಂತೋಷ ಸಿಗುವುದು ಮಹಾನ್ ವ್ಯಕ್ತಿಗಳಿಗೆ ಮಾತ್ರ ಎಂಬ ನಿರ್ಧಾರಕ್ಕೆ ಬರಬೇಡಿ. ಸಣ್ಣವರು ಕೂಡಾ ತಮ್ಮ ಧೈರ್ಯ, ತಾಳಿ ಕೊಳ್ಳುವ ಶಕ್ತಿಯಿಂದ ದುರದೃಷ್ಟವನ್ನು ಸಂತಸ-ಯಶಸ್ಸಾಗಿ ಪರಿವರ್ತಿಸಿಕೊಳ್ಳಲು ಸಾಧ್ಯವಿದೆ. ಅಂಥವರು ನಮ್ಮ ಸುತ್ತಮುತ್ತ ಇರುತ್ತಾರೆ.

ಮದುವೆಯಾಗಿ ಜೀವನ ಸಾರವನ್ನು ಹೀರುತ್ತಿರುವಾಗಲೇ ಪತಿ-ಪತ್ನಿಯನ್ನು ಕಳೆದುಕೊಂಡವರು, ಯುದ್ಧ ಭೂಮಿಯಲ್ಲಿ ಪತಿಯನ್ನು ಕಳೆದುಕೊಂಡ ಸೈನಿಕರ ಪತ್ನಿಯರು ಎದೆಗುಂದದೆ ಮಕ್ಕಳನ್ನು ಓದಿಸಿ, ವಿದ್ಯಾವಂತರಾಗಿ ಮಾಡಿದ ಉದಾಹರಣೆಗಳಿವೆ. ಸರ್ವಸ್ವವನ್ನೂ ಪ್ರವಾಹ-ಭೂಕಂಪದಲ್ಲಿ ಕಳೆದುಕೊಂಡರೂ ಧೃತಿಗೆಡದೆ ಬದುಕನ್ನು ಮತ್ತೆ ಕಟ್ಟಿಕೊಂಡವರಿದ್ದಾರೆ. ಪತಿ-ಪತ್ನಿಯ ನೆನಪಿನಲ್ಲಿ ಸಮಾಜಪರ, ಜನಪರ ಕೆಲಸ ಮಾಡಿದವರಿದ್ದಾರೆ.

ಬದುಕು ಒಂದು ದೀರ್ಘ ಪಯಣ. ದಾರಿಯಲ್ಲಿ ಹಳ್ಳಕೊಳ್ಳ, ಅಡೆ ತಡೆ ಸಹಜ. ಇವನ್ನೆಲ್ಲ ಎದುರಿಸಿ, ಮುನ್ನಡೆಯಬೇಕು. ಮನ್ಸೂರ್ ಅಲಿಖಾನ್ ಪಟೌಡಿ ಕ್ರಿಕೆಟ್ ಪಂದ್ಯವೊಂದರಲ್ಲಿ ತಮ್ಮ ಕಣ್ಣು ಕಳೆದುಕೊಂಡರು. ಇದರಿಂದ ಅವರು ಹತಾಶರಾಗಲಿಲ್ಲ, ಕ್ರಿಕೆಟ್ ಆಡುವುದು ಬಿಡಲಿಲ್ಲ. ಅವರನ್ನು ಭಾರತೀಯ ಕ್ರಿಕೆಟ್‌ನ

ಅತ್ಯುತ್ತಮ ಕ್ಯಾಪ್ಟನ್ ಎಂದು ಪರಿಗಣಿಸಲಾಗಿದೆ.

ಡಾ. ಜೋಸೆಫ್ ಮರ್ಫಿ ಹೇಳುತ್ತಾರೆ, 'ನಿಮಗೆ ನಿಜವಾಗಿಯೂ ಮನಶ್ಶಾಂತಿ ಹಾಗೂ ಮಾನಸಿಕ ಪ್ರಶಾಂತತೆ ಬೇಕಿದ್ದರೆ, ನಿಮಗೆ ಅದು ಸಿಗುತ್ತದೆ. ನಿಮಗೆ ಎಷ್ಟೇ ಅನ್ಯಾಯ ಆಗಿರಬಹುದು ಇಲ್ಲವೇ ಬಾಸ್ ನಿಮ್ಮ ಕುರಿತು ಒಳ್ಳೆಯ ಅಭಿಪ್ರಾಯ ಹೊಂದದೆ ಇರಬಹುದು ಇಲ್ಲವೇ ನಿಮ್ಮ ಜತೆ ವ್ಯಕ್ತಿಯೊಬ್ಬ ಕೆಟ್ಟದಾಗಿ ವರ್ತಿಸಿರಬಹುದು. ನೀವು ಮಾನಸಿಕ-ಆಧ್ಯಾತ್ಮಿಕ ಶಾಂತಿ ಸಾಧಿಸಿದ್ದರೆ, ಇವೆಲ್ಲ ನಗಣ್ಯವಾಗಿ ಬಿಡುತ್ತವೆ. ನಿಮಗೇನು ಬೇಕು ಎಂಬುದು ನಿಮಗೆ ಗೊತ್ತಿದೆ. ದ್ವೇಷ, ಸಿಟ್ಟು, ಅಸೂಯೆ, ಕೆಟ್ಟ ಮನಸ್ಸುಗಳು ನಿಮ್ಮ ಶಾಂತಿ, ಸೌಹಾರ್ದ, ಆರೋಗ್ಯ ಮತ್ತು ಸಂತೋಷವನ್ನು ಕದಿಯಲಾರವು. ಇಂಥ ವ್ಯಕ್ತಿ, ಪರಿಸ್ಥಿತಿ, ಸುದ್ದಿ ಹಾಗೂ ಘಟನೆಗಳು ನಿಮ್ಮನ್ನು ಧೃತಿಗೆಡಿಸಲಾರದು.'

❑❑

ಶ್ರೇಷ್ಠ ವ್ಯಕ್ತಿಗಳು ಏಕೆ ಶ್ರೇಷ್ಠರು ?

ಸಹಜೀವಿಗಳ ಕಲ್ಯಾಣಕ್ಕೆ ದೇಣಿಗೆ ಸಲ್ಲಿಸುವ ಮೂಲಕ ಮನುಷ್ಯ ಉತ್ತಮನಾಗುತ್ತ ನಡೆಯುತ್ತಾನೆ. ಉತ್ತಮ ಆಲೋಚನೆ ಹಾಗೂ ನೀತಿಯುತ ಕೆಲಸದ ಫಲಿತವೇ ಶ್ರೇಷ್ಠತೆ.

ಅಧಿಕಾರ ಇಲ್ಲವೇ ಐಶ್ವರ್ಯ ಹೊಂದಿದವ ಶ್ರೇಷ್ಠನಾಗುವುದಿಲ್ಲ. ಬದಲಿಗೆ, ಸಮಾಜ-ಸಮುದಾಯದ ಒಳಿತಿಗೆ ದುಡಿಯುವವ ದೊಡ್ಡವನಾಗುತ್ತಾನೆ.

1772ರಲ್ಲಿ ಪ್ರಕಟವಾದ 'ಎ ಜರ್ನಲ್ ಆಫ್ ದಿ ಪ್ಲೇಗ್ ಇಯರ್' ಪುಸ್ತಕದಲ್ಲಿ ಡೇನಿಯಲ್ ಡೆಫೋ ಸಿಡುಬಿನ ಕರಾಳ ಮುಖವನ್ನು ವರ್ಣಿಸಿರುವುದು ಹೀಗೆ, 'ಮನೆಗಳ ಬಾಗಿಲು ಹಾಗೂ ಕಿಟಕಿ ಮೂಲಕ ಮಹಿಳೆಯರು, ಮಕ್ಕಳ ಚೀತ್ಕಾರ ಕೇಳಿ ಬರುತ್ತಿತ್ತು. ಸಾಯುತ್ತಿರುವ ಇಲ್ಲವೇ ಮೃತಪಟ್ಟ ಪ್ರೀತಿಪಾತ್ರರ ಅಗಲಿಕೆಯಿಂದ ಹೊರಬಂದ ಆ ಅಳು ಎಂಥವರ ಹೃದಯವನ್ನೂ ಕರಗಿಸುವಂತಿತ್ತು'.

ಜಗತ್ತಿನ ಎಲ್ಲ ದೇಶಗಳೂ ಸಿಡುಬಿನ ಹೊಡೆತಕ್ಕೆ ಸಿಕ್ಕಿ, ಬಲಹೀನವಾಗಿ ಬಿಟ್ಟಿದ್ದವು. ಎಡ್ವರ್ಡ್ ಜೆನ್ನರ್ ಕಂಡು ಹಿಡಿದ ಲಸಿಕೆ ಈ ಕಾಯಿಲೆಯ ಬುಡಕ್ಕೇ ಏಟು ಹಾಕಿತು. ಲಸಿಕೆಯ ರಹಸ್ಯವನ್ನು ಖಾಸಗಿಯವರಿಗೆ ಮಾರಿದ್ದರೆ ಇಲ್ಲವೇ ತಾನೇ ಇಟ್ಟುಕೊಂಡಿದ್ದರೆ, ಜೆನ್ನರ್ ಕೋಟಿಗಟ್ಟಲೆ ಹಣ ಮಾಡಬಹುದಿತ್ತು. ಜೋಸೆಫ್ ಫಾರಿಂಗ್ಟನ್ ತಮ್ಮ ದಿನಚರಿ

ಯಲ್ಲಿ ದಾಖಲಿಸಿದಂತೆ, 'ರಹಸ್ಯವನ್ನು ಕಾಯ್ದುಕೊಂಡು ವಾರ್ಷಿಕ 10,000 ಡಾಲರ್ ಗಳಿಸಬಹುದೆಂದು ಸರ್ ವಾಲ್ಟರ್ ಫರ್‌ಕುಹಾರ್ ಸಲಹೆ ನೀಡಿದಾಗ ಜೆನ್ನರ್ ಅದನ್ನು ತಳ್ಳಿಹಾಕಿದರು.' 1798 ರಲ್ಲಿ ಲಸಿಕೆ ಕುರಿತು ಲೇಖನವನ್ನು ಪ್ರಕಟಿಸಿದರು. ಹಣ ಅವರ ಆದ್ಯತೆ ಆಗಿರಲಿಲ್ಲ.

ಅಮೆರಿಕಾದ ಜರ್ನಲ್ 'ನ್ಯಾಷನಲ್ ಪೇರೆಂಟ್ ಟೀಚರ್'ನಲ್ಲಿ ವಿಮರ್ಶಕರೊಬ್ಬರು ಬರೆಯುತ್ತಾರೆ, 'ಇಂದಿನ ಶಿಕ್ಷಣವು ಪ್ರೊಫೆಸರ್‌ನ ನೋಟ್ಸ್ ನಿಂದ ಮಾಹಿತಿ ವಿದ್ಯಾರ್ಥಿಯ ನೋಟ್ ಬುಕ್‌ಗೆ ಫೌಂಟೇನ್ ಪೆನ್ ಮೂಲಕ ಹರಿಯುವ ವಿಲಕ್ಷಣ ಪ್ರಕ್ರಿಯೆ. ಅದು ಇಬ್ಬರ ಮನಸ್ಸಿನ ಮೂಲಕವೂ ಹಾಯುವುದಿಲ್ಲ'.

ಖ್ಯಾತ ವಿಜ್ಞಾನಿ ಆಲ್ಬರ್ಟ್ ಐನ್‌ಸ್ಟೈನ್ ಕೂಡ ತಮ್ಮ ಸಂಶೋಧನೆ-ವೈಜ್ಞಾನಿಕ ಜ್ಞಾನ ಸಹಜೀವಿಗಳಿಗೆ ಐಶ್ವರ್ಯ, ಶಾಂತಿ ತರಲು ಬಳಕೆಯಾಗಬೇಕೆಂದು ಆಶಿಸಿದ್ದರು. 1914ರಲ್ಲಿ ಅವರು ಪ್ರೂಷಿಯನ್ ವಿಜ್ಞಾನ ಅಕಾಡೆಮಿಯಲ್ಲಿ ವಿಜ್ಞಾನಿ ಯಾಗಿದ್ದರು. ನಿಮ್ಮ ವೈಜ್ಞಾನಿಕ ಬುದ್ಧಿಮತ್ತೆಯನ್ನು ಯುದ್ಧದಲ್ಲಿ ದೇಶಕ್ಕೆ ನೆರವಾಗಲು ಬಳಸಿ ಎಂಬ ಜರ್ಮನಿ ಸರ್ಕಾರದ ಕೋರಿಕೆಗೆ ಅವರು ಪ್ರತಿಕ್ರಿಯಿಸಿದ್ದು, 'ಯುದ್ಧವೆಂಬುದು ಅನಾಗರಿಕ ಮತ್ತು ದುಷ್ಟ ಕೃತ್ಯ. ಅದರಲ್ಲಿ ತೊಡಗಿಸಿಕೊಳ್ಳುವ ಬದಲು ನನ್ನನ್ನು ಕತ್ತರಿಸಿ ಹಾಕುವುದನ್ನು ಆಯ್ದುಕೊಳ್ಳುತ್ತೇನೆ.' ಇನ್ನೊಂದು ಸಂದರ್ಭದಲ್ಲಿ ಹೇಳಿದರು. 'ಐಶ್ವರ್ಯದಿಂದ ಮನುಷ್ಯತ್ವದ ಪ್ರಗತಿ ಸಾಧ್ಯವಿಲ್ಲ ಎಂಬುದು ನನಗೆ ಖಾತ್ರಿಯಾಗಿದೆ. ಜಗತ್ತಿಗೆ ಬೇಕಾಗಿರುವುದು ಶಾಶ್ವತ ಶಾಂತಿ ಹಾಗೂ ಶಾಶ್ವತ ಸದ್ಭಾವನೆ.'

ಅವರ ವೈಜ್ಞಾನಿಕ ಜ್ಞಾನದಷ್ಟೇ ಸೌಜನ್ಯ ಕೂಡಾ ಪ್ರಸಿದ್ಧವಾಗಿತ್ತು. ಒಮ್ಮೆ ಬೆಲ್ಜಿಯಂನ ರಾಣಿ ಅವರನ್ನು ಆಹ್ವಾನಿಸಿ, ಕರೆತರಲು ರೈಲು ನಿಲ್ದಾಣಕ್ಕೆ ಲಿಮೋಸಿನ್ ಕಾರು ಕಳಿಸಿದರು. ತಮ್ಮ ಪಾಡಿಗೆ ರೈಲು ಇಳಿದ ಐನ್‌ಸ್ಟೈನ್, ತಾವು ತಂದಿದ್ದ ವಯೊಲಿನ್ ಜತೆ ನಡೆದೇ ಅರಮನೆ ತಲುಪಿದರು. ಲಿಮೋಸಿನ್‌ನಲ್ಲಿ ಬರಬಹುದಿತ್ತಲ್ಲ' ಎಂಬ ರಾಣಿಯ ಪ್ರಶ್ನೆಗೆ ಅವರು ಹೇಳಿದ್ದು 'ನಡಿಗೆ ಆಹ್ಲಾದಕರವಾಗಿತ್ತು, ಮಹಾರಾಣಿ.' ಸಾಟಿಯಿಲ್ಲದ ಬುದ್ಧಿವಂತಿಕೆ, ಹೃದಯವಂತಿಕೆ ಮತ್ತು ಸೌಜನ್ಯದಿಂದ ಅವರು ಶಾಶ್ವತವಾಗಿ ಬಿಟ್ಟರು.

ಸಹಜೀವಿಗಳ ಸಂಕಟ ನಿವಾರಿಸಲು ದುಡಿದ ಇನ್ನೊಬ್ಬ ಸಂತ ಗುರುನಾನಕ್. ಧಾರ್ಮಿಕ ಅಸಹಿಷ್ಣುತೆ ಹಾಗೂ ಜಾತಿಯ ಗೋಡೆಯನ್ನು ಛಿದ್ರಗೊಳಿಸಲು ದುಡಿದ ಶ್ರೇಷ್ಠ ವ್ಯಕ್ತಿ. ರೈತರಿಗೆ ಅವರ ಸಲಹೆ ಇದು 'ದೇಹವನ್ನು ಭೂಮಿಯಾಗಿ, ಒಳ್ಳೆಯ ಕೆಲಸಗಳನ್ನು ಬೀಜದಂತೆ ಬಳಸಿ, ದೇವರ ಹೆಸರಿನಲ್ಲಿ ನೀರು ಹರಿಸಿ.' ತೋರಿಕೆಗೆ

ಯಾತ್ರೆ ಮಾಡುತ್ತಿದ್ದವರಿಗೆ ಹೇಳಿದರು, 'ಹೃದಯದಲ್ಲಿ ಗರ್ವವೆಂಬ ಹೊಲಸು ತುಂಬಿರುವಾಗ, ಪುಣ್ಯ ಕ್ಷೇತ್ರದಲ್ಲಿ ಸ್ನಾನ ಮಾಡಿದರೆ ಬಂದ ಫಲವೇನು:' ವಿಶ್ವ ಭ್ರಾತೃತ್ವದ ಸಂದೇಶ ಸಾರಲು ಅವರು ಪರ್ಶಿಯಾ, ಅರೇಬಿಯಾ ಮತ್ತು ಚೀನಾಕ್ಕೂ ಭೇಟಿ ಕೊಟ್ಟಿದ್ದರು.

ಚೀನಾದಲ್ಲಿ ಕನ್‌ಫ್ಯೂಷಿಯಸ್ ಹುಟ್ಟಿದ ವೇಳೆ ದೇಶವೊಂದು ಜ್ವಾಲಾಮುಖಿ ಯಂತಿತ್ತು. ಜಮೀನ್ದಾರರು ರೈತರು, ಜನರನ್ನು ತೀವ್ರವಾಗಿ ಶೋಷಿಸುತ್ತಿದ್ದರು. ತನ್ನ ಬೋಧನೆ ಮೂಲಕ ಜನರನ್ನು ಎಚ್ಚರಿಸಿದ ಕನ್‌ಫ್ಯೂಷಿಯಸ್, ಕಠಿಣ ಶ್ರಮಕ್ಕೆ ಒತ್ತುಕೊಟ್ಟರು. ಸರಕಾರಗಳ ಬಗ್ಗೆ ಹೇಳಿದ್ದು, 'ಆಳ್ವಿಕೆಯ ಹಕ್ಕು ಎಂಬುದು ಆಳಿಸಿಕೊಳ್ಳುವವರು ಸಂತೋಷದಿಂದ ಹಾಗೂ ಸುರಕ್ಷಿತರಾಗಿದ್ದಾರೆಯೇ ಎಂಬುದನ್ನು ಆಧರಿಸಿದೆ.' ಅಂತಾರಾಷ್ಟ್ರೀಯ ಸಂಬಂಧ ಕುರಿತ ಅವರ ನಿಲುವು ಆಧುನಿಕವಾಗಿದ್ದು, ಸಹಜೀವನ ಅಗತ್ಯವೆಂದು ಹೇಳಿದ್ದರು. 'ಯಾವುದೇ ದೇಶ ಇಲ್ಲವೇ ರಾಜ್ಯ ಮತ್ತೊಂದರ ಮೇಲೆ ಆಕ್ರಮಣ ಮಾಡುವುದನ್ನು ಶಾಸನ ವಿರೋಧ ಎಂದು ಪರಿಗಣಿಸಬೇಕು.'

ಹೆನ್ರಿ ಡೇವಿಡ್ ಥೋರೊ ಇದೇ ಗುಂಪಿಗೆ ಸೇರಿದ ಮಾನವತಾವಾದಿ. ಮಹಾತ್ಮ ಗಾಂಧಿ ಹಾಗೂ ಮಾರ್ಟಿನ್ ಲೂಥರ್ ಕಿಂಗ್ ಆತನಿಂದ ಪ್ರಭಾವಿತ ರಾಗಿದ್ದರು. ವೈಭವದ ಜೀವನ ಹಾಗೂ ದುಂದುವೆಚ್ಚವನ್ನು ವಿರೋಧಿಸಿದ್ದ ಥೋರೊ, ಸರಳ ಜೀವನ ನಡೆಸಲು ನಗರದಿಂದ ಬಹುದೂರದ ವಾಲ್ಡೇನ್ ಎಂಬ ಪ್ರದೇಶದಲ್ಲಿ ನೆಲೆಸಿದ್ದ.

ರಾಜಕೀಯ ಆಕ್ರಮಣಶೀಲತೆಯನ್ನು ವಿರೋಧಿಸಬೇಕು ಎಂಬುದು ಆತನ ನಿಲುವಾಗಿತ್ತು. ''ಅನ್ಯಾಯಯುತ ಕಾನೂನುಗಳು ಇರುತ್ತವೆ. ಅವನ್ನು ನಾವು ಪಾಲಿಸ ಬೇಕೇ ಇಲ್ಲವೇ ಉಲ್ಲಂಘಿಸಬೇಕೇ? ಅನ್ಯಾಯದ ಕಾನೂನುಗಳನ್ನು ಬದಲಿಸಲು ನಾಗರಿಕ ಅಸಹಕಾರ ಸೂಕ್ತ ಮಾರ್ಗ. ವ್ಯಕ್ತಿಯೊಬ್ಬ ಸ್ವತಂತ್ರ ಶಕ್ತಿ ಎಂಬುದನ್ನು ಪರಿಗಣಿಸದ ಹೊರತು ರಾಜ್ಯ ಮುಕ್ತ ಹಾಗು ಜ್ಞಾನಾಧಾರಿತವಾಗದು. ರಾಜ್ಯಕ್ಕೆ ಶಕ್ತಿ ಹಾಗೂ ಅಧಿಕಾರ ಬರುವುದು ಜನರಿಂದ. ಹೀಗಾಗಿ, ಜನ ತನ್ನ ಶಕ್ತಿಯ ಮೂಲ ಎಂದು ರಾಜ್ಯ ಪರಿಗಣಿಸಬೇಕು.'

ಥೋರೋ ಅವರ 'ನಾಗರಿಕ ಅಸಹಕಾರ' ತತ್ವದಿಂದ ಗಾಂಧೀಜಿ ಸ್ಫೂರ್ತಿ ಪಡೆದಿದ್ದರು. ಇದೇ ಆಯುಧವನ್ನು ಬ್ರಿಟಿಷರ ವಿರುದ್ಧ ಪರಿಣಾಮಕಾರಿಯಾಗಿ ಬಳಸಿದರು.

❑❑

ಅಸಾಂಪ್ರದಾಯಿಕ ಚಿಂತನ ಶೈಲಿ

ರೂಢಿಗತವಲ್ಲದ ಚಿಂತನೆ ಪ್ರಗತಿಗೆ ಕೀಲಿಕೈ ಇದ್ದಂತೆ. ಅದರಿಂದ ಅಪಾರ ಲಾಭ ಆಗುತ್ತದೆ.

ಚಂದ್ರನ ಮೇಲೆ ಮಾನವನ ಪದಾರ್ಪಣೆಯು ಮುಕ್ತ ಚಿಂತನೆಯ ವಿಜಯದ ಪ್ರತೀಕ. ಇದರ ಆರಂಭ 600 ವರ್ಷ ಹಿಂದೆ ಆಯಿತು. ಆಗ ವಿಜ್ಞಾನ ಚರ್ಚ್‌ನ ಊಳಿಗದ ತೊತ್ತಾಗಿತ್ತು. ಚರ್ಚ್‌ಗೆ ವಿರುದ್ಧದ ಅಭಿಪ್ರಾಯ ವ್ಯಕ್ತಪಡಿಸಿದವರನ್ನು ಪಾಖಂಡಿ ಎಂದು ದೂಷಿಸಲಾಗುತ್ತಿತ್ತು. 'ದೆವ್ವ ಆತನ ಬಾಯಿಂದ ಅಂಥ ಮಾತು ಹೇಳಿಸಿದೆ' ಎನ್ನಲಾಗುತ್ತಿತ್ತು. ಎಲ್ಲ ಬೌದ್ಧಿಕ ಚಟುವಟಿಕೆಯಲ್ಲಿ ಮುಕ್ತ ಚಿಂತನೆಯನ್ನು ನಿಷೇಧಿಸಲಾಗಿತ್ತು. ಉಲ್ಲಂಘಿಸಿದವರನ್ನು ಗಲ್ಲಿಗೇರಿಸಲಾಗುತ್ತಿತ್ತು.

ಇಂಥ ಪ್ರತಿಕೂಲ ಸನ್ನಿವೇಶದಲ್ಲೂ ಸತ್ಯ ಹೇಳಿದ ಹಾಗೂ ಅದನ್ನು ಪ್ರಸಾರ ಮಾಡಿದ ಧೈರ್ಯಸ್ಥರು ಇದ್ದರು. ಆಧುನಿಕ ನಾಗರಿಕತೆ ಇಂಥವರಿಗೆ ಋಣಿಯಾಗಿರಬೇಕು. ಕೊಪರ್ನಿಕಸ್ ಅಂಥವರಲ್ಲೊಬ್ಬ. ರೋಮ್ ವಿ.ವಿ.ಯಲ್ಲಿ ಟಾಲೆಮಿಯ ನಿಯಮಗಳಿಗೆ ಅನುಸಾರವಾಗಿ ಖಗೋಳಶಾಸ್ತ್ರವನ್ನು ಬೋಧಿಸುತ್ತಿದ್ದರು. ಈ ಸಿದ್ಧಾಂತದ ಪ್ರಕಾರ, ಪ್ರಪಂಚದ ಕೇಂದ್ರ ಭೂಮಿ. ಸೂರ್ಯ, ನಕ್ಷತ್ರಗಳು ಭೂಮಿಯ ಸುತ್ತ ಸುತ್ತುತ್ತಿವೆ. 1500 ವರ್ಷದಿಂದ ಇದನ್ನೇ ಕಲಿಸಲಾಗುತ್ತಿತ್ತು. ಇದನ್ನು ಪ್ರಶ್ನಿಸುವವರೇ ಇರಲಿಲ್ಲ.

ಕೊಪರ್ನಿಕಸ್‌ಗೆ ಸ್ವಲ್ಪ ಕಾಲದಲ್ಲೇ ಟಾಲೆಮಿಯ ಸಿದ್ಧಾಂತದಲ್ಲಿ ಹುರುಳಿಲ್ಲ ಎನ್ನಿಸಿತು. 'ಭೂಮಿ ಸೂರ್ಯನ ಸುತ್ತ ಸುತ್ತುತ್ತಿದೆ' ಎಂದು ಘೋಷಿಸಿದ. ಇದು

ಆತನ ವಿರೋಧಿಗಳನ್ನು ಕೆರಳಿಸಿತು. ಆತನ ವಿರುದ್ಧ ಟೀಕೆ, ನಿಂದನೆ, ಬೆದರಿಕೆ, ಆಮಿಷದ ಸುರಿಮಳೆ ಸುರಿಯಿತು.

ಗೆಲಿಲಿಯೋ ಗೆಲಿಲಿಯ ಅಸಾಂಪ್ರದಾಯಿಕ ಚಿಂತನೆ ವಿಜ್ಞಾನ ಕ್ಷೇತ್ರಕ್ಕೆ ಭಾರಿ ಕಾಣಿಕೆ ನೀಡಿದೆ. ಪಿಸಾ ವಿ.ವಿ.ಯಲ್ಲಿ ವೈದ್ಯಶಾಸ್ತ್ರ ಕಲಿಕೆಗೆಂದು ತಂದೆ ಆತನನ್ನು ಕಳಿಸಿದ್ದ. ಗೆಲಿಲಿಯೋ ತನ್ನ ಬಿಡುವಿನ ವೇಳೆಯಲ್ಲಿ ಆರ್ಕಿಮಿಡಿಸ್, ಯೂಕ್ಲಿಡ್‌ನ ಗಣಿತಶಾಸ್ತ್ರ ಕೃತಿಗಳನ್ನು ರಹಸ್ಯವಾಗಿ ಅಧ್ಯಯನ ಮಾಡಿದ. ತಾನೇ ರೂಪಿಸಿದ ಉಪಕರಣಗಳನ್ನು ಬಳಸಿ, ಸಂಶೋಧನೆಗೆ ಮುಂದಾದ.

ಪ್ರೊಫೆಸರ್‌ಗಳಿಗೆ ಆತನ ಅಧ್ಯಯನದ ವಿಷಯ ಗೊತ್ತಾಯಿತು. ಅವರು ಇದನ್ನು ಒಪ್ಪಲಿಲ್ಲ. ವಿದ್ಯಾರ್ಥಿಯೊಬ್ಬ ಯಾವುದೇ ಮಾರ್ಗದರ್ಶನವಿಲ್ಲದೆ ಪ್ರಯೋಗ ನಡೆಸುವುದನ್ನು ಅವರೆಲ್ಲರೂ ಖಂಡಿಸಿದರು. 'ಎಲ್ಲ ವೈಜ್ಞಾನಿಕ ಸಮಸ್ಯೆಗಳನ್ನು, ಅಂತಿಮ ಹಾಗೂ ಪ್ರಶ್ನಿಸಲು ಸಾಧ್ಯವಾಗದಂತೆ ಅರಿಸ್ಟಾಟಲ್ ಪರಿಹರಿಸಿದ್ದಾನೆ' ಎಂಬುದು ಅವರ ನಿಲುವು. ಯಾರಾದರೂ ವಿದ್ಯಾರ್ಥಿ ಆಕ್ಷೇಪ ವ್ಯಕ್ತಪಡಿಸಿದರೆ, ಅವರು ಹೇಳುತ್ತಿದ್ದುದು ಅರಿಸ್ಟಾಟಲ್‌ನ ಸೂಕ್ತಿಯನ್ನು; 'ಮ್ಯಾಜಿಸ್ಟರ್ ಡಿಕ್ಸಿಟ್, ಗುರು ಹೇಳಿಬಿಟ್ಟಿದ್ದಾರೆ'.

ಅರಿಸ್ಟಾಟಲ್‌ನಿಂದ ವಿವಿಯ ಘನತೆಗೆ ಧಕ್ಕೆಯಾಗುತ್ತಿದೆ ಎಂದು ಭಾವಿಸಿದ ಪ್ರೊಫೆಸರ್‌ಗಳು, ಆತನ ತಂದೆಗೆ ದೂರಿತ್ತರು. 'ಆಕ್ಷೇಪಾರ್ಹ ಚಟುವಟಿಕೆಗಳನ್ನು ನಿಲ್ಲಿಸು' ಎಂದು ತಂದೆ ಗೆಲಿಲಿಯೋಗೆ ಹೇಳಿದ. ತಂದೆಯ ಎಚ್ಚರಿಕೆಯನ್ನು ಗೆಲಿಲಿಯೋ ನಿರ್ಲಕ್ಷಿಸಿದ. ವಿವಿ ಆತನಿಗೆ ಡಿಪ್ಲೊಮಾ ಪದವಿ ನೀಡಲು ನಿರಾಕರಿಸಿತು. ಆತ ಪಿಸಾ ವಿವಿಯನ್ನು ತೊರೆದ. ಆಗ ಗಣಿತಶಾಸ್ತ್ರದ ಅಧ್ಯಯನ ಜನಪ್ರಿಯವಾಗಿರಲಿಲ್ಲ. ಹೀಗಾಗಿ ಗೆಲಿಲಿಯೋಗೆ ಶಿಷ್ಯರೇ ಸಿಗುತ್ತಿರಲಿಲ್ಲ. ಅಪಾರ ಕಷ್ಟ ನಷ್ಟದ ನಡುವೆಯೂ ಆತ ಗಣಿತಶಾಸ್ತ್ರದ ಅಧ್ಯಯನವನ್ನು ನಿಲ್ಲಿಸಲಿಲ್ಲ. 'ಒಂದೇ ಎತ್ತರದಿಂದ ಕೆಳಗೆ ಬಿಟ್ಟ ಎರಡು ಬೇರೆ ಬೇರೆ ತೂಕದ ವಸ್ತುಗಳು ಒಮ್ಮೆಲೇ ಭೂಮಿಯನ್ನು ತಲುಪುತ್ತವೆ' ಎಂದು ಪ್ರಕಟಿಸಿದ. ಆತನ ವಿರೋಧಿಗಳು ಗೇಲಿ ಮಾಡಿದರು. 'ಫಿರಂಗಿಯ ಗುಂಡು ಹಾಗೂ ಹಕ್ಕಿಯ ಪುಕ್ಕ ಎತ್ತರದಿಂದ ಬಿಟ್ಟ ಬಳಿಕ ಒಮ್ಮೆಲೇ ಭೂಮಿಯನ್ನು ತಲುಪುತ್ತದೆ ಎಂಬುದನ್ನು ಶತಮೂರ್ಖನೂ ಒಪ್ಪುವುದಿಲ್ಲ' ಎಂದರು.

ನಿರ್ಧರಿತ ದಿನದಂದು ಹೀಯಾಳಿಸುತ್ತಿದ್ದ ಜನರ ಮಧ್ಯದಿಂದ ನಡೆದು ಪಿಸಾ ಗೋಪುರ ಹತ್ತಿದ ಗೆಲಿಲಿಯೋ, ಒಂದು ಮತ್ತು 10 ಪೌಂಡ್ ತೂಕದ ಕಲ್ಲುಗಳನ್ನು ಒಮ್ಮೆಲೆ ಬಿಟ್ಟ. ಎರಡೂ ಒಮ್ಮೆಲೇ ಭೂಮಿಯನ್ನು ತಲುಪಿದವು. ಹಂಗಿಸಿದ್ದವರು ತಲೆತಗ್ಗಿಸಿಕೊಂಡು ಜಾಗ ಖಾಲಿ ಮಾಡಿದರು.

16ನೇ ಶತಮಾನದ ಆರಂಭದಲ್ಲಿ ಯೂರೋಪ್‌ನ ಜನ ಪುರೋಹಿತ ಶಾಹಿಯ ಬಗ್ಗೆ ರೊಚ್ಚಿಗೆದ್ದಿದ್ದರು. ಹಣದ ಮದ, ಅಧಿಕಾರದ ಅಮಲಿನಿಂದ ಪುರೋಹಿತರು ಮೆರೆಯುತ್ತಿದ್ದರು. ಆಗಿನ ನಿಯಮದ ಪ್ರಕಾರ, ಪಾಪ ಮಾಡಿ ಅದನ್ನು ಒಪ್ಪಿಕೊಂಡವರನ್ನು ಪಶ್ಚಾತ್ತಾಪ ಕ್ರಿಯೆಯ ಬಳಿಕ ಮನ್ನಿಸಲಾಗುತ್ತಿತ್ತು. ಅತ್ಯಂತ ಜನಪ್ರಿಯವಾದ ಪಶ್ಚಾತ್ತಾಪ ಕ್ರಿಯೆ ಎಂದರೆ, ಚರ್ಚ್‌ನ ವೆಚ್ಚಕ್ಕೆ ದೇಣಿಗೆ ನೀಡುವುದು! ದುರಾಸೆಯ ಧರ್ಮಾಧಿಕಾರಿಗಳಿಂದಾಗಿ, ಇದೊಂದು ದೊಡ್ಡ ದಂಧೆಯಾಗಿ ಪರಿಣಮಿಸಿತ್ತು. ಮಾರ್ಟಿನ್ ಲೂಥರ್ ಇದನ್ನು ಪ್ರತಿಭಟಿಸಿದ.

ಅರ್ಚಕರ ಹೀನಕೃತ್ಯಗಳನ್ನು ಬಹಿರಂಗಗೊಳಿಸಿದ. ಇದರಿಂದ ಪೋಪ್ ಸಿಟ್ಟಿಗೆದ್ದು ಲೂಥರ್ ವಿರುದ್ಧ ಆದೇಶ ಹೊರಡಿಸಿ, '60 ದಿನದೊಳಗೆ ಹೇಳಿಕೆ ವಾಪಸ್ ಪಡೆಯದಿದ್ದಲ್ಲಿ, ಬಹಿಷ್ಕಾರ ಹೇರಲಾಗುತ್ತದೆ' ಎಂದ. ಲೂಥರ್ ಆದೇಶದ ಪ್ರತಿಯನ್ನು ಸುಡುವ ಮೂಲಕ ಪ್ರತಿಕ್ರಿಯಿಸಿದ. ಪ್ರೊಟೆಸ್ಟೆಂಟ್ ಪಂಥ ಉದಯವಾಯಿತು.

ಧಾರ್ಮಿಕ ಹಾಗೂ ಸಾಮಾಜಿಕ ವಿಷಯದಲ್ಲಿ ಗಾಂಧೀಜಿ, ದೊಡ್ಡ ಅಸಂಪ್ರದಾಯವಾದಿಯಾಗಿದ್ದರು. ಅವರ ಯತ್ನದಿಂದಾಗಿಯೇ ಅಸ್ಪೃಶ್ಯತೆ ಆಚರಣೆ ತನ್ನ ಪ್ರಭಾವ ಕಳೆದುಕೊಂಡಿತು. ಗಾಂಧಿಗೆ ಮುನ್ನ ರಾಜಾರಾಮ್ ಮೋಹನ್ ರಾಯ್ ಸತಿ ಪದ್ಧತಿಗೆ ಕೊನೆ ಹಾಡಿದ್ದರು. ಈಶ್ವರಚಂದ್ರ ವಿದ್ಯಾಸಾಗರರು ವಿಧವೆಯರ ಮರುವಿವಾಹಕ್ಕೆ ಒತ್ತುನೀಡಿ, ಮಹಿಳಾ ಸಬಲೀಕರಣಕ್ಕೆ ಹಾದಿ ಮಾಡಿಕೊಟ್ಟಿದ್ದರು.

ಇವರನ್ನು ಯಾರೂ ಹೊಗಳಲಿಲ್ಲ. ಆಗ ಸಮಾಜ ಸಂಪ್ರದಾಯವಾದಿಗಳ ಹಿಡಿತದಲ್ಲಿತ್ತು. ಪ್ರಗತಿಪರರನ್ನು ಸಾಮ, ದಾನ, ಭೇದ, ದಂಡದ ಮೂಲಕ ಹದ ಮಾಡಲು ಯತ್ನಿಸಲಾಗುತ್ತಿತ್ತು. ಜೀವಕ್ಕೆ ಕುತ್ತು ಬರುವುದನ್ನೂ ಲೆಕ್ಕಿಸದೆ ಮುನ್ನಡೆದ ಇಂಥವರ ಪ್ರಯತ್ನದಿಂದಾಗಿ ಸಮಾಜ ಸ್ವಲ್ಪ ಮಟ್ಟಿಗೆ ಉದಾರಗೊಂಡಿತು.

ಚೌಕಟ್ಟಿನ ಹೊರಗಿನ ಚಿಂತನೆ ಬದಲಾವಣೆಗೆ ಕಾರಣವಾಗುವಂಥದ್ದು. ಪುರಾತನವಾದದ್ದೆಲ್ಲವೂ ಮೌಲ್ಯಗಳಲ್ಲ. ಜತೆಗೆ, ಒಂದು ಕಾಲದಲ್ಲಿ ಅಭೂತ ಪೂರ್ವ ಕ್ರಾಂತಿಕಾರಿ ಎನ್ನಿಸಬಹುದಾದ ಚಿಂತನೆ ಪ್ರಸ್ತುತದಲ್ಲಿ ಅನುಪಯುಕ್ತ ಎನ್ನಿಸಿಬಿಡಬಹುದು. ಇಷ್ಟಲ್ಲದೆ, ಶ್ರೇಷ್ಠ ಚಿಂತಕರ ಮಾತು-ಆಲೋಚನೆಗಳೆಲ್ಲ ಸದಾ ಕಾಲವೂ ಸರಿಯಾಗಿರಬೇಕು ಎಂದೇನಿಲ್ಲ. ಅರಿಸ್ಟಾಟಲ್‌ನ ಚಿಂತನೆಗಳು ಸೂಕ್ತವಾದವಲ್ಲ ಎಂದು ಗೆಲಿಲಿಯೋ ಸಾಬೀತುಪಡಿಸಲಿಲ್ಲವೇ?

ಮುಕ್ತ ಚಿಂತನೆಗೆ ಅನುವು ಮಾಡಿಕೊಡುವುದು ಪ್ರಗತಿಗೆ ಪೂರಕ. ಅಭಿಪ್ರಾಯ ಭೇದವನ್ನು ಬಂಡಾಯ ಎಂದು ಪರಿಗಣಿಸಬಾರದು. ಹೇಳಿದ್ದನ್ನೆಲ್ಲ ಕೇಳುತ್ತ ಕೂತರೆ ಹೊಸ ಚಿಂತನೆ ಹುಟ್ಟೀತು ಹೇಗೆ ?

ಮನಸ್ಸಿಗೆ ತರಬೇತಿ

> **ಒಳ್ಳೆಯ ಹವ್ಯಾಸಗಳು ಮನಸ್ಸಿಗೆ ಶಕ್ತಿ ತುಂಬುತ್ತವೆ. ಏಕಾಗ್ರತೆ ಗಳಿಸಿಕೊಳ್ಳಲು ನೆರವಾಗುತ್ತವೆ.**

ಕುಮಾರಿ ಎಕ್ಸ್ ಉದ್ದಿಮೆಯೊಂದರಲ್ಲಿ ಸೆಕ್ರೆಟರಿ. ಒಂದು ದಿನ ಆಕೆಯ ಬಾಸ್, ಪತ್ರವೊಂದನ್ನು ಟೈಪ್ ಮಾಡಲು ಕೊಟ್ಟ. ಏನಾಶ್ಚರ್ಯ! ಹತ್ತು ನಿಮಿಷದಲ್ಲಿ ಪತ್ರ ಆತನ ಎದುರಿನಲ್ಲಿತ್ತು. ಅದನ್ನು ಓದಿದ ಬಾಸ್, ಕೆಂಡಾಮಂಡಲವಾದ. ಕಾರಣ, ಪತ್ರದ ತುಂಬ ತಪ್ಪಿನ ಸುರಿಮಳೆ. ಬೈಗುಳದ ಸುರಿಮಳೆ ಸುರಿಯಿತು. ಶ್ರೀಮತಿ ವೈ ರಾಷ್ಟ್ರಮಟ್ಟದ ಸ್ಪರ್ಧೆಯೊಂದರಲ್ಲಿ ಭಾಗವಹಿಸಿದ್ದರು. ನಿಗದಿಪಡಿಸಿದ ಅವಧಿಯೊಳಗೆ ಗುರಿ ಮುಟ್ಟಿ ಪ್ರಥಮ ಸ್ಥಾನ ಪಡೆದುಕೊಂಡರು.

ಶ್ರೀಮತಿ ವೈ ಬುದ್ಧಿವಂತೆ. ಕುಮಾರಿ ಎಕ್ಸ್‌ಳ ಬುದ್ಧಿಮತ್ತೆ ಕಡಿಮೆ ಇರಬಹುದು. ಆದರೆ, ಕೊಟ್ಟ ಕೆಲಸವನ್ನು ಸರಿಯಾಗಿ ಮಾಡಿ ಮುಗಿಸಲು ಅದು ಮಾತ್ರ ಸಾಕೇ? ಇಲ್ಲ. ಅದಕ್ಕೆ ಬೇಕಾದ್ದು ಏಕಾಗ್ರತೆ. ಬುದ್ಧಿವಂತಿಕೆ ಜತೆ ಏಕಾಗ್ರತೆ ಇಲ್ಲದಿದ್ದರೆ ನಿರೀಕ್ಷಿತ ಫಲಿತಾಂಶ ಸಾಧ್ಯವಿಲ್ಲ. ಮುತ್ತುಗಳನ್ನು ಪೋಣಿಸಲು ದಾರ ಬೇಕು. ಇಲ್ಲವಾದರೆ, ಮುತ್ತುಗಳು ಚೆಲ್ಲಾಪಿಲ್ಲಿಯಾಗಿ ಹರಡಿಕೊಂಡು ಬಿಡುತ್ತವೆ. ಸರಿ, ಏಕಾಗ್ರತೆ ಎಂದರೇನು? ನೆಪೋಲಿಯನ್ ಹಿಲ್ ತಮ್ಮ ಪುಸ್ತಕ 'ದಿ ಲಾ ಆಫ್ ಸಕ್ಸೆಸ್'ನಲ್ಲಿ ಏಕಾಗ್ರತೆಯನ್ನು ವಿವರಿಸುವುದು ಹೀಗೆ, 'ಉದ್ದೇಶವೊಂದನ್ನು ಇಟ್ಟುಕೊಂಡು ಅದನ್ನು ಸಾಧಿಸಲು ದಾರಿಯನ್ನು ಕಂಡುಕೊಳ್ಳುವುದು. ಕಾರ್ಯಯೋಜನೆಯನ್ನು ರೂಪಿಸಿ, ಯಶಸ್ವಿಯಾಗಿ ಕಾರ್ಯಗತಗೊಳಿಸುವ ಶಕ್ತಿಯೇ ಏಕಾಗ್ರತೆ'.

ಏಕಾಗ್ರತೆಯನ್ನು ಸಾಧಿಸುವಲ್ಲಿ 2 ಅಂಶಗಳು ಪ್ರಮುಖ ಪಾತ್ರ ವಹಿಸುತ್ತವೆ. ಅವು- ಹವ್ಯಾಸಗಳು ಮತ್ತು ಸ್ಮರಣಶಕ್ತಿ. ನೀವು ಒಳ್ಳೆಯ ವಾತಾವರಣದಲ್ಲಿ ಬೆಳೆದಿದ್ದರೆ ಉತ್ತಮ ಹಾಗೂ ಕೆಟ್ಟ ವಾತಾವರಣದಲ್ಲಿದ್ದರೆ ಕೆಟ್ಟ ಹವ್ಯಾಸಗಳನ್ನು ರೂಢಿಸಿಕೊಂಡಿರುತ್ತೀರಿ. ಒಳ್ಳೆಯ ಹವ್ಯಾಸಗಳು ಏಕಾಗ್ರತೆಗೆ ಇಂಬು ಕೊಟ್ಟರೆ, ಕೆಟ್ಟ ಹವ್ಯಾಸಗಳು ಶಕ್ತಿಗುಂದಿಸುತ್ತವೆ, ಮಾನಸಿಕ ಸುಸ್ತಿಗೆ ಕಾರಣವಾಗುತ್ತವೆ. ಗುರಿಗೆ ಅಡ್ಡವಾಗುತ್ತವೆ.

ನೆನಪಿರಲಿ, ಮನುಷ್ಯ ಪರಿಸರದ ಕೂಸು. ಒಳ್ಳೆಯ ಹವ್ಯಾಸ ಬೆಳೆಸಿಕೊಳ್ಳ ಬೇಕೆಂದರೆ ಕುಡುಕರು, ಜೂಜುಕೋರರು, ಕಳ್ಳರು ಮತ್ತಿತರರ ಸಹವಾಸ ಮಾಡ ಬಾರದು. ಕ್ರಿಯಾಶೀಲರ ಸಂಗ ಬೆಳೆಸಿದವರು, ಒಳ್ಳೆಯ ಹವ್ಯಾಸ ಬೆಳೆಸಿಕೊಳ್ಳು ತ್ತಾರೆ. ಅಂಥ ವಾತಾವರಣದಲ್ಲಿ ನಿಮ್ಮ ಮನಸ್ಸನ್ನು ಬೇರೆಡೆ ಸೆಳೆಯುವ ಅಂಶಗಳು ಇರುವುದಿಲ್ಲ.

ಮನಃಶಾಸ್ತ್ರಜ್ಞನೊಬ್ಬ ಹವ್ಯಾಸದ ಪ್ರಾಮುಖ್ಯತೆ ಕುರಿತು ಹೇಳುವುದಿದು, 'ಎಲ್ಲ ಮನುಷ್ಯರೂ ಹವ್ಯಾಸದ ಸೃಷ್ಟಿಗಳು ಹಾಗೂ ಹವ್ಯಾಸವೆಂಬುದು ಹಗ್ಗವಿದ್ದಂತೆ. ಪ್ರತಿದಿನ ಒಂದೊಂದು ಎಳೆ ಸೇರುತ್ತಾ ಹೋಗಿ, ಕೊನೆಗೊಂದು ದಿನ ಹರಿಯಲಾಗದಷ್ಟು ಬಲಿಷ್ಟವಾಗಿ ಬಿಡುತ್ತದೆ'. ಹವ್ಯಾಸವೆಂಬುದು ಸುಲಭವಾಗಿ ತೊಲಗುವಂಥದ್ದಲ್ಲ, ಹೀಗಾಗಿ ಆರಂಭಕ್ಕೆ ಮುನ್ನವೇ ಜಾಗೃತಿ ಅಗತ್ಯ. ಏಕಾಗ್ರತೆಗೆ ಅಗತ್ಯವಾದ ಇನ್ನೊಂದು ಮುಖ್ಯ ಸಂಗತಿ- ಸ್ಮರಣಶಕ್ತಿ(ನೆನಪು). ಸ್ಮರಣಶಕ್ತಿ ಮೂರು ವೈಶಿಷ್ಟ್ಯವುಳ್ಳದ್ದು-ಧಾರಣ, ಸ್ಮರಣೆ(ಜ್ಞಾಪನೆ) ಮತ್ತು ಗ್ರಹಿಸುವಿಕೆ. ಇಂದು ಒಂದು ವಿಷಯವನ್ನು ಕಲಿತು, ನಾಳೆ ಅದನ್ನು ಮರೆತರೆ ಅದರಿಂದ ಯಾವುದೇ ಪ್ರಯೋಜನ ಇಲ್ಲ. ಕಲಿತಿದ್ದನ್ನು ಮನಸ್ಸಿನಲ್ಲಿ ಉಳಿಸಿಕೊಳ್ಳಬೇಕು. ಹೀಗೆ ಉಳಿಸಿಕೊಳ್ಳಲು ಬೇಕಾದ್ದು ಆಸಕ್ತಿ. ಕಲಿಕೆಯಲ್ಲಿ ತೀವ್ರ ಆಸಕ್ತಿ ಇದ್ದರೆ, ಮರೆವು ಸಾಧ್ಯವಿಲ್ಲ. ಇಂದು ಕಲಿತದ್ದು ನಾಳೆಯೇ ಉಪಯೋಗಕ್ಕೆ ಬಾರದೆ ಇರಬಹುದು. ತಿಂಗಳು ಇಲ್ಲವೇ ಒಂದಷ್ಟು ದಿನ ಕಳೆದ ಬಳಿಕ ಅದನ್ನು ಜ್ಞಾಪಿಸಿಕೊಳ್ಳಲು ಮುಂದಾದರೆ, ಅದು ಬಾರದೆ ಇರಬಹುದು. ಒಂದೊಮ್ಮೆ ಜ್ಞಾಪಕಕ್ಕೆ ಬಂದರೂ, ಇದೇ ವಿಷಯವೇ ಎಂಬ ಖಾತ್ರಿ ಇರುವುದಿಲ್ಲ. ನೆನಪಿನ ಈ ಎಲ್ಲ ದೋಷಗಳನ್ನು ಕಲಿಕೆಯಲ್ಲಿ ತೀವ್ರ ಆಸಕ್ತಿಯಿಂದ ನಿವಾರಿಸಬಹುದು.

ಆಸಕ್ತಿ ಮತ್ತು ವಿವೇಚನಾ ಶಕ್ತಿಯನ್ನು ಬೆಳೆಸಿಕೊಳ್ಳಲು 2 ವಿಧಾನ ಅಳವಡಿಸಿ ಕೊಳ್ಳಬಹುದು. ಮೊದಲಿಗೆ, ನೀವು ಏನನ್ನು ಕಲಿಯಲು ಯೋಜಿಸಿದ್ದೀರೋ ಅದು ನಿಮ್ಮ ಸಾಮಾಜಿಕ - ವೃತ್ತಿಯಲ್ಲಿ ಏಳಿಗೆಗೆ ಅತ್ಯವಶ್ಯ ಎಂದು ನಂಬಿಕೊಳ್ಳಿ. ಇಂಥ ನಂಬಿಕೆ ಕೆಲಸದಲ್ಲಿರುವ ಬೇಸರವನ್ನು ತೆಗೆದುಹಾಕುತ್ತದೆ ಹಾಗೂ ನಿಮ್ಮ ಮಿದುಳು

ಸುಲಭವಾಗಿ ಗ್ರಹಿಸುತ್ತದೆ. ಎರಡನೆಯದಾಗಿ, ವಿಷಯ ಕುರಿತ ಎಲ್ಲ ಮಾಹಿತಿಯನ್ನು ಉರು ಹೊಡೆಯಲು ಪ್ರಯತ್ನಿಸಬೇಡಿ. ಬದಲಿಗೆ, ಅಪಾರ ಮಾಹಿತಿಯಲ್ಲಿನ ಮುಖ್ಯವಾದ ಅಂಶಗಳನ್ನು ಮಾತ್ರ ಪರಿಗಣಿಸಿ, ಅವನ್ನು ಆದ್ಯತೆಗೆ ಅನುಗುಣವಾಗಿ ಕಲಿತುಕೊಳ್ಳಿ. ಒಂದು ಅಂಶ ಮರೆಯಬೇಡಿ - ಎಲ್ಲ ವಿಷಯವನ್ನು ತಿಳಿದುಕೊಳ್ಳಲು ಯಾರಿಂದಲೂ ಸಾಧ್ಯವಿಲ್ಲ. ಗರಿಷ್ಠ ಲಾಭ ಪಡೆಯಲು ಮುಖ್ಯವಾದ ಕೆಲ ಅಂಶಗಳನ್ನು ಚೆನ್ನಾಗಿ ಅರ್ಥಮಾಡಿಕೊಳ್ಳಬೇಕೇ ಹೊರತು ಎಲ್ಲವನ್ನೂ ಮಿದುಳಿಗೆ ತುಂಬಿಕೊಳ್ಳಬಾರದು.

ಕೆಲವರು ಇರುತ್ತಾರೆ, ಓದಿನಲ್ಲಿ ಆಸಕ್ತಿ ಇದೆ ಎನ್ನುತ್ತಾರೆ. ಆದರೆ, ಓದಲು ಕುಳಿತ ತಕ್ಷಣ ಅವರ ಮನಸ್ಸು ಸುತ್ತಾಡಲು ತೊಡಗುತ್ತದೆ, ಒಂದೊಮ್ಮೆ ಓದಿದರೂ, ಕೆಲ ಪುಟ ತಿರುಗಿಸಿದ ಬಳಿಕ ಹಿಂದೆ ಓದಿದ್ದು ಜ್ಞಾಪಕ ಇರುವುದಿಲ್ಲ. ಇದು ಹಲವರನ್ನು ಕಾಡುವ ಸಮಸ್ಯೆ. ಕೈಯಲ್ಲಿರುವ ಕೆಲಸವನ್ನು ಮುಗಿಸುವ ಮುನ್ನವೇ ನಂತರದ ಕೆಲಸದ ಬಗ್ಗೆ ಅವರ ಗಮನ ಹರಿದಿರುತ್ತದೆ. ಕಬ್ಬಿಣದ ಕೆಲಸಗಾರ ಹಲವು ಹತಾರಗಳನ್ನು ಒಮ್ಮೆಲೆ ಕಾಯಿಸಲು ಇಡುವುದಿಲ್ಲ. ಇಟ್ಟರೆ ಅದು ವೃತ್ತಿಪರನ ಲಕ್ಷಣವಲ್ಲ.

ಕೈಯಲ್ಲಿರುವ ಕೆಲಸವನ್ನು ಮುಗಿಸುವ ಮುನ್ನವೇ ಮತ್ತೊಂದು ಕೆಲಸಕ್ಕೆ ಕೈ ಹಚ್ಚುವವರಿಗೆ ಕಾರ್ಲೈಲ್ ಹೇಳುವುದಿದು, 'ಒಂದು ಕೆಲಸದ ಮೇಲೆ ತನ್ನ ಗಮನ ಕೇಂದ್ರೀಕರಿಸಿರುವ ದುರ್ಬಲ, ಯಾವುದೇ ಕೆಲಸ ಮಾಡಬಹುದು. ಆದರೆ, ಹಲವು ಕೆಲಸಗಳಿಗೆ ಕೈ ಹಚ್ಚುವ ಗಟ್ಟಿಗ ಯಾವುದೇ ಒಂದು ಕೆಲಸವನ್ನೂ ಮಾಡಲಾಗದೆ ಸೋಲುತ್ತಾನೆ'.

ಶ್ರೇಷ್ಠ ಸಾಹಿತ್ಯ-ಕಲೆ ಏಕಾಗ್ರತೆಯ ಫಲಗಳು. ಇದರರ್ಥ-ಏಕಾಗ್ರತೆಯಿಲ್ಲದೆ ಇದ್ದಲ್ಲಿ ಅವರ ಮಹತ್ವಾಕಾಂಕ್ಷೆಗಳು ಹಾಗೆಯೇ ಉಳಿದುಬಿಡುತ್ತಿದ್ದವು. ಮಹತ್ವಾ ಕಾಂಕ್ಷೆ ಇಲ್ಲದವರು ಇರಲಿಕ್ಕಿಲ್ಲ. ಕನಿಷ್ಠ ಪ್ರಯತ್ನದಿಂದ ಗರಿಷ್ಠ ಫಲ ಪಡೆಯ ಬೇಕೆನ್ನುವುದು ಬಹುತೇಕರ ಅಭಿಪ್ರಾಯ. ಇದನ್ನು ಏಕಾಗ್ರತೆಯಿಂದ ಸಾಧಿಸ ಬಹುದು. ಚಾರ್ಲ್ಸ್ ಡಿಕನ್ಸ್ ತನ್ನೆಲ್ಲ ಯಶಸ್ಸಿಗೆ ಏಕಾಗ್ರತೆ ಕಾರಣ ಎಂದಿದ್ದ. ಆತ ಹೇಳುತ್ತಾನೆ, 'ಅಧ್ಯಯನ ಮತ್ತು ಪ್ರಯತ್ನದಲ್ಲಿರುವ ಸುರಕ್ಷಿತ, ಖಚಿತ, ಲಾಭದಾಯಕ, ಲಭಿಸಬಹುದಾದ ಗುಣವೆಂದರೆ - ಗಮನ. ಕಷ್ಟಪಟ್ಟು ಗಮನಿಸುವ ಹವ್ಯಾಸ ಬೆಳೆಸಿಕೊಳ್ಳದಿದ್ದರೆ ನನ್ನ ಕಲ್ಪನೆಗಳು ಕೃತಿಯಾಗಿ ಮೂಡುತ್ತಿರಲಿಲ್ಲ'.

ಇಂಥ ಬಲವನ್ನು ಪಡೆಯಬೇಕೆಂದರೆ, ಈಗಲೇ ಪ್ರಯತ್ನ ಆರಂಭಿಸಬೇಕು. ನಾಳೆ ಎಂದರೆ ತಡವಾದೀತು.

❑❑

ಗುರಿ ಮುಟ್ಟುವುದು ಸಾಧ್ಯವಿದೆ

ನಿರಾಶೆ ಪಡಬೇಡಿ. ಕೀಲಿಕೈ ಗೊಂಚಲಿನ ಕೊನೆಯ ಬೀಗದ ಕೈ, ಬೀಗವನ್ನು ತೆರೆಯ ಬಹುದು.

ಬಹುತೇಕ ಯುವಕರು ಬದುಕಿನ ಬಗ್ಗೆ ಮಹತ್ವಾಕಾಂಕ್ಷೆ ಇಟ್ಟುಕೊಂಡಿರುತ್ತಾರೆ. ಯಶಸ್ಸಿನ ಪರ್ವತವನ್ನೇರುವ ಅಭಿಲಾಷೆ ಹೊಂದಿರುತ್ತಾರೆ. ಆದರೆ, ಗುರಿ ಏನು ಎಂಬುದೇ ಅವರಿಗೆ ಗೊತ್ತಿರುವುದಿಲ್ಲ. ಅವರ ಗುರಿ ಕೂಡ ಅಸ್ಪಷ್ಟವಾಗಿರು ತ್ತದೆ. ಇಂಥವರನ್ನು ಮಂಜು ಮುಸುಕಿದ, ಗೊತ್ತಿಲ್ಲದ ರಸ್ತೆಯಲ್ಲಿ ವಾಹನ ಚಲಾಯಿಸುತ್ತಿರುವ ಚಾಲಕರಿಗೆ ಹೋಲಿಸಬಹುದು. ಮಾರ್ಗದ ಅರಿವಿಲ್ಲ ದಿರುವುದು ಹಾಗೂ ಪ್ರತಿಕೂಲ ಹವಾಮಾನದಿಂದಾಗಿ ದೃಷ್ಟಿ ಸ್ಪಷ್ಟವಾಗಿಲ್ಲ ದಿರುವುದರಿಂದ- ಅವರು ಹಾದಿ ತಪ್ಪುವ ಸಾಧ್ಯತೆ ಹೆಚ್ಚು.

ಸಿ.ಹ್ಯಾರಿ ಬ್ರೂಕ್ಸ್ ಬರೆಯುತ್ತಾರೆ, 'ನಿರ್ದಿಷ್ಟ ಗುರಿಯೊಂದನ್ನು ನಿಗದಿ ಪಡಿಸದಿದ್ದ ಪಕ್ಷದಲ್ಲಿ ನಾವು ನಮ್ಮ ಮನೋಬಲವನ್ನು ಪ್ರಯೋಗಿಸಲು ಸಾಧ್ಯವಾಗುವುದಿಲ್ಲ. ನಮಗೆ ಏನು ಬೇಕು ಎಂಬ ಸ್ಪಷ್ಟತೆ ಇರಬೇಕು'. ಕೆಲವರು ಪಟ್ಟು ಹಿಡಿದು ಒಂದೇ ಕೆಲಸ ಮಾಡುವುದಿಲ್ಲ. ಕೌಶಲ - ಯೌವ್ವನ ಇದ್ದರೂ, ಗುರಿ ಇಲ್ಲದಿದ್ದರೆ ಯಶಸ್ಸು ಸಾಧ್ಯವಿಲ್ಲ. ಜತೆಗೆ, ಹಠ ಹಿಡಿದು ಎತ್ತಿಕೊಂಡ ಕೆಲಸವನ್ನು ಮುಗಿಸುವ ದೃಢತೆಯೂ ಬೇಕು. ಕೆಲವರು ವೃತ್ತಿ ಇಲ್ಲವೇ ವ್ಯವಹಾರ ವೊಂದನ್ನು ಆರಂಭಿಸುತ್ತಾರೆ. ತತ್‌ಕ್ಷಣ ಯಶಸ್ಸು ಸಿಗಬೇಕೆಂದು ಬಯಸುತ್ತಾರೆ.

ಯಶಸ್ಸಿಗೆ ಬೇಕಾದ ಸಿದ್ಧತೆ, ತರಬೇತಿ, ತಯಾರಿ ಮತ್ತು ಕಾಯುವ ತಾಳ್ಮೆ ಇರುವುದಿಲ್ಲ. ಕೆಲ ದಿನಗಳಲ್ಲೇ ಆಶಾಭಂಗ ಆಗುತ್ತದೆ. ಅವರು ಅಂದುಕೊಂಡಂತೆ ನಡೆಯುವುದಿಲ್ಲ. ಅದನ್ನು ತೊರೆದು ಮತ್ತೊಂದನ್ನು ಆರಂಭಿಸುತ್ತಾರೆ. ಇಂದು ಯಾವ ಕ್ಷೇತ್ರವೂ ಸ್ಪರ್ಧೆಗೆ ಹೊರತಾಗಿಲ್ಲ. ಹೊಸಬರು ನುಗ್ಗುತ್ತಲೇ ಇರುತ್ತಾರೆ, ಸ್ಪರ್ಧೆ ನಿರಂತರವಾಗಿ ಇರುತ್ತದೆ. ಅಗತ್ಯ ಸಿದ್ಧತೆ, ಕೌಶಲ, ಬಂಡವಾಳ ಇದ್ದರೂ, ಯಶಸ್ಸು ಸುಲಭವಾಗಿ ಬರುವುದಿಲ್ಲ. ಶ್ರಮಪಡಬೇಕಾಗುತ್ತದೆ, ಕಾಯಬೇಕಾಗು ತ್ತದೆ. ಯೋಜನೆಯೊಂದನ್ನು ಪ್ರಾರಂಭಿಸಿ, ಅದನ್ನು ದಡ ಮುಟ್ಟಿಸುವವರೆಗೆ ಶ್ರಮಿಸಬೇಕಾಗುತ್ತದೆ. ಮಧ್ಯದಲ್ಲೇ ಕೈ ಬಿಟ್ಟರೆ, ಹಾಕಿದ ಬಂಡವಾಳ, ಶ್ರಮ, ಕಾಲ ಎಲ್ಲವೂ ವ್ಯರ್ಥವಾಗುತ್ತದೆ.

ವೃತ್ತಿ-ಉದ್ಯಮ ಆರಂಭಕ್ಕೆ ಮುನ್ನ ಸ್ಪಷ್ಟತೆ, ಸಿದ್ಧತೆ ಇರಬೇಕು. ಆರಂಭದ ಬಳಿಕ ದೀರ್ಘಕಾಲ ಅದನ್ನು ಕೊಂಡೊಯ್ಯುವ ಛಾತಿ ಇರಬೇಕು. ರಸ್ತೆಯಲ್ಲಿ ಹೋಗುತ್ತಿರುವಾಗ ಸುಂದರವಾದ ಕಟ್ಟಡವೊಂದು ಕಣ್ಣಿಗೆ ಬೀಳುತ್ತದೆ ಎಂದಿಟ್ಟು ಕೊಳ್ಳಿ. ಆ ಕಟ್ಟಡ ನಿರ್ಮಾಣಕ್ಕೆ ಹಲವರು ಶ್ರಮವಹಿಸಿರುತ್ತಾರೆ. ಬುನಾದಿ ಹಾಕಲು ಕೈ ಕೆಸರು ಮಾಡಿಕೊಂಡವರು, ಉರಿಯುವ ಬಿಸಿಲಿನಲ್ಲಿ ಕಪ್ಪಾದವರು, ಸಿಮೆಂಟ್, ಕಬ್ಬಿಣ, ಮಣ್ಣು, ನೀರು ಹೊತ್ತವರು - ಇವರೆಲ್ಲರ ಶ್ರಮದ ಫಲವೇ ನಿಮ್ಮ ಮುಂದಿರುವ ಕಟ್ಟಡ.

ಯಶಸ್ಸು ಬೇಕೆಂದುಕೊಂಡವರು ಹತ್ತು ಹೆಜ್ಜೆ ಮುಂದೆ ನಡೆಯಲೇಬೇಕು. ನಿರಾಶೆಯಿಂದ ಕೆಲಸವನ್ನು ಅರ್ಧಕ್ಕೇ ನಿಲ್ಲಿಸುವವರು ಟ್ರಾಟ್ಸ್‌ವೆಕ್ ಅವರ ಈ ಮಾತು ಗಮನಿಸಿ, 'ಧೈರ್ಯಗೆಡದಿರಿ. ಕೆಲವೊಮ್ಮೆ ಗೊಂಚಲಿನ ಕೊನೆಯ ಕೀಲಿಕೈಯಿಂದ ಬೀಗ ತೆಗೆಯಬಹುದು'. ಪ್ರಯತ್ನವನ್ನು ಮಧ್ಯದಲ್ಲೇ ನಿಲ್ಲಿಸಿದರೆ, ಬಾಗಿಲು ಶಾಶ್ವತವಾಗಿ ಮುಚ್ಚಿಹೋಗುತ್ತದೆ. ಡಬ್ಲ್ಯು.ಟಿ.ಗ್ರೆನ್‌ಫೆಲ್ ಹೇಳುತ್ತಾರೆ, 'ಸಹಿಷ್ಣುತೆಯನ್ನು ಒಂದು ಕ್ಷಣ ಕಾಲ ಹೆಚ್ಚು ವಿಸ್ತರಿಸುವುದೇ ಹೀರೋಯಿಸಂ'.

ಕೆಲವೊಮ್ಮೆ ದೃಢತೆ ಇದ್ದರೂ, ಬೇರೆಯವರು ಗುರಿಯನ್ನು ನಿರ್ಧರಿಸಲು ಬಿಟ್ಟರೆ, ವೈಫಲ್ಯ ಕಾಡಬಹುದು. ಬದುಕಿನ ನಾವೆಯ ಹುಟ್ಟುಗೋಲನ್ನು ಬೇರೆಯವರ ಕೈಗೆ ಕೊಟ್ಟರೆ ಗುರಿತಲುಪುವುದು ಸಾಧ್ಯವಿಲ್ಲ. ಸಸ್ಯಾಹಾರಿಗಳು, ಮದ್ಯಪಾನ ಮಾಡದವರು ತಮ್ಮ ಮುಂದೆ ಎಂಥದ್ದೇ ಆಹಾರ, ಪಾನೀಯ ಇದ್ದರೂ ತಮಗೆ ಬೇಕಾದ್ದನ್ನು ಮಾತ್ರ ತೆಗೆದುಕೊಳ್ಳುತ್ತಾರೋ ಹಾಗೆಯೇ ಬದುಕಿನಲ್ಲಿ ನಿಶ್ಚಿತತೆ ಇರಬೇಕು. ಬೇರೆಯವರ ಬಟ್ಟೆ ಹೇಗೆ ಸರಿಹೋಗುವುದಿಲ್ಲವೋ, ಹಾಗೆಯೇ ನಮಗೆ ಬೇಕಾದ್ದನ್ನು ನಾವೇ ಆಯ್ದುಕೊಳ್ಳಬೇಕು. ಶಿಲ್ಪಿ ಕಟ್ಟೆಚ್ಚರದಿಂದ ಕೆತ್ತನೆ ಕೆಲಸ ಮಾಡುವಂತೆ ನಾವು ಕೂಡ ನಿರಂತರವಾಗಿ ನಿರ್ಮಿಸುತ್ತಾ ಹೋಗಬೇಕು.

ಲಿಯೊನಾರ್ಡೊ ಡ ವಿಂಚಿಯ 'ಮೋನಾಲಿಸಾ' ಒಂದು ದಿನದ ನಿರ್ಮಿತಿಯಲ್ಲ. ಉನ್ನತ ಸ್ಥಾನ ತಲುಪಿದವರು, ಅದಕ್ಕಾಗಿ ನಾನಾ ತ್ಯಾಗಗಳನ್ನು ಮಾಡಿರುತ್ತಾರೆ.

ಅತಿ ಜಾಗರೂಕ ಪ್ರಯತ್ನದ ಪ್ರಾಮುಖ್ಯತೆಯನ್ನು ಓರಿಸನ್ ಸ್ವೆಟ್ ಮಾರ್ಡೆನ್ ವಿವರಿಸುವುದು ಹೀಗೆ, 'ಕೆಲಸದಲ್ಲಿ ಪ್ರಜ್ಞಾಪೂರ್ವಕವಾಗಿ ತೊಡಗಿಸಿ ಕೊಂಡಲ್ಲಿ, ನೀವು ಕಾಡಿನಲ್ಲಿದ್ದರೂ ಜಗತ್ತು ನಿಮ್ಮ ಮನೆಗೆ ದಾರಿ ಮಾಡಿ ಕೊಡಲಿದೆ'. ವಿಲಿಯಂ ಮ್ಯಾಥ್ಯೂ ಇದನ್ನು ಅಂಗೀಕರಿಸುತ್ತ ಹೇಳುತ್ತಾರೆ, 'ಕೈಗೆತ್ತಿಕೊಂಡ ಕೆಲಸವನ್ನು ಪರಿಪೂರ್ಣವಾಗಿ ಇಲ್ಲವೇ ನಿಮ್ಮ ಸಾಮರ್ಥ್ಯ ಮೀರಿ ಉತ್ತಮವಾಗಿ ಮಾಡುವುದರಲ್ಲಿ ಬದುಕಿನ ಸಂತೋಷವಿದೆ'.

❑❑

ತಪ್ಪುಗಳಿಂದ ಕಲಿಕೆ ಹೇಗೆ ?

> **ತಪ್ಪು ಮಾಡದವರು ಯಾರಿದ್ದಾರೆ? ಮಹಾತ್ಮ ಗಾಂಧಿ, ಸುಭಾಷ್ ಚಂದ್ರಬೋಸ್, ಅಬ್ರಹಾಂ ಲಿಂಕನ್ ಮತ್ತಿತರರು ಕೂಡಾ ಪರಿಪೂರ್ಣರಲ್ಲ. ತಪ್ಪನ್ನು ತಿದ್ದಿಕೊಂಡು ಮುಂದುವರಿಯುವುದು ಮತ್ತೆ ಪ್ರಯತ್ನಿಸುವುದು ಮುಖ್ಯ.**

'ತಪ್ಪು ಮನುಷ್ಯ ಸಹಜ' ಎನ್ನುವ ಮಾತಿದೆ. ಒಂದೊಮ್ಮೆ ಪ್ರಯತ್ನದಲ್ಲಿ ಸೋಲುಂಟಾದರೆ, ಭರವಸೆ ಕಳೆದುಕೊಳ್ಳಬಾರದು.

ಬಾಲ್ಯದಿಂದಲೂ ಪ್ರೇಮ್‌ಗೆ ಸರಕಾರಿ ಕೆಲಸಕ್ಕೆ ಸೇರಬೇಕೆಂಬ ಹಂಬಲ. ಇದಕ್ಕಾಗಿ ಆತ ಸ್ಪರ್ಧಾತ್ಮಕ ಪರೀಕ್ಷೆಯ ಸಿದ್ಧತೆ ನಡೆಸಿದ್ದ. ಪದವಿಯಲ್ಲಿ ಉತ್ತಮ ಸಾಧನೆ ಮಾಡಿದ್ದರಿಂದ ಸ್ಪರ್ಧಾತ್ಮಕ ಪರೀಕ್ಷೆಯಲ್ಲೂ ಉತ್ತಮ ಸಾಧನೆ ಮಾಡುವ ಭರವಸೆ ಇತ್ತು. ಆದರೆ, ಫಲಿತಾಂಶ ಬಂದಾಗ ಆತನಿಗೆ ಶಾಕ್ ಆಯಿತು. ಆತ ಅನುತ್ತೀರ್ಣನಾಗಿದ್ದ. ಇನ್ನೆಂದೂ ಇಂಥ ಪರೀಕ್ಷೆ ತೆಗೆದುಕೊಳ್ಳುವುದಿಲ್ಲ ಎಂದು ದುಡುಕಿನ ನಿರ್ಧಾರ ತೆಗೆದುಕೊಂಡ.

ಪ್ರೇಮ್ ಸ್ನೇಹಿತ ರಾಮ್ ಕೂಡಾ ಅದೇ ಪರೀಕ್ಷೆ ತೆಗೆದುಕೊಂಡಿದ್ದ. ಉತ್ತಮವಾಗಿ ಸಿದ್ಧತೆ ನಡೆಸಿದ್ದರೂ, ಆತನೂ ನಪಾಸಾದ. ಆದರೆ, ಸೋಲಿನಿಂದ ಆತ ಧೃತಿಗೆಡಲಿಲ್ಲ. ಮತ್ತೊಮ್ಮೆ ಪರೀಕ್ಷೆ ತೆಗೆದುಕೊಂಡ. ಆಗಲೂ ತೇರ್ಗಡೆಯಾಗಲಿಲ್ಲ. 3ನೇ ಬಾರಿ ಯಶಸ್ವಿಯಾದ. ಬುದ್ಧಿ ಇದ್ದರೂ ಸಾಧಿಸುವ ಛಲವಿಲ್ಲದ ಪ್ರೇಮ್, ತನ್ನ ಗುರಿ ತಲುಪಲಿಲ್ಲ. ಆದರೆ, ರಾಮ್ ತುಂಬಾ ಬುದ್ಧಿವಂತನಲ್ಲದಿದ್ದರೂ

ಹಟ ಹಿಡಿದು, ಗುರಿ ಮುಟ್ಟಿದ. ದೃಢಚಿತ್ತ ಹಾಗೂ ದುರ್ಬಲ ಮನಸ್ಸಿನ ನಡುವಿನ ವ್ಯತ್ಯಾಸ ಇದು.

ಯಶಸ್ಸಿನ ಬೆನ್ನು ಹತ್ತಿದವರು ಸೋಲಿಗೆ ಭಯಪಡಬಾರದು. ತತ್ಕ್ಷಣ ಯಶಸ್ಸು ಕನಸಿನಲ್ಲಿ ಮಾತ್ರ ಸಾಧ್ಯ. ಕೀಟ್ಸ್ ಕವನಗಳು 'ರೋಮ್ಯಾಂಟಿಕ್ ಕಾವ್ಯ'ದ ಶೃಂಗ ಎನ್ನಲಾಗುತ್ತದೆ. ಕಾವ್ಯಕನ್ನಿಕೆ ಇದನ್ನು ಕೀಟ್ಸ್‌ಗೆ ತಟ್ಟೆಯಲ್ಲಿಟ್ಟು ಕೊಡಲಿಲ್ಲ. ಶ್ರೇಷ್ಠತೆ ಎಂಬುದು 'ತಪ್ಪು - ಒಪ್ಪು - ತಿದ್ದು' ಮೂಲಕ ಬರುತ್ತದೆ. ತಪ್ಪುಗಳು ಪಾಠ ಕಲಿಸುತ್ತವೆ. ತಪ್ಪು ಒಪ್ಪಿಕೊಂಡು, ಸರಿಪಡಿಸಲು ಅಗತ್ಯವಿರುವುದನ್ನು ಮಾಡಬೇಕು. ಜತೆಗೆ, ತಪ್ಪು ಪುನರಾವರ್ತನೆ ಆಗದಂತೆ ನೋಡಿಕೊಳ್ಳಬೇಕು. ಇಂಥ ಮನಸ್ಥಿತಿಯಿಂದ ಯಶಸ್ಸಿಗೆ ಅಗತ್ಯವಾದ ವಿವೇಚನಾ ಶಕ್ತಿ ಬೆಳೆಯುತ್ತದೆ.

ಜೆ.ಎಸ್.ಮುರ್ಸೆಲ್ ಹೇಳುತ್ತಾರೆ, 'ನೀವು ಎಷ್ಟು ಬಾರಿ ಪ್ರಯತ್ನಿಸಿದಿರಿ ಎಂಬುದು ಮುಖ್ಯ ಸಂಗತಿಯಲ್ಲ. ಬದಲಿಗೆ, ಎಷ್ಟು ಬುದ್ಧಿ ಬಳಸಿ ಯತ್ನಿಸಿದಿರಿ ಹಾಗೂ ತಪ್ಪುಗಳಿಂದ ನೀವು ಕಲಿತಿದ್ದೇನು ಎಂಬುದು ಮುಖ್ಯ'. ಯಾವುದೇ ಕ್ಷೇತ್ರವಿರಲಿ, ನಿರಂತರ ಪ್ರಯತ್ನದಿಂದಷ್ಟೇ ಯಶಸ್ಸು ಸಾಧ್ಯ. ಜಗದೀಶಚಂದ್ರ ಬೋಸ್ ಮತ್ತು ಸಿ.ವಿ. ರಾಮನ್‌ಗೆ ಮೊದಲ ಯತ್ನದಲ್ಲೇ ಯಶಸ್ಸು ಸಿಗಲಿಲ್ಲ. ಅವರು ತಪ್ಪು ಮಾಡಲು ಹಿಂಜರಿಯಲಿಲ್ಲ ಹಾಗೂ ತಪ್ಪಿನಿಂದ ಕಲಿಯುವುದನ್ನು ಮರೆಯಲಿಲ್ಲ. 'ತಪ್ಪು ತಿದ್ದಿಕೊಳ್ಳಲು ತಡ ಎಂಬುದಿಲ್ಲ' ಎಂಬ ಸೂತ್ರ ಅವರದ್ದಾಗಿತ್ತು. ಯಶಸ್ಸು ಮತ್ತು ಪ್ರೇಮದ ಹಾದಿ ಕಠಿಣವಾದುದ್ದು. ಎಷ್ಟು ಎಚ್ಚರಿಕೆಯಿಂದ ನಡೆದರೂ, ಜಾರುವ, ಎಡವುವ, ಮುಗ್ಗರಿಸುವ ಸಾಧ್ಯತೆ ಇರುತ್ತದೆ. ಹೀಗೆ ಆದಾಗ, ನಗುವವರಿದ್ದಾರೆ, ನಗುತ್ತಾರೆ. ಆದರೆ, ವಿವೇಕಿ ವಿರೋಧಿಗಳ ಕೈ ಮೇಲಾಗಲು ಬಿಡುವುದಿಲ್ಲ. ಜಾಗೃತ ಚಾಲಕ ರಸ್ತೆಯಲ್ಲಿನ ಗುಂಡಿಗಳನ್ನು ತಪ್ಪಿಸುವಂತೆ, ಎಚ್ಚರಿಕೆಯಿಂದ ಸಾಗಿ ಯಶ ಸಾಸಬೇಕಾಗುತ್ತದೆ.

ಸೋಲಿನ ಬಗ್ಗೆ ಭಯ ಕೂಡದು. ಅದು ಕೆಟ್ಟದಲ್ಲ ಅದು ನಮ್ಮ ಚಾರಿತ್ರ್ಯದ ನಿರ್ಮಾಣದಲ್ಲಿ ಗಮನಾರ್ಹ ಪಾತ್ರ ವಹಿಸುತ್ತದೆ. ತಪ್ಪಿನಿಂದ ಪಾಠ ಕಲಿತವನು ಬೇರೆಯವರ ಬಗ್ಗೆ ಕ್ರೌರ್ಯ ಇಲ್ಲವೇ ನಿರ್ಲಕ್ಷ್ಯ ತೋರುವುದಿಲ್ಲ. ಬೇರೆಯವರ ತಪ್ಪನ್ನು ಕಂಡು ನಗೆಯಾಡುವುದಿಲ್ಲ. ಸೌಜನ್ಯ, ಸನ್ನಡತೆ ಕಲಿಯುತ್ತಾನೆ.

❏❏

ಚಾತುರ್ಯವೂ ಮುಖ್ಯ

ಚಾತುರ್ಯವು ಪ್ರತಿಭೆಗೆ ಸಾಟಿಯಲ್ಲ. ಆದರೆ, ಅದು ಜೀವರಕ್ಷಕ ಸಾಧನವಿದ್ದಂತೆ. ಚಾತುರ್ಯ ವಿಲ್ಲದಿದ್ದರೆ ಪ್ರತಿಭೆ ಪ್ರಕಾಶಿಸುವುದು ಕಷ್ಟಕರ.

ಪ್ರತಿಭಾವಂತ ಎಂಜಿನಿಯರ್ ಯಂತ್ರವೊಂದನ್ನು ಕಂಡುಹಿಡಿಯುತ್ತಾನೆ ಎಂದಿಟ್ಟು ಕೊಳ್ಳಿ. ಆದರೆ, ಪ್ರತಿಭೆಯನ್ನು ನಗದಾಗಿ ಪರಿವರ್ತಿಸಲು ಆತ ಗ್ರಾಹಕರನ್ನು ಆಕರ್ಷಿಸಬೇಕಾಗುತ್ತದೆ. ಅವರು ಯಂತ್ರವನ್ನು ಖರೀದಿಸುವಂತೆ ಮನವೊಲಿಸ ಬೇಕಾಗುತ್ತದೆ. ಇದಕ್ಕೆ ಚಾತುರ್ಯ, ಮನವೊಲಿಸುವ ಸಾಮರ್ಥ್ಯ ಬೇಕಾಗುತ್ತದೆ. ಯಂತ್ರ ಎಷ್ಟೇ ಉತ್ಕೃಷ್ಟವಾಗಿರಲಿ, ಉಪಯುಕ್ತವಾಗಿರಲಿ, ಅದು ಬಳಕೆ ಯಾಗದಿದ್ದಲ್ಲಿ ಅನುಪಯುಕ್ತವಾಗಲಿದೆ. ವಯಲೆಟ್ ಬಾನ್ಹಾಮ್ ಕಾರ್ಟರ್ ಹೇಳುತ್ತಾರೆ, 'ಪ್ರತಿಭೆಗೆ ಚಾತುರ್ಯ ಪರ್ಯಾಯವಲ್ಲ. ಆದರೆ, ಚಾತುರ್ಯ ವಿಲ್ಲದಿದ್ದರೆ ಪ್ರತಿಭೆಗೆ ಮನ್ನಣೆ ಸಿಗುವುದಿಲ್ಲ'.

ವಿರೋಧವನ್ನು ಗೆಲ್ಲುವ ಹಾಗೂ ನೀವು ಮಾಡಿದ್ದನ್ನು ಬೇರೆಯವರು ಅನುಸರಿಸುವಂತೆ ಮಾಡುವ ಕೌಶಲವೇ ಚಾತುರ್ಯ. ಚಾತುರ್ಯದಿಂದ ಕ್ಲಿಷ್ಟ ಸಮಸ್ಯೆಯನ್ನು ಬಗೆಹರಿಸಬಹುದು ಎಂಬುದಕ್ಕೆ ಸಣ್ಣ ಉದಾಹರಣೆ ಇಲ್ಲಿದೆ. ತುಂಬಿದ ಬಸ್. ಸಣ್ಣ ವಿಷಯವೊಂದಕ್ಕೆ ಇಬ್ಬರು ಮಹಿಳೆಯರ ನಡುವೆ ಜಗಳ ಆರಂಭವಾಯಿತು. ಇಬ್ಬರೂ ಒಂದೇ ಸಮನೆ ಮಾತನ್ನಾಡುತ್ತಿದ್ದಾರೆ. ಕಂಡಕ್ಟರ್‌ಗೆ ತಲೆ ಕೆಟ್ಟು ಹೋಯಿತು. ಏನಾಯಿತು ಎಂದು ಕೇಳಲೂ ಆಗುತ್ತಿಲ್ಲ. ಇಬ್ಬರನ್ನೂ

ಸುಮ್ಮನಿರಿಸಿದ ಆತ ಹೇಳಿದ 'ನಿಮ್ಮಲ್ಲಿ ಯಾರಿಗೆ ಹೆಚ್ಚು ವಯಸ್ಸಾಗಿದೆಯೋ ಅವರು ಮೊದಲು ಮಾತನ್ನಾಡಲಿ'. ಇಬ್ಬರೂ ಗಪ್‌ಚುಪ್ ಆದರು!

ಫ್ರೆಂಚ್ ಕ್ರಾಂತಿ ತುತ್ತತುದಿಯಲ್ಲಿದ್ದ ಕಾಲ. ಪ್ಯಾರಿಸ್ಸಿನ ರಸ್ತೆಗಳಲ್ಲೆಲ್ಲ ಜನವೋ ಜನ. ಜನರನ್ನು ಚದುರಿಸಲು ಸೈನಿಕರು ಮುಂದಾದರು. ತೀವ್ರ ರಕ್ತಪಾತದ ಸಾಧ್ಯತೆಯಿತ್ತು. ಆಗ ಯುವ ಲೆಫ್ಟಿನೆಂಟ್ ಒಬ್ಬ ಮುಂದೆ ಬಂದು, ತಾನು ಜನರ ಬಳಿ ಮಾತನ್ನಾಡಬಹುದೇ ಎಂದು ಕಮ್ಯಾಂಡಿಂಗ್ ಆಫೀಸರ್ ಅನ್ನು ಕೇಳಿದ. ಅನುಮತಿ ಸಿಕ್ಕಿತು. ಮುಂದೆ ಬಂದ ಆತ ತನ್ನ ಹ್ಯಾಟ್ ತೆಗೆದು ಹೇಳಿದ, 'ನಾಗರಿಕರೇ, ನೀವೆಲ್ಲಾ ದಯವಿಟ್ಟು ಚದುರಬೇಕು. ಜನಜಂಗುಳಿ ಮೇಲೆ ಗುಂಡಿಡಬೇಕು ಎಂದು ನನಗೆ ಆದೇಶ ನೀಡಿದ್ದಾರೆ'. ಜನ ಚದುರಿದರು, ರಕ್ತಪಾತ ನಡೆಯಲಿಲ್ಲ.

ಆರಿಸನ್ ಸ್ವೆಟ್ ಮಾರ್ಡೆನ್ ಚಾತುರ್ಯವನ್ನು ವರ್ಣಿಸುವುದು ಹೀಗೆ, 'ಹಾಸ್ಯ ಪ್ರವೃತ್ತಿ ಉತ್ತಮ ಪರಿಪ್ರೇಕ್ಷ , ಪರಿಸ್ಥಿತಿಯನ್ನು ಶೀಘ್ರವಾಗಿ ಅಳೆಯುವ ಸಾಮರ್ಥ್ಯ ಹಾಗೂ ಶಾಂತ ಮನೋಭಾವದ ಮಿಶ್ರಣವೇ ಚಾತುರ್ಯ. ಅದು ನೋವುನಿವಾರಕದಂತೆ ಕೆಲಸ ಮಾಡುತ್ತದೆಯೇ ಹೊರತು ಗಾಯಗೊಳಿಸುವುದಿಲ್ಲ. ಸಂಶಯ ದೂರ ಮಾಡುತ್ತದೆ, ಸಾಂತ್ವನ ನೀಡುತ್ತದೆ'.

ನಮ್ಮ ಸುತ್ತಲಿನ ಆಗುಹೋಗುಗಳಿಗೆ ಪ್ರತಿಸ್ಪಂದನೆ, ಪರಿಸರಕ್ಕೆ ಹೊಂದಿಕೊಳ್ಳುವುದು, ಸಹಾಯಹಸ್ತ ನೀಡುವುದು, ಸಮಯಕ್ಕೆ ಅಗತ್ಯವಾದ ಕ್ರಿಯೆ, ಸ್ನೇಹಿತರು - ಸಹೋದ್ಯೋಗಿಗಳಿಗೆ ಅವರು ಕೇಳಬೇಕು ಎಂದುಕೊಂಡಿರುವುದನ್ನೇ ಹೇಳುವುದು, ಅದೂ ಸೂಕ್ತ ಸಮಯದಲ್ಲಿ - ಇವೆಲ್ಲ ಯಶಸ್ಸಿಗೆ ದಾರಿ ಮಾಡಿ ಕೊಡುತ್ತದೆ. ಅಧಿಕಾರವನ್ನು ಚಾತುರ್ಯದಿಂದ ಬಳಸಿದರೆ, ಹೆಚ್ಚು ಪರಿಣಾಮ ಉಂಟುಮಾಡುತ್ತದಲ್ಲದೆ, ಯಾವುದೇ ಕಹಿ ಭಾವನೆಯಿಲ್ಲದೆ ಆಗಬೇಕಿದ್ದ ಕೆಲಸ ಆಗುತ್ತದೆ. ಅಹಂಕಾರದ ನಡೆ ತಿರಸ್ಕಾರಕ್ಕೆ ಕಾರಣವಾಗುತ್ತದೆ.

ಒಮ್ಮೆ ಅಮೆರಿಕಾದ ಸೈನಿಕರ ತುಕಡಿಯೊಂದು ದಾರಿಗಡ್ಡವಾಗಿದ್ದ ಮರದ ಭಾರಿ ದಿಮ್ಮಿಯನ್ನು ಪಕ್ಕಕ್ಕೆ ಸರಿಸಲು ಯತ್ನಿಸುತ್ತಿತ್ತು. ಎಷ್ಟು ಪ್ರಯತ್ನ ಪಟ್ಟರೂ ದಿಮ್ಮಿ ಪಕ್ಕಕ್ಕೆ ಸರಿಯಲಿಲ್ಲ. ಕಮ್ಯಾಂಡಿಂಗ್ ಅಧಿಕಾರಿ ಸಿಟ್ಟಿಗೆದ್ದು, ಆದೇಶಗಳನ್ನು ಒದರುತ್ತಿದ್ದನೇ ಹೊರತು, ಕೈಗೂಡಿಸಲು ಮುಂದಾಗಲಿಲ್ಲ. ಆ ಸೈನಿಕರಿಗೆ ಬೇಕಾಗಿದ್ದು ಒಂದು ಜತೆ ಕೈಗಳ ನೆರವು. ಸೈನಿಕರ ಜತೆ ಕೈಗೂಡಿಸುವುದು ತನ್ನ ಘನತೆಗೆ ಕಡಿಮೆ ಎಂದು ಅಧಿಕಾರಿ ಭಾವಿಸಿದ್ದ.

ಮುಖ್ಯ ಕಮ್ಯಾಂಡಿಂಗ್ ಆಫೀಸರ್ ಜಾರ್ಜ್ ವಾಷಿಂಗ್ಟನ್ ಅದೇ ಮಾರ್ಗದಲ್ಲಿ ಬಂದರು. ಅವರಿಗೆ ತಕ್ಷಣ ಪರಿಸ್ಥಿತಿಯ ಅರಿವಾಯಿತು. ವಾಹನದಿಂದ

ಕೆಳಗಿಳಿದವರೇ ಸೈನಿಕರ ಜತೆ ಕೈ ಜೋಡಿಸಿದರು. ಕ್ಷಣಮಾತ್ರದಲ್ಲಿ ದಿಮ್ಮಿ ಪಕ್ಕಕ್ಕೆ ಸರಿದು, ದಾರಿ ಸಂಚಾರಕ್ಕೆ ಮುಕ್ತಗೊಂಡಿತು. ಸೈನಿಕರಿಗೆ ತಮ್ಮ ಜತೆ ದಿಮ್ಮಿ ತಳ್ಳಿದವರು ಯಾರೆಂದು ಗೊತ್ತಿರಲಿಲ್ಲ. ಆತನಿಗೆ ಧನ್ಯವಾದ ಹೇಳಿದರು. ಹೊರಡುವ ಮುನ್ನ ಜಾರ್ಜ್ ವಾಷಿಂಗ್ಟನ್ ಕಮ್ಯಾಂಡಿಂಗ್ ಅಧಿಕಾರಿಗೆ ಹೇಳಿದರು, 'ಮುಂದೆ ಎಂದಾದರೂ ಕೆಲಸಕ್ಕೆ ಜನ ಕಡಿಮೆಯಾದರೆ, ವಾಷಿಂಗ್ಟನ್‌ಗೆ ಕರೆಮಾಡು'. ಕಮ್ಯಾಂಡಿಂಗ್ ಅಧಿಕಾರಿ ಮೂರ್ಛೆ ಹೋಗುವುದು ಬಾಕಿ ಇತ್ತು. ಆತ ಅಪ್ರತಿಭನಾದ. 'ಪ್ರತಿಷ್ಠೆಗೆ ಅರ್ಥವಿಲ್ಲ' ಎಂಬ ಸಂದೇಶ ಆತನಿಗೆ ಮುಟ್ಟಿತು. ಒಂದೊಮ್ಮೆ ಆತನಿಗೆ ಬೈದಿದ್ದರೆ, ಕಹಿ ಉಳಿದುಬಿಡುತ್ತಿತ್ತು. ಹೇಳಬೇಕಾದ್ದನ್ನು ಚಾತುರ್ಯದಿಂದ ವಾಷಿಂಗ್ಟನ್ ಹೇಳಿಬಿಟ್ಟಿದ್ದರು. ಅಡಿಸನ್ ಹೇಳುತ್ತಾರೆ, 'ವ್ಯಕ್ತಿಯೊಬ್ಬ ಹೆಚ್ಚು ಓದದೆ ಇರಬಹುದು ಅಥವಾ ಬುದ್ಧಿವಂತನಲ್ಲದಿರಬಹುದು. ಆದರೆ, ಆತನಿಗೆ ಸಾಮಾನ್ಯ ಪ್ರಜ್ಞೆ ಇದ್ದರೆ ಮತ್ತು ಆತನ ವರ್ತನೆ ಸ್ನೇಹಯುತವಾಗಿದ್ದರೆ, ಅದರಿಂದ ಜನರ ಒಲವು ಗಳಿಸಬಹುದು. ಜನರನ್ನು ಮೆಚ್ಚಿಸಲು ಉಜ್ವಲ ಆಲೋಚನೆಗಳೇ ಬೇಕೆಂದಿಲ್ಲ'.

ಕೆಲ ಕೆಲಸಗಳನ್ನು ಕಡಿಮೆ ಸಾಮರ್ಥ್ಯ ಹಾಗೂ ಹೆಚ್ಚು ಚಾತುರ್ಯದಿಂದ ಸಾಧಿಸಬಹುದು. ಬಹುತೇಕ ವ್ಯಾಪಾರಿಗಳ ಯಶಸ್ಸಿಗೆ ಅವರ ಬುದ್ಧಿಮತ್ತೆ ಕಾರಣವಲ್ಲ. ಬದಲಿಗೆ, ವ್ಯವಹಾರ ಚಾತುರ್ಯ ಕಾರಣ. ಯಾವ ವ್ಯಾಪಾರಿಯೂ ತನ್ನ ಗ್ರಾಹಕರನ್ನು ಅತೃಪ್ತಿಗೊಳಿಸಲು ಯತ್ನಿಸುವುದಿಲ್ಲ. ಅವರನ್ನು 'ಕೊಳ್ಳುವವರು' ಎನ್ನುವ ಬದಲು ಪೋಷಕ (ಪೇಟ್ರನ್) ಎನ್ನುತ್ತಾರೆ. ಕಂಪನಿಯೊಂದರ ಪತ್ರದಲ್ಲಿನ ಒಕ್ಕಣೆ ಇದಕ್ಕೆ ಉದಾಹರಣೆ. 'ನಮ್ಮ ಸೇವೆ ಬಗ್ಗೆ ಯಾವುದೇ ಅತೃಪ್ತಿ ಇಲ್ಲವೇ ಆಕ್ಷೇಪ ಇದ್ದಲ್ಲಿ, ಆ ಕುರಿತು ಮಾಹಿತಿ ನೀಡಿದಲ್ಲಿ ನಾವು ಕೃತಜ್ಞರಾಗಿರುತ್ತೇವೆ. ಹಾಗೂ ಅದನ್ನು ಸರಿಪಡಿಸಲು ತಕ್ಷಣ ಅಗತ್ಯ ಕ್ರಮ ಕೈಗೊಳ್ಳುತ್ತೇವೆ'.

ಕೆಲವರು ಚಾತುರ್ಯವನ್ನು 'ಕುಟಿಲತೆ' ಎನ್ನುತ್ತಾರೆ. ನೇರವಾಗಿ ಹೇಳುವುದು ಸರಿಯಾದ ದಾರಿ ಎನ್ನುವವರಿದ್ದಾರೆ. ನೇರವಂತಿಕೆ ಚಾರಿತ್ಯದಿಂದ ಬರುವಂಥದ್ದು ಎಂದೂ ವಾದಿಸುತ್ತಾರೆ. ಇರಬಹುದು. ಆದರೆ, ಕಣ್ಣಿಲ್ಲದವನನ್ನು ಅಂಧ ಎನ್ನುವುದು ಯಾವ ಸೌಜನ್ಯ, ನೇರವಂತಿಕೆ?

ಪ್ರತಿಭೆಯಿಂದ ಪ್ರವೇಶ ಸಿಗುತ್ತದೆ. ಚಾತುರ್ಯವೂ ಇದ್ದರೆ, ಪ್ರಯಾಣ ಸುಲಭವಾಗುತ್ತದೆ.

❑❑

ಧೈರ್ಯ, ನಂಬಿಕೆಯೇ ಬಲ

ಧೈರ್ಯ, ನಂಬಿಕೆ ಪರ್ವತವನ್ನೇ ಚಲಿಸುವಂತೆ ಮಾಡುತ್ತವೆ ಎಂಬ ಮಾತಿದೆ. ಆದರೆ, ಭಯ ವ್ಯಕ್ತಿಯ ಆಧ್ಯಾತ್ಮಿಕ, ನೈತಿಕ ಇಲ್ಲವೇ ದೈಹಿಕ ದೌರ್ಬಲ್ಯದ ಫಲ.

ರೋಮ್‌ನ ತತ್ವಶಾಸ್ತ್ರಜ್ಞ ಟೇಸಿಟಸ್ ಹೇಳಿದ, 'ದೇವರು ಮಹಾನ್ ಧೈರ್ಯಶಾಲಿಗಳ ಪರವಾಗಿ ಇರುತ್ತಾನೆ'. ಇದರರ್ಥ ಧೈರ್ಯವೆಂಬುದು ಸಾಧಕನ ಹೆಗ್ಗುರುತು. ಬದುಕಿನ ನಾನಾ ಕ್ಷೇತ್ರಗಳಲ್ಲಿ ಸಾಧಕರು ತೋರಿಸಿದ ಧೈರ್ಯದ ಕಥನಗಳು ನಾಗರಿಕತೆಯಲ್ಲಿ ಬಿಂಬಿತಗೊಂಡಿವೆ. ಝೂನ್ಸಿರಾಣಿ ಲಕ್ಷ್ಮಿಬಾಯಿ ಬ್ರಿಟಿಷರ ವಿರುದ್ಧ ಕತ್ತಿಯೆತ್ತಲು ನಿರ್ಧರಿಸಿದಾಗ ಆಕೆಗೆ 23 ವರ್ಷ ಮಾತ್ರ. ಜಗತ್ತಿನೆಲ್ಲೆಡೆಯ ದೇಶಭಕ್ತರಿಗೆ ಆಕೆಯ ಕಥನ ನಿರಂತರ ಸ್ಫೂರ್ತಿ ತರುತ್ತದೆ. ಭಗತ್‌ಸಿಂಗ್ ಹಾಗೂ ಚಂದ್ರಶೇಖರ ಆಜಾದ್‌ರ ತ್ಯಾಗ ಕೂಡಾ ಇದೇ ಗುಂಪಿಗೆ ಸೇರುತ್ತದೆ.

ಕದನದ ಕಣದಲ್ಲಿ ಸಾಹಸ ಪ್ರದರ್ಶನ ಪ್ರಶಂಸಾರ್ಹ. ಬದುಕಿನ ಇತರ ಕ್ಷೇತ್ರಗಳಲ್ಲೂ ಹಲವು ಸಾಧಕರಿದ್ದಾರೆ. ಸಂಗೀತಕಾರ ಬಿಥೋವನ್ ಎಳವೆಯಲ್ಲೇ ಶ್ರವಣಶಕ್ತಿ ಕಳೆದುಕೊಂಡ. ಆದರಿಂದ ಆತ ಧೃತಿಗೆಡಲಿಲ್ಲ. ಆತ ಹಲವು ಶ್ರೇಷ್ಠ ಗೀತೆಗಳನ್ನು ಸೃಷ್ಟಿಸಿದ. ಕೀಟ್ಸ್‌ನನ್ನು ತೀವ್ರ ಕಾಯಿಲೆಯೊಂದು ಕಾಡುತ್ತಿತ್ತು. ಬಾಲ್ಯದಿಂದಲೇ ಬೆನ್ನತ್ತಿದ ವ್ಯಾಧಿಗೆ ಆತನ ಕಾವ್ಯಶಕ್ತಿಯನ್ನು ಕಿತ್ತುಕೊಳ್ಳಲು ಆಗಲಿಲ್ಲ. 'ಕವನ ಬರೆಯುವುದನ್ನು ಬಿಟ್ಟು ವೈದ್ಯ ಸಹಾಯಕ ವೃತ್ತಿಯನ್ನು ಮಾಡು' ಎಂದು

ಕಾಲೆಳೆದವರಿಗೆ ಕಡಿಮೆಯಿಲ್ಲ. ಕೀಟ್ಸ್ ಇದಕ್ಕೆ ಕಿವಿಗೊಡಲಿಲ್ಲ. ಇಂಥ ಛಲವೇ ಆತನಿಗೆ ಇಂಗ್ಲಿಷ್ ಸಾಹಿತ್ಯದಲ್ಲಿ ಯಾರೂ ಕದಲಿಸಲಾಗದ ಸ್ಥಾನ ಕೊಟ್ಟಿತು.

ಮುನ್ಷಿ ಪ್ರೇಮ್‌ಚಂದ್ ಯಾರಿಗೆ ಗೊತ್ತಿಲ್ಲ? ಕಡು ಬಡತನ; ಪ್ರತಿಭೆಯಿದ್ದರೂ ಸೂಕ್ತ ಉದ್ಯೋಗ ಸಿಗಲಿಲ್ಲ. ಬರೆದೇ ಬದುಕಬೇಕೆಂಬ ಅವರ ಛಲ ನಾನಾ ಕಷ್ಟಕ್ಕೆ ಕಾರಣವಾಯಿತು. ಹೀಗಿದ್ದರೂ, ಅವರೇನು ತಮ್ಮ ಹಾದಿ ಬದಲಿಸಲಿಲ್ಲ. 'ಧೈರ್ಯಂ ಸರ್ವತ್ರ ಸಾಧನಂ' ಎಂಬಂತೆ ಧೈರ್ಯಕ್ಕೆ ಸಾಟಿಯಾದುದು ಯಾವುದೂ ಇಲ್ಲ.

ಪೋರಸ್‌ನನ್ನು ಸೋಲಿಸಿದ ಚಕ್ರವರ್ತಿ ಅಲೆಕ್ಸಾಂಡರ್, ಆತನನ್ನು 'ನಿನ್ನನ್ನು ಹೇಗೆ ನಡೆಸಿಕೊಳ್ಳಬೇಕು'? ಎಂದು ಕೇಳಿದನಂತೆ. ಉಬ್ಬಿಸಿದ ಎದೆ, ಎತ್ತಿದ ತಲೆಯನ್ನು ಸ್ವಲ್ಪವೂ ಕುಂದಿಸದೆ ಪೋರಸ್ ಹೇಳಿದ 'ಒಬ್ಬ ರಾಜನಂತೆ'! ಪೋರಸ್‌ನ ಘನತೆಗೆ, ಧೈರ್ಯಕ್ಕೆ ಸೋಲು ಧಕ್ಕೆ ತಂದಿರಲಿಲ್ಲ. ಇದೇ ರೀತಿ ಸಾಕ್ರೆಟೀಸ್‌ನ ಉಪದೇಶ, ಜನಪ್ರಿಯತೆಯನ್ನು ಸಹಿಸದ ಗ್ರೀಕ್ ಸರ್ಕಾರ, ನಿನ್ನ ಉಪದೇಶಗಳನ್ನು ಹಿಂಪಡೆದುಕೊಂಡರೆ ಮರಣದಂಡನೆಯನ್ನು ವಾಪಸ್ ಪಡೆದುಕೊಳ್ಳಲಾಗುತ್ತದೆ ಎಂದಿತಂತೆ. ಅದಕ್ಕೆ ಸಾಕ್ರೆಟೀಸ್ ಹೇಳಿದ, 'ನಾನು ಅಥೆನ್ಸ್ ಇಲ್ಲವೇ ಗ್ರೀಕ್‌ಗೆ ಸೀಮಿತವಾದವನಲ್ಲ. ನಾನು ವಿಶ್ವ ಪ್ರಜೆ'. ಇಂದಿಗೂ ಸಾಕ್ರೆಟೀಸ್‌ನನ್ನು ಸಾವಿನ ಹೆಡೆಯಲ್ಲೂ ಸ್ವಾತಂತ್ರ್ಯವನ್ನು ಎತ್ತಿ ಹಿಡಿದ ಧೀಮಂತ ಚಿಂತಕ ಎಂದು ಜಗತ್ತಿನೆಲ್ಲೆಡೆ ಸ್ಮರಿಸಲಾಗುತ್ತದೆ. ಕನ್‌ಫ್ಯೂಷಿಯಸ್ ಹೇಳುತ್ತಾರೆ, 'ಯಾವುದು ಸರಿ ಎಂದು ಗೊತ್ತಿದ್ದರೂ ಅದನ್ನು ಮಾಡದಿರುವುದು ಹೇಡಿತನದ ಪರಾಕಾಷ್ಠೆ'.

ಧೈರ್ಯ ಹೇಗೆ ವ್ಯಕ್ತಿಯನ್ನು ಔನ್ನತ್ಯಕ್ಕೇರಿಸುತ್ತದೋ, ಅದರ ವೈರಿ 'ಭಯ' ವ್ಯಕ್ತಿಯನ್ನು ಭೂತಕಾಲಕ್ಕೆ ತಳ್ಳಿ ಬಿಡುತ್ತದೆ. ಹೆಲೆನ್ ಕ್ರೇನ್ ಹೇಳುತ್ತಾರೆ, 'ವ್ಯಕ್ತಿಯ ಅಧ್ಯಾತ್ಮಿಕ, ನೈತಿಕ ಇಲ್ಲವೇ ದೈಹಿಕ ದೌರ್ಬಲ್ಯದ ಪ್ರಜ್ಞಾಪೂರ್ವಕ ಇಲ್ಲವೇ ಅಪ್ರಜ್ಞಾಪೂರ್ವಕ ಅಭಿವ್ಯಕ್ತಿಯೇ ಭಯ. ಪರಿಸ್ಥಿತಿಯನ್ನು ಎದುರಿಸಲಾಗದ ಅಸಾಮರ್ಥ್ಯವನ್ನು ಅದು ತೋರಿಸುತ್ತದೆ. ತನ್ನ ಆಶಯಕ್ಕೆ ತಕ್ಕಂತೆ ನಡೆಯಲಾಗದ ಶಕ್ತಿಹೀನತೆಯ ದ್ಯೋತಕ ಅದು'.

ಭಯ ಎಂಬುದು ವ್ಯಕ್ತಿಯನ್ನು ಶೃಂಖಲೆಯಲ್ಲಿ ಬಂಧಿಸುತ್ತದೆ. ಇದರಿಂದ ವ್ಯಕ್ತಿಯ ಶಕ್ತಿ ಹರಣವಾಗುತ್ತದೆ. ಗೆಲ್ಲಬಹುದಾದ ಕಡೆ ಸೋಲಿಗೆ ಕಾರಣವಾಗುತ್ತದೆ. ಯುದ್ಧ ಇಲ್ಲವೇ ಕಾಯಿಲೆಯಿಂದ ಸಾಯುವವರಿಗಿಂತ ಹೆಚ್ಚು ಮಂದಿ ಭಯದಿಂದ ಸಾಯುತ್ತಾರೆ ಎಂದರೆ ಉತ್ಪ್ರೇಕ್ಷೆಯಾಗದು. 'ನಾನು ಜಯಿಸುವ ಸಾಧ್ಯತೆ ಇಲ್ಲ' ಎಂದುಕೊಂಡು ಕೆಲಸ ಆರಂಭಿಸುವವ ಅರ್ಧದಷ್ಟು ಸೋತಿರುತ್ತಾನೆ.

ಗೆಲುವಿಗೆ ಬೇಕಾದಷ್ಟು ಶಕ್ತಿ ಸಂಚಯವಿದ್ದರೂ ಮಾನಸಿಕವಾಗಿ ಸೋತ ವ್ಯಕ್ತಿ ವಿಜಯಶಾಲಿಯಾಗಲು ಸಾಧ್ಯವೇ ಇಲ್ಲ.

ನಕಾರಾತ್ಮಕ ಭಾವನೆಗಳನ್ನು ತೊಡೆಯಲು ಏನು ಮಾಡಬೇಕು ಎಂಬುದಕ್ಕೆ ಸ್ಯಾಮ್ಯುಯಲ್ ಹೇಳುವ ಮಾತಿದು, 'ಸೋಲುತ್ತೇನೆ ಎಂದುಕೊಳ್ಳುವವರನ್ನು ದೇವರೂ ದ್ವೇಷಿಸುತ್ತಾನೆ'. ತಾನು ಸೋಲುತ್ತೇನೆ ಎಂದು ಯಾವುದೇ ಆಧಾರ ವಿಲ್ಲದ ಭಯದಿಂದ ಕೆಲಸವನ್ನು ಅರ್ಧಕ್ಕೆ ನಿಲ್ಲಿಸುವವನೇ 'ಕ್ವಿಟ್ಟರ್'. ಶೇಕ್ಸ್‌ಪಿಯರ್ ಹೇಳುತ್ತಾನೆ, 'ಹೇಡಿಗಳು ಸಾಯುವ ಮುನ್ನವೇ ಹಲವು ಬಾರಿ ಸತ್ತಿರುತ್ತಾರೆ. ಆದರೆ, ಧೈರ್ಯವಂತ ಒಮ್ಮೆ ಮಾತ್ರ ಸಾವಿನ ರುಚಿ ನೋಡುತ್ತಾನೆ'.

ಧೈರ್ಯದ ಜತೆಗೆ ಯಶಸ್ಸಿಗೆ ಸಹಕರಿಸುವ ಇನ್ನೊಂದು ಗುಣ - ಶ್ರದ್ಧೆ ನಂಬಿಕೆ. ಶ್ರದ್ಧೆ ಎಂದರೆ, ತನ್ನ ಸಾಮರ್ಥ್ಯದಲ್ಲಿ ನಂಬಿಕೆ, ತನ್ನ ಕೆಲಸ - ಯೋಜನೆ ಯಲ್ಲಿ ಗೆಳೆಯರು ಸಹೋದ್ಯೋಗಿಗಳು ನೆರವು ನೀಡುತ್ತಾರೆ ಎಂಬ ವಿಶ್ವಾಸ. ಶ್ರದ್ಧೆ ಇಲ್ಲವೇ ಆತ್ಮವಿಶ್ವಾಸ ಇನ್ನೊಬ್ಬರ ಮೇಲೆ ಪರಿಣಾಮ ಬೀರುತ್ತದೆ. ಎಲ್ಲೆಡೆ ಪಸರಿಸುತ್ತದೆ.

ಗಾಂಧೀಜಿ ಸೇರಿದಂತೆ ಬಹುತೇಕರು ತಮ್ಮಲ್ಲಿ ನಂಬಿಕೆಯುಳ್ಳವರಾಗಿದ್ದರು. ಗಾಂಧೀಜಿ ಬಳಿ ಹಣ, ಆಸ್ತಿ, ಸೈನ್ಯದಂಥ ಯಾವುದೇ ಸಂಪನ್ಮೂಲ ಇರಲಿಲ್ಲ ಡೇಲ್ ಕಾರ್ನೆಗಿ ಹೇಳುತ್ತಾರೆ, 'ಗಾಂಧಿ ಬಳಿ ಹಣ, ಮನೆ ಇರಲಿಲ್ಲ, ಸೂಟ್ ಇರಲಿಲ್ಲ. ಆದರೆ, ಅವರ ಬಳಿ ಅಧಿಕಾರವಿತ್ತು. ಆ ಅಧಿಕಾರ ಅವರಿಗೆ ಬಂದಿದ್ದು ಹೇಗೆ? ಆತ್ಮಶ್ರದ್ಧೆ ಹಾಗೂ ಅದನ್ನು 200 ದಶಲಕ್ಷ ಜನರಲ್ಲಿ ಬಿತ್ತುವ ಮೂಲಕ ಅವರು ಅಧಿಕಾರ ಸೃಷ್ಟಿಸಿದರು'.

ವಿನ್ಸ್ಟನ್ ಚರ್ಚಿಲ್ ಇಂಥ ಇನ್ನೊಬ್ಬ ನಾಯಕ. ಹಿಟ್ಲರ್ 2ನೇ ಮಹಾ ಯುದ್ಧಕ್ಕೆ ಮುನ್ನುಡಿ ಹಾಡಿದಾಗ, ಇಂಗ್ಲೆಂಡ್ ಯುದ್ಧ ಸನ್ನದ್ಧವಾಗಿರಲಿಲ್ಲ. ಸೋಲಿನ ಭೀತಿ ಇಂಗ್ಲೆಂಡನ್ನು ಆವರಿಸಿತ್ತು. ದೇಶದ ಅಸ್ತಿತ್ವವೇ ಭೀತಿಯಲ್ಲಿತ್ತು. ಅಂಥ ಸ್ಥಿತಿ ಯಲ್ಲಿ ಇಂಗ್ಲೆಂಡ್‌ನ ನೆರವಿಗೆ ಬಂದವರು ಚರ್ಚಿಲ್. ಅವರಿಗೆ ತಮ್ಮ ಸಾಮರ್ಥ್ಯದ ಬಗ್ಗೆ ಭರವಸೆ ಇತ್ತು. ತನ್ನ ಜನ ದೇಶಕ್ಕಾಗಿ ಯಾವುದೇ ತ್ಯಾಗ ಮಾಡಬಲ್ಲರು. ಆದರೆ, ಈಗ ಅವರನ್ನು ಭೀತಿ ಆವರಿಸಿದೆ ಎಂಬುದು ಚರ್ಚಿಲ್‌ಗೆ ಗೊತ್ತಿತ್ತು. 'ನನ್ನ ಬಳಿ ನಿಮಗೆ ಕೊಡಲು ರಕ್ತ, ಬೆವರು, ಕಣ್ಣೀರು, ಕಷ್ಟ ಬಿಟ್ಟರೆ ಬೇರೇನೂ ಇಲ್ಲ. ನಾವು ಸಮುದ್ರದ ಮೇಲೆ, ಆಕಾಶದಲ್ಲಿ ರಸ್ತೆಗಳಲ್ಲಿ ಹಾಗೂ ಹೊಲಗದ್ದೆಯಲ್ಲಿ ಶತ್ರು ಗಳೊಡನೆ ಕಾದಾಡೋಣ. ಪರ್ವತಗಳಲ್ಲಿ ಹೋರಾಡೋಣ. ಕೊನೆಯವರೆಗೆ ಕಾದೋಣ. ಆದರೆ, ಎಂದಿಗೂ ಶತ್ರುಗಳಿಗೆ ವಶವಾಗುವುದು ಬೇಡ' ಎಂದು ಹುರಿದುಂಬಿಸಿದರು. ಚರ್ಚಿಲ್‌ರ ನಾಯಕತ್ವ ವಿಜಯಕ್ಕೆ ಕಾರಣವಾಯಿತು.

ವಿಧಿಯ ಕೈಯಿಂದ ವಿಜಯವನ್ನು ಧೈರ್ಯ - ಶ್ರದ್ಧೆಯಿಂದ ಕಿತ್ತುಕೊಳ್ಳ ಬಹುದು. ಧೈರ್ಯ - ಶ್ರದ್ಧೆ ಕೆಲವರ ಸ್ವತ್ತಲ್ಲ. ಇವೆರಡನ್ನು ಪ್ರಯತ್ನದ ಮೂಲಕ ಬೆಳೆಸಿಕೊಳ್ಳಬಹುದು. 'ಒಳ್ಳೆಯದು ಇಲ್ಲವೇ ಕೆಟ್ಟದ್ದು ಎಂಬುದಿಲ್ಲ. ನಮ್ಮ ಯೋಚನೆ ಅಂಥ ನಿರ್ಧಾರಕ್ಕೆ ಬರಲು ಕಾರಣ'. ಇದರರ್ಥ-ಮನಸ್ಸು ಬದಲಾದರೆ, ಮನುಷ್ಯನೂ ಬದಲಾಗುತ್ತಾನೆ. ನಮ್ಮ ಮನಸ್ಸು ಸಕಾರಾತ್ಮಕ ಚಿಂತನೆಯಲ್ಲಿ ತೊಡಗಿದರೆ, ವ್ಯಕ್ತಿತ್ವ ತನ್ನಿಂತಾನೇ ಉತ್ತಮಗೊಳ್ಳುತ್ತದೆ.

❑❑

ನಿಮ್ಮ ನಿರ್ಧಾರ, ನಿಮ್ಮ ಅದೃಷ್ಟ

> **ನಮ್ಮ ನಿರ್ಧಾರಗಳಿಗೆ ನಾವೇ ಹೊಣೆ. ಸೂಕ್ತ ಚಿಂತನೆ, ಯೋಚನೆ, ಯೋಜನೆಗಳ ಬಳಿಕ ತೆಗೆದು ಕೊಳ್ಳುವ ನಿರ್ಧಾರದಿಂದ ನಕಾರಾತ್ಮಕ ಫಲಿತಾಂಶ ಬರುವುದು ಸಾಧ್ಯವಿಲ್ಲ. ಒಂದೊಮ್ಮೆ ಬಂದರೂ, ಮತ್ತೊಮ್ಮೆ ಪ್ರಯತ್ನಿಸುವ ಅವಕಾಶ ಇರುತ್ತದೆ.**

ಡಬ್ಲ್ಯು.ಜೆ. ಎನ್ನೆವರ್ ಹೇಳುತ್ತಾರೆ, 'ಅದೃಷ್ಟ ನಮ್ಮ ಸ್ಥಾನವನ್ನು ನಿರ್ಧರಿಸುವುದು ಕೆಲ ಸನ್ನಿವೇಶಗಳಲ್ಲಿ ಮಾತ್ರ. ನಮ್ಮ ಸ್ಥಾನವನ್ನು ಬಹುತೇಕ ನಾವೇ ನಿರ್ಮಿಸಿಕೊಳ್ಳ ಬೇಕಾಗುತ್ತದೆ'. ಜಗತ್ತಿನ ಇತಿಹಾಸವನ್ನು ಬರೆದ, ಬದಲಿಸಿದ ಹಲವು ಮಹನೀಯರ ಬದುಕನ್ನು ಪರಿಶೀಲಿಸಿದರೆ, ಅವರೆಲ್ಲ ಸೂಕ್ತ ಸಮಯದಲ್ಲಿ ಸರಿಯಾದ ನಿರ್ಧಾರ ತೆಗೆದುಕೊಂಡಿದ್ದರಿಂದ ಅವರ ಬದುಕು ಬದಲಾಯಿತು ಎಂಬುದು ಗೊತ್ತಾಗುತ್ತದೆ.

ಗುಲಾಮಗಿರಿಯನ್ನು ತೊಡೆಯಬೇಕು ಎನ್ನುವ ಅಬ್ರಹಾಂ ಲಿಂಕನ್ನರ ನಿರ್ಧಾರದ ವಿರುದ್ಧ ಹಲವರು ಬಂಡೆದ್ದರು. ಆದರೆ, ಜಾಗತಿಕ ಚರಿತ್ರೆಗೆ ಹೊಸ ಭಾಷ್ಯ ಬರೆದ ಈ ನಿರ್ಧಾರದಿಂದ ಲಿಂಕನ್, ಶಾಶ್ವತ ಸ್ಥಾನ ಗಳಿಸಿದರು. ವಿರೋ ಸಿದವರು ಎಲ್ಲಿದ್ದಾರೆ? ದೇಶದ ಸ್ವಾತಂತ್ರಕ್ಕಾಗಿ ಹೋರಾಡಿದ ಹಲವು ದೇಶಭಕ್ತರು ಇತಿಹಾಸದಲ್ಲಿ ಹಾಗು ಜನಮಾನಸದಲ್ಲಿ ಶಾಶ್ವತವಾಗಿ ಇರುತ್ತಾರೆ.

ಎದೆಗಾರಿಕೆಯ, ನಿರ್ದಿಷ್ಟ ಹಾಗೂ ಸೂಕ್ತ ನಿರ್ಧಾರ ತೆಗೆದುಕೊಳ್ಳುವ ಸಾಮರ್ಥ್ಯವು ವ್ಯಕ್ತಿಯ ಬದುಕಿನಲ್ಲಿ ಗಮನಾರ್ಹ ಪಾತ್ರ ವಹಿಸುತ್ತದೆ. ಕಾಲಹರಣ - ವಿಳಂಬ ವೈಯಕ್ತಿಕ ದೋಷ. ನೆಪೋಲಿಯನ್ ಹಿಲ್ ಹೇಳುತ್ತಾರೆ, 'ಶೀಘ್ರ ನಿರ್ಧಾರ ತೆಗೆದುಕೊಳ್ಳುವ ಗುಣಕ್ಕೆ ವಿರುದ್ಧವಾದ ವಿಳಂಬ ನೀತಿಯು ಎಲ್ಲರ ಶತ್ರುವಾಗಿದ್ದು, ಅದನ್ನು ಜಯಿಸಬೇಕು'. ಸೂಕ್ತ ನಿರ್ಧಾರ ತೆಗೆದುಕೊಳ್ಳುವ ಸಾಮರ್ಥ್ಯ ಇಲ್ಲದವರಿಗೆ ಮುಖ್ಯವಾದ ಕೆಲಸಗಳನ್ನು ವಹಿಸುವುದಿಲ್ಲ,

ಸಹೋದ್ಯೋಗಿ , ಹಿರಿಯ ಅಧಿಕಾರಿಗಳು, 'ಆತ ಸಾಮರ್ಥ್ಯವಿಲ್ಲದವ' ಎಂದು ಭಾವಿಸುತ್ತಾರೆ. ವಿಳಂಬನೀತಿ ಭವಿಷ್ಯಕ್ಕೆ ಕುತ್ತು ತರುವ ಜತೆಗೆ, ಆತನನ್ನು ಜನ ನಂಬದಂತೆ ಆಗುತ್ತದೆ. ಕೆಲವೊಮ್ಮೆ 'ತುಂಬ ತಡವಾಯಿತು' ಎನ್ನುವ ಹಂತದವರೆಗೆ ನಿರ್ಧಾರವನ್ನು ಮುಂದೆ ತಳ್ಳುವವರೂ ಇದ್ದಾರೆ. ಜನ ಇಂಥವರನ್ನು ಹಂಗಿಸುತ್ತಾರೆ. ಸೋಲಿನ ಭಯ ಹಾಗೂ ಆಲೋಚನೆಯಲ್ಲಿನ ದೋಷ ವಿಳಂಬಕ್ಕೆ ಕಾರಣ. ಈ ದೋಷ ನಿವಾರಣೆಗೆ ವ್ಯಕ್ತಿ ಮೊದಲು ತನಗೇನು ಬೇಕು ಎಂಬ ಸ್ಪಷ್ಟ ಗುರಿಯನ್ನು ಹೊಂದಬೇಕು. ಸೂಕ್ತ ಗುರಿ ಇಲ್ಲದಿರುವಾಗ, ನಿರ್ಧಾರ ತೆಗೆದುಕೊಳ್ಳುವುದು ಅನುಪಯುಕ್ತವಾಗಿ ಬಿಡುತ್ತದೆ. ಇದು ಎಲ್ಲಿಗೆ ಹೋಗಬೇಕೆಂಬುದು ಗೊತ್ತಿಲ್ಲದೆ ಬಸ್ ಹತ್ತಿದಂತೆ. ಗುರಿ ನಿಗದಿ ಬಳಿಕ, ಅಗತ್ಯ ಮಾಹಿತಿ ಸಂಗ್ರಹಿಸಿ, ಅದನ್ನು ವಿಶ್ಲೇಷಿಸಬೇಕು. ಇದರಿಂದ ಏನು ಬೇಕೆಂಬುದು ಸ್ಪಷ್ಟವಾಗಿ, ಗೊಂದಲಗಳು ನಿವಾರಣೆಯಾಗುತ್ತದೆ. ಜತೆಗೆ, ಸ್ಪಷ್ಟ ತಿಳಿವಳಿಕೆಯಿಂದ ಆತ್ಮವಿಶ್ವಾಸ ಹೆಚ್ಚುತ್ತದೆ. ನಿರ್ಧಾರ ತೆಗೆದುಕೊಳ್ಳುವ ಮುನ್ನ, ಸದರಿ ಕ್ಷೇತ್ರದಲ್ಲಿ ಅನುಭವಿ - ಪರಿಣತರನ್ನು ಕಂಡು ಅವರಿಂದ ಸಲಹೆ ಪಡೆಯಬಹುದು. ಇದರಿಂದ ಯಾವುದೇ ಸಮಸ್ಯೆ ಆಗದು. ಇದರಿಂದ ಒಳಿತಿನ ಸಾಧ್ಯತೆ ಹೆಚ್ಚು.

ಕೆಲವೊಮ್ಮೆ ಇಟ್ಟ ಹೆಜ್ಜೆ ತಪ್ಪಾಗಬಹುದು. ಅದೇನು ಮಹಾಪರಾಧವಲ್ಲ. ಎಂಥೆಂಥವರೇ ಸೋಲುತ್ತಾರೆ, ತಪ್ಪು ಮಾಡುತ್ತಾರೆ. ಹೀಗಾಗಿ ಅನಗತ್ಯ ಭಯ ಬೇಡ. ಜತೆಗೆ ಪರಿಪೂರ್ಣತೆ ಎಂಬುದು ಆಕಾಶದಿಂದ ಉದ್ಭವವಾಗುವುದಿಲ್ಲ. ಉತ್ತಮ ಚಾಲಕ ಆಗುವ ಮುನ್ನ ಬೀಳುವುದು, ಗಾಯ ಮಾಡಿಕೊಳ್ಳುವುದು ಇದ್ದೇ ಇರುತ್ತದೆ. ಕಾಲು, ಕೈ ಮುರಿದುಕೊಳ್ಳಲೂ ಬಹುದು. ಇದಕ್ಕೆ ಯಾರೂ ಹೊರತಲ್ಲ.

ಧೈರ್ಯದ ಕೊರತೆ ಕೂಡ ನಿರ್ಧಾರ ತೆಗೆದುಕೊಳ್ಳುವಲ್ಲಿ ವಿಳಂಬಕ್ಕೆ ಕಾರಣ. ಸಾಕ್ರೆಟೀಸ್‌ನನ್ನು ನೋಡಿ. 'ನನ್ನ ವೈಯಕ್ತಿಕ ನಂಬಿಕೆಗಳನ್ನು ಬದಲಿಸಿ ಕೊಳ್ಳುವ ಬದಲು ವಿಷದ ಬಟ್ಟಲೇ ಸೂಕ್ತ' ಎಂಬ ಆತನ ನಿರ್ಧಾರ ಸಾಮಾನ್ಯರಿಂದ ಸಾಧ್ಯವಿಲ್ಲ. ಇದರಿಂದ ಕಾಲಕ್ರಮೇಣ ಜಗತ್ತಿನೆಲ್ಲೆಡೆಯ ಜನರಿಗೆ ಆಲೋಚನೆ - ವಾಕ್ ಸ್ವಾತಂತ್ರ್ಯ ಲಭಿಸಿತು.

ನಿಮ್ಮ ನಿರ್ಧಾರದಿಂದಲೂ ಮಾನವ ಕುಲಕ್ಕೆ ಒಳಿತಾಗುವ ಸಾಧ್ಯತೆ ಇದೆ. ಸೂಕ್ತ ಸಮಯದಲ್ಲಿ ಸೂಕ್ತ ನಿರ್ಧಾರ ತೆಗೆದುಕೊಳ್ಳುವ ಪ್ರವೃತ್ತಿ ಪ್ರಕೃತಿದತ್ತವಲ್ಲ. ಅದನ್ನು ನಾವೇ ಕಲಿತು, ಬೆಳೆಸಿಕೊಳ್ಳಬೇಕು. ಇಂಥ ಸಾಮರ್ಥ್ಯವಿರುವವರು ನಾಯಕರಾಗುತ್ತಾರೆ, ಇಲ್ಲದವರು ಅನುಯಾಯಿಗಳಾಗುತ್ತಾರೆ. ನಿರ್ಧಾರ ನಿಮ್ಮ ಕೈಯಲ್ಲಿದೆ.

❑❑

ಯಶಸ್ಸಿನ ರೀತಿ, ನೀತಿ

> ಮಹತ್ವಾಕಾಂಕ್ಷೆ ಎಂಬುದು ಭಯಪಡುವ ಇಲ್ಲವೇ ನಾಚಿಕೆ ಪಡುವಂಥದ್ದಲ್ಲ. ಅದು ಸಾಧನೆಗೆ ಹಾದಿ.

ಉತ್ತಮ ಬಟ್ಟೆ ಧರಿಸಿದ ಮನುಷ್ಯ ಗುಂಪಿನಲ್ಲಿ ತಕ್ಷಣ ಕಣ್ಣಿಗೆ ಬೀಳುತ್ತಾನೆ. ಗಮನ ಸೆಳೆಯುತ್ತಾನೆ. ಇದಕ್ಕೆ ಕಾರಣ, ಆತ ತನ್ನ ಬಟ್ಟೆಯನ್ನು ಗಮನವಿಟ್ಟು ಆಯ್ಕೆ ಮಾಡಿಕೊಂಡಿರುತ್ತಾನೆ. ಅಂತೆಯೇ, ಯಶಸ್ವಿ ವ್ಯಕ್ತಿ ಕೂಡಾ ಎಲ್ಲರ ಗಮನ ಸೆಳೆಯುತ್ತಾನೆ. ಯಶಸ್ಸಿಗಾಗಿ ನೀವು ಬೆಲೆ ತೆರಬೇಕಾಗುತ್ತದೆ.

'ಯಶಸ್ಸು' ಎಂಬುದನ್ನು ಯಾರೂ ನಿಮಗೆ ತಟ್ಟೆಯಲ್ಲಿಟ್ಟು ಕೊಡುವುದಿಲ್ಲ. ತನ್ನ ಪ್ರತಿಭೆಯ ಬಗ್ಗೆ ನಂಬಿಕೆ ಇದ್ದಾತ, ಇನ್ನೊಬ್ಬರ ಬಳಿ ಭಿಕ್ಷೆ ಬೇಡಲು ಹೋಗಲಾರ. ಜತೆ, ಪ್ರತಿಭೆ ಇಲ್ಲದವರು ಯಾರೂ ಇಲ್ಲ. ಹೀಗಾಗಿ ಯಶಸ್ಸು ಎಂಬುದು ಎಲ್ಲರ ಹಕ್ಕು. ಹೀಗಿರುವಾಗ, ನಿಮ್ಮ ಸ್ವಪ್ರಯತ್ನದಿಂದ ಯಶಸ್ಸನ್ನು ಗಳಿಸದೆ, ಘನತೆಯನ್ನು ಒತ್ತೆಯಿಟ್ಟು ಬೇರೆಯವರ ಬಳಿ ಬೇಡಬೇಕಾದ ಅಗತ್ಯವೇನಿದೆ? ಶಕ್ತಿ ಹಾಗೂ ಬುದ್ಧಿ ಇರುವಾಗ, ಪರೋಪಜೀವಿ ಆಗಬೇಕು ಏಕೆ?

ಮಿಲ್ಟನ್ ತನ್ನ 42ನೇ ವರ್ಷದೊಳಗೆ ಸಂಪೂರ್ಣ ಅಂಧನಾಗಿದ್ದ. ಇದರಿಂದ ಸಾಹಿತ್ಯ ರಚನೆಯ ಆತನ ಕನಸು ಭಗ್ನವಾಯಿತು. ಇಂಥ ತೀವ್ರ ಅಂಗವೈಕಲ್ಯ ಕೂಡ ಆತನ ಉತ್ಸಾಹವನ್ನು ಕೊಲ್ಲಲು ಸಾಧ್ಯವಾಗಲಿಲ್ಲ. ತನ್ನ ಹೆಣ್ಣುಮಕ್ಕಳಿಗೆ 'ಪ್ಯಾರಡೈಸ್ ಲಾಸ್ಟ್' ಕೃತಿಯನ್ನು ಉಕ್ತಲೇಖನ ನೀಡಿದ. ಆ ಕೃತಿ ಮನುಷ್ಯರು ಇರುವವರೆಗೆ

ಉಳಿಯುತ್ತದೆ. ಹೆಲೆನ್ ಕೆಲರ್ ಕೂಡಾ ಕಣ್ಣಿನ ದೋಷದಿಂದ ಬಳಲುತ್ತಿದ್ದಳು. ಆಕೆ ಕೂಡ ಕೊರಗುತ್ತಾ ಕೂರಲಿಲ್ಲ. ಬ್ರೈಲ್ ಕಲಿತು, ಅಸಂಖ್ಯ ಪುಸ್ತಕಗಳನ್ನು ಬರೆದು, ಹಲವು ಅಂತರಾಷ್ಟ್ರೀಯ ಪ್ರಶಸ್ತಿಗಳನ್ನು ಪಡೆದಳು. ಇಂಥ ತೀವ್ರ ಅಂಗವೈಕಲ್ಯ ವಿದ್ದವರು ಯಶಸ್ಸು ಗಳಿಸಿರುವಾಗ, ನಾವು ಜಯ ಗಳಿಸಲು ಸಾಧ್ಯವಿಲ್ಲವೇಕೆ? ಇದು ಅಸಾಧ್ಯವೇನಲ್ಲ.

ಮಹತ್ವಾಕಾಂಕ್ಷೆ ಬಗ್ಗೆ ಹೆದರಬಾರದು ಇಲ್ಲವೇ ನಾಚಿಕೆ ಪಡಬಾರದು. ಮಹತ್ವಾಕಾಂಕ್ಷೆಯು ಸಾಧನೆಗೆ ದಾರಿ ಮಾಡಿಕೊಡಬೇಕು. ಆದರೆ, ಮಹತ್ವಾಕಾಂಕ್ಷೆ ಇದ್ದ ಮಾತ್ರಕ್ಕೆ ಯಶಸ್ಸು ಸಿಕ್ಕಿ ಬಿಡುವುದಿಲ್ಲ. ಯಶಸ್ಸು ಬೇಕಿದ್ದರೆ, ಸೂಕ್ತ ಆಲೋಚನೆಯ ಮಹತ್ವ ಅರಿಯಬೇಕಾಗುತ್ತದೆ. ನೀವು ಕೆಲಸವೊಂದನ್ನು ಮಾಡಲು ಹೊರಟಾಗ, ಮನಸ್ಸಿನಲ್ಲಿ ಹಲವು ಯೋಜನೆಗಳಿರುತ್ತವೆ. ಎಲ್ಲ ಯೋಜನೆಗಳೂ ಮುಖ್ಯವಲ್ಲ ಮತ್ತು ಸೂಕ್ತವಾಗಿರುವುದಿಲ್ಲ. ಮುಖ್ಯವಲ್ಲದ ಹಾಗೂ ಅನಗತ್ಯ ಆಲೋಚನೆಗಳನ್ನು ತೆಗೆದುಹಾಕಬೇಕು. ಇದರಿಂದ ಸಮಯ ಹಾಗೂ ಶಕ್ತಿ ವ್ಯರ್ಥಗೊಳ್ಳುವುದು ನಿಲ್ಲಲಿದೆ.

ಒಳ್ಳೆಯ ಆಲೋಚನೆಗಳನ್ನು ಆಯ್ಕೆ ಮಾಡಿಕೊಂಡು, ನೆಲಕ್ಕಿಳಿಸಲು ಮುಂದಾಗುವುದು ಆರಂಭ ಮಾತ್ರ. ಬಳಿಕ ಅದನ್ನು ಜೀವದ ಪ್ರಶ್ನೆ ಎಂಬಂತೆ ಅನುಷ್ಠಾನಗೊಳಿಸಲು ಮುಂದಾಗಬೇಕು. ಮಧ್ಯದಲ್ಲೇ ನಿಲ್ಲಿಸುವ ಇಲ್ಲವೇ ಕೈ ಬಿಡುವ ಅಥವಾ ನಿಷ್ಕ್ರಿಯವಾಗದಂತೆ ನೋಡಿಕೊಳ್ಳಬೇಕು. ಮುನ್ನುಗ್ಗಬೇಕೆಂಬ ಹಟ ತೊರೆದರೆ, ನಿಮ್ಮ ಬಳಿ ಉಳಿಯುವುದು ಸೋಮಾರಿತನದ, ಪೊಳ್ಳೆಸದ ಆಲೋಚನೆ - ಕನಸುಗಳು ಮಾತ್ರ.

ಕೆಲವರು ಮಹತ್ವಾಕಾಂಕ್ಷಿ ಯೋಜನೆಗಳನ್ನು ಅತ್ಯಂತ ಉತ್ಸಾಹದಿಂದ ಆರಂಭಿಸುತ್ತಾರೆ. ಆದರೆ, ಮಧ್ಯದಲ್ಲೇ ಉತ್ಸಾಹವೆಲ್ಲ ಬಸಿದುಹೋಗಿ ಸುಸ್ತಾಗಿ ಕುಳಿತುಬಿಡುತ್ತಾರೆ. ನೆನಪಿಟ್ಟುಕೊಳ್ಳಿ, ಜಗತ್ತು ನೆನಪಿಸಿಕೊಳ್ಳುವುದು ಎವರೆಸ್ಟ್ ಹತ್ತಿದವರನ್ನು ಮಾತ್ರ. ಅರ್ಧದಲ್ಲೇ ನಿಲ್ಲಿಸಿದವರ ಪ್ರಯತ್ನ ಶ್ಲಾಘನೆಗೆ ಅರ್ಹ, ನಿಜ. ಬಹಳ ಕಷ್ಟ ಪಟ್ಟಿರುತ್ತಾರೆ, ಖಂಡಿತ. ಆದರೆ, ಗುರಿ ಮುಟ್ಟುವುದು ಮುಖ್ಯ.

ಟ್ಯಾಗೋರ್, ತೇನ್‌ಜಿಂಗ್ ನೋರ್ಗೆ, ಲಿಂಕನ್, ಎಡ್ವರ್ಡ್ ಜೆನ್ನರ್ ಮತ್ತಿತರ ಸಾಧಕರು ಸ್ಮರಣಾರ್ಹರಾಗಿರುವುದು ಹಲವು ಅಡೆತಡೆ ಬಂದರೂ ನಿರಾಶರಾಗದೆ, ಅವನ್ನೆಲ್ಲ ಮೀರಿ, ತಮ್ಮ ಗುರಿ ಮುಟ್ಟಿರುವುದರಿಂದ. ನಿರಂತರ ಪ್ರಯತ್ನದ ಅಗತ್ಯದ ಬಗೆಗಿನ ಐನ್‌ಸ್ಟೈನ್‌ರ ಈ ಮಾತು ಓದಿ, 'ಯಶಸ್ಸು ಎಂಬುದು ಶೇ.1 ಸ್ಫೂರ್ತಿ, ಶೇ.99 ರಷ್ಟು ಶ್ರಮದ ಫಲ'. ಚೀನಾದ ಗಾದೆಯೂ ಇದನ್ನೇ ಪ್ರತಿಧ್ವನಿಸುತ್ತದೆ. 'ಮಹಾತ್ಮರು ದೃಢ ಮನಸ್ಸು ಹೊಂದಿರುತ್ತಾರೆ.

ಅಲ್ಪಾತ್ಮರಿಗೆ ಆಶೆಗಳು ಇರುತ್ತವಷ್ಟೆ'. ಸುಲಭದ ದಾರಿ ಮೂಲಕ ಯಶಸ್ಸು ಸಿಗುತ್ತದೆ ಎಂದುಕೊಳ್ಳಬಾರದು. ಸಿಕ್ಕರೆ ಅದು ತಪ್ಪೇನಲ್ಲ, ಆದರೆ, ಕಠಿಣ ಪರಿಶ್ರಮ ಪಡಬೇಕಾದಾಗ ಅದಕ್ಕೆ ಸಿದ್ಧವಿರಬೇಕು.

ಯಾರೇ ಆಗಿರಲಿ, ತಾವು ಅನಾಮಧೇಯರಾಗಿ, ಸಾಧನೆ ಮಾಡದೆ ಉಳಿದು ಬಿಡಬೇಕು ಎಂದು ಕೊಂಡಿರುವುದಿಲ್ಲ. ಯಶಸ್ಸಿನ ಬೀಜವನ್ನು ಬಿತ್ತಿ, ಮಹತ್ವಾಕಾಂಕ್ಷೆ ಎಂಬ ನೀರು, ದೃಢತೆ ಎಂಬ ನೆರಳು ಹಾಗೂ ಪರಿಶ್ರಮ ಎಂಬ ಗೊಬ್ಬರ ಹಾಕುವ ಮೂಲಕ ಸಾಧನೆ ಮಾಡಬೇಕು. ಸಸಿಯನ್ನು ನೆಟ್ಟರೆ ಸಾಲದು, ಅದನ್ನು ಮಳೆ, ಗಾಳಿ, ಬಿಸಿಲಿನಿಂದ ರಕ್ಷಿಸಬೇಕು. ಇದನ್ನು ಮಾಡಿದ ಬಳಿಕ ಯಶಸ್ಸು ನಿಮ್ಮನ್ನು ದೂರಮಾಡಲು ಸಾಧ್ಯವೇ ಇಲ್ಲ.

❑❑

ಮಹತ್ವಾಕಾಂಕ್ಷೆಯಿಂದ ಯಶಸ್ಸು

ಸುಲಭದ ದಾರಿಯನ್ನು ಹಿಡಿಯುವ ಮೂಲಕ ವೈಫಲ್ಯದ ಬೀಜವನ್ನು ನಾವೇ ಬಿತ್ತುತ್ತೇವೆ. ಶ್ರಮವಹಿಸಿ ಗಳಿಸಿದ ಯಶಸ್ಸು ಸಂತಸ ತರುತ್ತದೆ.

ಚುಕ್ಕಾಣಿ ಇಲ್ಲದ ಹಡಗು ಇರುವುದೇ? ಅಂಥ ಹಡಗು ಗುರಿ ಮುಟ್ಟುವುದೇ? ಅಂಥ ಹಡಗು ಅಲೆಗಳಿಗೆ ಸಿಲುಕಿ, ಗಾಳಿಗೆ ಪಕ್ಕಾಗಿ ಅತ್ತಿಂದಿತ್ತ ಹೊಯ್ದಾಡುವುದೇ ಹೊರತು ಗುರಿ ಮುಟ್ಟುವುದಿಲ್ಲ. ಮಹತ್ವಾಕಾಂಕ್ಷೆ ಇಲ್ಲದ ವ್ಯಕ್ತಿ ಕೂಡಾ ಚುಕ್ಕಾಣಿ ಇಲ್ಲದ ಹಡಗಿನಂತೆ. ಮಹತ್ವಾಕಾಂಕ್ಷೆ ಇರುವ, ಅದನ್ನು ಸಾಧಿಸಲು ಶ್ರಮಿಸುವ ವ್ಯಕ್ತಿ ಯಶಸ್ಸು ಗಳಿಸುತ್ತಾನೆ.

ಮಹತ್ವಾಕಾಂಕ್ಷೆ ವೇಗವರ್ಧಕವಿದ್ದಂತೆ. ಅದು ನೀಡಿದ ಆರಂಭವನ್ನು ಕಾಯ್ದುಕೊಳ್ಳಬೇಕಾಗುತ್ತದೆ. ಮಾವಿನ ಸಸಿಯನ್ನು ನೆಟ್ಟು ಕುಳಿತುಬಿಟ್ಟರೆ, ಹಣ್ಣು ಕೈಗೆ ಬರುವುದಿಲ್ಲ. ನೀರು ಹಾಕಿ, ನೆರಳು, ಗೊಬ್ಬರ ನೀಡಿ, ದೀರ್ಘ ಕಾಲ ಪೋಷಿಸ ಬೇಕಾಗುತ್ತದೆ. ತಾಳ್ಮೆ, ಪರಿಶ್ರಮ, ಕಾಯ್ದ ಬಳಿಕ ಹಣ್ಣು ನಿಮ್ಮದಾಗುತ್ತದೆ.

ಕೆಲವರು ದೊಡ್ಡ ಉದ್ದೇಶ ಇಟ್ಟುಕೊಂಡು, ಅತ್ಯುತ್ಸಾಹದಿಂದ ಯೋಜನೆ ಪ್ರಾರಂಭಿಸುತ್ತಾರೆ. ಒಂದೊಮ್ಮೆ ಅಡೆತಡೆ ಉಂಟಾದಲ್ಲಿ ಕುಸಿದುಬಿಡುತ್ತಾರೆ. ಬದುಕು ಹಾಗೂ ಯಶಸ್ಸು ಹೂವಿನ ಹಾಸಿಗೆಯಲ್ಲ. ಆಸಕ್ತಿ ಕಳೆದುಕೊಂಡರೆ ಕೆಲಸ ಮುಗಿಸಲು ಸಾಧ್ಯವಾಗದು.

ವಿವೇಕಿ ಎದುರಾಗುವ ಅಡೆತಡೆಗಳಿಂದ ಎದೆಗುಂದುವುದಿಲ್ಲ. ಯಶಸ್ಸು ಸ್ವಲ್ಪ

ದೂರದಲ್ಲಿ ಇರುವಾಗ, ಪ್ರಯತ್ನವನ್ನು ಕೈಬಿಡುವುದು ಮೂರ್ಖತನದ ಪರಮಾವಧಿ. ದೃಢತೆ ಬೇಕಾಗುತ್ತದೆ. ಸುಲಭದ ದಾರಿಯನ್ನು ಹುಡುಕುವುದು ಸರಿಯಲ್ಲ.

ಮೈಗಳ್ಳತನ ಯಶಸ್ಸಿನ ಇನ್ನೊಂದು ಶತ್ರು. ಎಲ್ಲರಿಗೂ ಯಶಸ್ಸಿನ ಆಸೆ ಇರುತ್ತದೆಯಾದರೂ, ಕೆಲವರಿಗೆ ಕಠಿಣ ಶ್ರಮ ಎಂದರೆ ಅಲರ್ಜಿ. ಕಷ್ಟಪಡುವ ಬದಲು ಜ್ಯೋತಿಷಿಗಳ ಮೊರೆಹೋಗುತ್ತಾರೆ. ಇಂದಲ್ಲ ನಾಳೆ ಅಚಾನಕ್ ಆಗಿ ತಮ್ಮ ಮುಂದೆ ಅದೃಷ್ಟದೇವತೆ ಬಂದು ನಿಲ್ಲುತ್ತಾಳೆ ಎಂದು ಭ್ರಮಿಸುತ್ತಾರೆ. ಯಶಸ್ಸು ಸೋಮಾರಿಯ ಬಳಿ ಸುಳಿಯುವುದಿಲ್ಲ ಎಂಬುದನ್ನು ಅವರು ಮರೆಯುತ್ತಾರೆ.

ಕಠಿಣ ಶ್ರಮದಿಂದ ಯಾರೂ ಮೃತಪಟ್ಟಿಲ್ಲ. ಆದರೆ, ಸೋಮಾರಿತನದಿಂದ ಸತ್ತವರು ಇದ್ದಾರೆ. ಕೆಲಸ ಮಾಡುವ ಪ್ರವೃತ್ತಿ ಒಂದು ಮೌಲ್ಯಯುತ ವರ. ಕೆಲಸ ಆರಂಭಿಸಿದಾಗ, ಅದರ ಅಗಾಧತೆ ಕಂಡು ಕೆಲವರು ಬೆದರಿಬಿಡುತ್ತಾರೆ. ಸೋಲಿನ ಭಯವೂ ಕಾಡುತ್ತದೆ. ಇಂಥ ಭಯ ಆಧಾರರಹಿತ. ಅದರ ಬದಲು, ತಮ್ಮ ಕೆಲಸ - ಪರಿಶಮ ನಿಗದಿತ ಫಲವನ್ನೇಕೆ ಕೊಡುತ್ತಿಲ್ಲವೇಕೆ ಎಂಬುದನ್ನು ಪತ್ತೆಹಚ್ಚಬೇಕು. 'ಇಂದು ಕೆಲಸ ಮಾಡಲು ಮೂಡ್ ಇಲ್ಲ' ಎನ್ನುತ್ತ ಕೆಲಸ ಮುಂದೆ ಹಾಕಿದಲ್ಲಿ, ಕೆಲಸ ಸೇರುತ್ತಾ ಹೋಗುತ್ತದೆ, ಮೂಲೆಯಲ್ಲಿ ಸೇರಿಸಿಟ್ಟ ಕಸದಂತೆ. ಕೊನೆಗೆ, ಅದನ್ನು ಮುಗಿಸುವುದು ಕಷ್ಟಸಾಧ್ಯವಾಗಿ ಬಿಡುತ್ತದೆ.

ನಿರಂತರವಾಗಿ ಕೆಲಸ ಮಾಡುವ ಪ್ರವೃತ್ತಿಯನ್ನು ಬೆಳೆಸಿಕೊಳ್ಳಬೇಕು. ಕ್ರಮಬದ್ಧತೆ ಎಂಬುದು ಯಶಸ್ಸಿನ ಮೊದಲ ಸೂತ್ರ. ನಿಮ್ಮ ಕೆಲಸದಲ್ಲಿ ನಿರಂತರತೆ ಹಾಗೂ ಕ್ರಮಬದ್ಧತೆ ಇದ್ದರೆ, ಕೆಲಸ ಎಂಬುದು ಆಟದಷ್ಟೇ ಸುಲಭವಾಗಿ ಬಿಡುತ್ತದೆ. ಕೆಲಸ ಪೂಜೆ ಇದ್ದಂತೆ. ಅದನ್ನು ಶ್ರದ್ಧೆಯಿಂದ ಮಾಡಿದರೆ ಮಾತ್ರ ಯಶಸ್ಸು ಸಿಗುತ್ತದೆ.

ಕೊಪರ್ನಿಕಸ್‌ನನ್ನೇ ತೆಗೆದುಕೊಳ್ಳಿ. ಜಗತ್ತಿನ ರಹಸ್ಯವನ್ನು ಭೇದಿಸಬೇಕೆಂಬ ಹಂಬಲ ಆತನಲ್ಲಿ ಉರಿಯುತ್ತಿತ್ತು. ಅದು ಅಂದುಕೊಂಡಷ್ಟು ಸುಲಭವಾಗಿರಲಿಲ್ಲ. ಜಗತ್ತಿನ ಕೇಂದ್ರ ಭೂಮಿ ಎಂಬ ಟಾಲೆಮಿಯ ಸಿದ್ಧಾಂತವನ್ನು ಎಲ್ಲರೂ ನಂಬಿದ್ದರು, ಪಾಲಿಸಿದ್ದರು. ದೀರ್ಘಕಾಲ ರಾತ್ರಿಯಲ್ಲಿ ನಕ್ಷತ್ರ, ಇನ್ನಿತರ ಆಕಾಶಕಾಯಗಳ ಚಲನೆಯನ್ನು ಗಮನಿಸಿದ ಆತ, ಸೂರ್ಯ ಕೇಂದ್ರವಾಗಿರುವ ಭೂಮಿ ಮತ್ತು ಇತರ ಆಕಾಶಕಾಯಗಳು ಅದನ್ನು ಸುತ್ತುತ್ತಿವೆ ಎಂಬ ಸಿದ್ಧಾಂತವನ್ನು ಮಂಡಿಸಿದ. ಇದರಿಂದ ಚರ್ಚ್ ಸಿಟ್ಟಿಗೆದ್ದಿತು. ಕೊಪರ್ನಿಕಸ್ ಮಣಿಯಲಿಲ್ಲ. ಆತನ ಸಂಶೋಧನೆ ಗೆಲಿಲಿಯೋ, ನ್ಯೂಟನ್, ಐನ್‌ಸ್ಟೈನ್ ಮತ್ತಿತರರಿಗೆ ಅಸ್ತಿಬಾರವಾಯಿತು. ಆಧುನಿಕ ಖಗೋಳಶಾಸ್ತ್ರದ ಬುನಾದಿಯಾಯಿತು.

ನೀವು ನಿಮ್ಮ ಗುರಿಯನ್ನು ಛಲ ಬಿಡದೆ ಬೆನ್ನು ಹತ್ತಿದರೆ, ವಿಜಯ ನಿಮ್ಮ ಕೈ ಬಿಡುವುದಿಲ್ಲ. ನೀವು ಗಂಭೀರ ಪ್ರಯತ್ನ ಮಾಡದಿದ್ದಲ್ಲಿ, ಸೋಲು ಖಚಿತ. ಸೋಮಾರಿಗಳು ದಿಕ್ಕು ತಪ್ಪುತ್ತಾರೆ, 'ಹುಡುಕು, ಪ್ರಯತ್ನಿಸು, ಕಂಡುಕೋ, ಸೋಲದಿರು' ಎಂಬ ನೀತಿಯನ್ನು ಮರೆತುಬಿಟ್ಟಿರುತ್ತಾರೆ.

ನೀವು ಈ ಗುಂಪಿಗೆ ಸೇರಿದವರಲ್ಲ. ನಿಮ್ಮ ಬಳಿ ಎರಡು ಬೆಲೆಕಟ್ಟಲಾಗದ ಆಸ್ತಿಗಳಿವೆ - ಪ್ರತಿಭೆ ಹಾಗು ಹರೆಯ. ಯಶಸ್ಸಿಗೆ ಇದಕ್ಕಿಂತ ಬೇರೆಯ ಚಿಮ್ಮುಹಲಗೆ ಬೇಡ. ಕೆಲವರು ನಮಗೆ ಅಗತ್ಯ ಹಿನ್ನೆಲೆ ಮತ್ತು ಗಾಡ್ ಫಾದರ್ ಇಲ್ಲ ಎಂದು ಗೊಣಗುತ್ತಾರೆ, ನಿಜ. ಸ್ವಜನಪಕ್ಷಪಾತದಿಂದ ಉನ್ನತ ಸ್ಥಾನ ಗಳಿಸಿದವರು ಇದ್ದಾರೆ. ಮುಂದೆಯೂ ಇರುತ್ತಾರೆ. ಹಾಗೆಂದ ತಕ್ಷಣ ಎದೆಗುಂದಬೇಕೆಂದಿಲ್ಲ. ಚರಿತ್ರೆಯನ್ನು ಒಮ್ಮೆ ನೋಡಿ. ಯೋಗ್ಯತೆ ಇದ್ದವರು ಮುಂದೆ ಬರುತ್ತಾರೆ, ಇತಿಹಾಸಕ್ಕೆ ಹೊಸ ಭಾಷ್ಯವನ್ನೇ ಬರೆದಿದ್ದಾರೆ. ಕಾಲಿನಲ್ಲಿ ಬಲ ಇರುವವರು ಊರುಗೋಲನ್ನು ಬಳಸುವುದು ಎಷ್ಟು ಸರಿ ಹೇಳಿ?

ನಿರಂತರ ಶ್ರಮದ ಜತೆಗೂಡಿದ ಪ್ರತಿಭೆ, ಅದ್ಭುತಗಳನ್ನು ಸೃಷ್ಟಿಸಿದೆ. ವಿದ್ಯಾಭ್ಯಾಸಕ್ಕೆ ಅಬ್ರಹಾಂ ಲಿಂಕನ್ ಬಳಿ ಪುಡಿಗಾಸೂ ಇರಲಿಲ್ಲ. ಕಮಟುಗಟ್ಟಿದ ಕೋಣೆಯಲ್ಲಿ ಆತನ ವಾಸ್ತವ್ಯ. ಇಂಥ ಮನುಷ್ಯ ಅಮೆರಿಕಾದ ಅಧ್ಯಕ್ಷನಾಗುತ್ತಾನೆ ಎಂದು ಯಾರು ಭವಿಷ್ಯ ನುಡಿದಿದ್ದರು? ಆತ ಜಗತ್ತಿನ ಅತ್ಯುತ್ತಮ ನಾಯಕನ ಪಟ್ಟಿಯಲ್ಲಿ ಶಾಶ್ವತ ಸ್ಥಾನ ಗಳಿಸಿದ್ದಾರೆ. ಕೆಲ ಅಡೆತಡೆ ಇದೆ ಎಂದ ಮಾತ್ರಕ್ಕೆ ನಿಮಗೆ ವಿಜಯ ಸಿಗುವುದಿಲ್ಲ ಎಂದೇಕೆ ಭಾವಿಸಬೇಕು?

ಕೆಲಸ ಮಾಡದಿರಲು ಕೊಡುವ ಕಾರಣಗಳನ್ನೆಲ್ಲ ಬದಿಗೊತ್ತಿ ಇಂದೇ ಈಗಲೇ ಕೆಲಸ ಆರಂಭಿಸಿ. ನಿಮಗೆ ಸಂಶಯ ಬಂದಲ್ಲಿ ಈ ಮಾತನ್ನು ನೆನಪಿಸಿಕೊಳ್ಳಿ. 'ಸಾವಿರ ಮೈಲಿಯ ಪ್ರಯಾಣ ಕೂಡಾ ಮೊದಲ ಹೆಜ್ಜೆಯಿಂದಲೇ ಆರಂಭವಾಗುತ್ತದೆ'.

ದೂರಿನ ಡಬ್ಬ ಆಗದಿರಿ

ಉತ್ತಮ ನಡವಳಿಕೆ ಯಶಸ್ವಿ ಮನುಷ್ಯನ ಅತ್ಯಗತ್ಯ ವೈಶಿಷ್ಟ್ಯಗಳಲ್ಲೊಂದು. ಅತ್ಯಂತ ಕಷ್ಟದ ಸಮಯ ದಲ್ಲೂ ವ್ಯಕ್ತಿ ಸೌಜನ್ಯವನ್ನು ಕಳೆದುಕೊಳ್ಳಬಾರದು.

ನಿಮ್ಮ ಕಾಲೇಜಿನಲ್ಲಿ ಒಂದು ಸ್ಪರ್ಧೆ ನಡೆಯಲಿದೆ ಎಂದುಕೊಳ್ಳೋಣ. ಭಾಗವಹಿಸಬೇಕೆಂಬುದು ನಿಮ್ಮ ಇರಾದೆ. ನೋಂದಣಿ ಮಾಡಿಸುತ್ತೀರಿ. ಅಗತ್ಯವಾದ ಸಿದ್ಧತೆ, ವಿಷಯದ ಕುರಿತು ಸಮಗ್ರ ಓದು, ಟಿಪ್ಪಣಿ ಮಾಡಿಕೊಳ್ಳುತ್ತೀರಿ. ಇದರಿಂದ ನಿಮ್ಮ ಆತ್ಮವಿಶ್ವಾಸ ಹೆಚ್ಚುತ್ತದೆ. ಸ್ಪರ್ಧೆಯ ದಿನ ಬರುತ್ತದೆ. ಚೆನ್ನಾಗಿ ಮಾತನ್ನಾಡುತ್ತೀರಿ. ಆದರೆ, ಇನ್ನಿಬ್ಬರು ನಿಮಗಿಂತಲೂ ಚೆನ್ನಾಗಿ ಮಾತನಾಡಿ ಮೊದಲ ಎರಡು ಸ್ಥಾನ ಗಳಿಸುತ್ತಾರೆ. ನಿಮಗೆ 3ನೇ ಸ್ಥಾನ ಸಿಗುತ್ತದೆ. ನೀವೇನು ಮಾಡುತ್ತೀರಿ? ನಿಜ. ಪ್ರಯತ್ನಪಟ್ಟರೂ ಯಶಸ್ಸು ಸಿಗಲಿಲ್ಲ ಎಂದು ಬೇಸರವಾಗುತ್ತದೆ. ಆದರೆ, ಭಾಗವಹಿಸಿದ್ದ ಅಷ್ಟೊಂದು ಜನರಲ್ಲಿ ನೀವು 3ನೇ ಅತ್ಯುತ್ತಮರು ಎಂಬ ಅಂಶವನ್ನು ನೀವು ಮರೆಯುತ್ತೀರಿ. ಜಡ್ಜ್‌ಗಳ ಪಕ್ಷಪಾತದಿಂದ ನಿಮಗೆ ಮೊದಲ ಸ್ಥಾನ ಸಿಗಲಿಲ್ಲ ಎಂದು ಗೊಣಗುವುದರಿಂದ ಏನು ಪ್ರಯೋಜನ? ಇದರಿಂದ ಇನ್ನಷ್ಟು ಬೇಸರ, ದುಗುಡ, ದುಃಖ, ನಿರಾಸಕ್ತಿ, ವ್ಯಸನ, ವ್ಯಥೆ.

ಹಾಗೆಂದ ತಕ್ಷಣ ಮೊದಲ ಸ್ಥಾನವನ್ನು ಆಶಿಸುವುದೇ ತಪ್ಪೇನು? ಅಲ್ಲ. ಈ ಜಗತ್ತಿನಲ್ಲಿ ಮರಕ್ಕಿಂತ ದೊಡ್ಡ ಮರವಿದೆ ಎಂಬುದನ್ನು ಮರೆಯಬಾರದು. ನಿಮಗಿಂತ ಉತ್ತಮರು ಸ್ಪರ್ಧಿಸಿದಾಗ, ನಿಮಗೆ ಬಹುಮಾನ ಸಿಗುವುದಿಲ್ಲ, ನಾನೇ

ಅತ್ಯುತ್ತಮ, ನನಗಿಂತ ಬುದ್ಧಿವಂತರು ಇರುವುದು ಸಾಧ್ಯವಿಲ್ಲ ಎಂಬುದು ಮೂರ್ಖತನದ ಪರಮಾವಧಿ. ಇಂಥವರಿಗೆ ನಿರಾಶೆ ಖಚಿತ.

ಇಂಥ ಆಶಾಭಂಗವನ್ನು ಸಹಿಸಲು ನಾವು ಬದುಕಿನ ಬಗ್ಗೆ ಸಮಚಿತ್ತದ ನಿಲುವು ತೆಗೆದುಕೊಳ್ಳಬೇಕು. ಚರ್ಚಾಸ್ಪರ್ಧೆಯಲ್ಲಿ 3ನೇ ಸ್ಥಾನ ಸಿಗಲು ಜಡ್ಜ್‌ಗಳ ಪಕ್ಷಪಾತ ಕಾರಣ ಎಂದು ದೂಷಿಸುವ ಬದಲು, ತನಗೆ 3ನೇ ಸ್ಥಾನ ಸಿಕ್ಕಿದೆಯಲ್ಲ ಎಂದು ಸಂಭ್ರಮಿಸಬಹುದು. ಜತೆಗೆ, ಅದೇನು ಜಗತ್ತಿನ ಕಟ್ಟಕಡೆಯ ಸ್ಪರ್ಧೆ ಯೇನಲ್ಲ. ಮುಂದೆಯೂ ಹಲವು ಸ್ಪರ್ಧೆಗಳು ನಡೆಯುತ್ತವೆ, ಭಾಗವಹಿಸಬಹುದು ಹಾಗೂ ಪ್ರಶಸ್ತಿ ಗಳಿಸಬಹುದು. ನಮ್ಮ ಸಾಧನೆಯನ್ನು ವಸ್ತುನಿಷ್ಠವಾಗಿ ಮೌಲ್ಯ ಮಾಪನ ಮಾಡುವುದರಿಂದ, ತಪ್ಪು ಎಲ್ಲಾಗಿದೆ ಎಂಬುದನ್ನು ಕಂಡುಕೊಳ್ಳಬಹುದು. ಇದರಿಂದ ಭವಿಷ್ಯದಲ್ಲಿ ತಪ್ಪುಗಳು ಕಡಿಮೆಯಾಗುತ್ತವೆ, ಗೆಲುವಿನ ಸಾಧ್ಯತೆ ಹೆಚ್ಚುತ್ತದೆ.

ಗ್ರಾಹಕನೊಬ್ಬ ಅಂಗಡಿಯೊಂದರಲ್ಲಿ ತಾನು ಖರೀದಿಸಬೇಕೆಂದು ಕೊಂಡಿರುವ ವಸ್ತುವಿನ ಗುಣಮಟ್ಟವನ್ನು ಪರೀಕ್ಷಿಸುವುದರಲ್ಲಿ ಯಾವುದೇ ತಪ್ಪಿಲ್ಲ. ಅದಕ್ಕೆ ಮಳಿಗೆಯ ಮಾಲೀಕ ಆಕ್ಷೇಪಿಸಿದಲ್ಲಿ, ಅದು ವ್ಯಾಪಾರಿಯ ಲಕ್ಷಣವಲ್ಲ. ವ್ಯಾಪಾರದಲ್ಲಿ ಯಶಸ್ಸು ಗಳಿಸಲು ತಾಳ್ಮೆ ಇರಬೇಕಾಗುತ್ತದೆ. ಬಟ್ಟೆ ಅಂಗಡಿಗಳಲ್ಲಿ ನೂರಾರು ಸೀರೆ ನೋಡಿದರೂ, ಒಂದು ಕೂಡ ಹಿಡಿಸದೇ, ಏನನ್ನೂ ಖರೀದಿಸದೇ ಬರುವವರಿದ್ದಾರೆ. ಇದರಿಂದ ಮಾಲೀಕ ಸಿಟ್ಟಿಗೆದ್ದು ಕಿರುಚಾಡಿದರೆ, ಯಾರೂ ಅಂಗಡಿ ಕಡೆ ತಲೆ ಹಾಕುವುದಿಲ್ಲ. ಯಶಸ್ಸಿಗೆ ವ್ಯಕ್ತಿಯ ನಡವಳಿಕೆಯೂ ಮುಖ್ಯ ವಾಗುತ್ತದೆ.

ಹಸುವನ್ನು ಹೊಡೆದು ಹಾಲು ಕರೆಯಲು ಸಾಧ್ಯವಿಲ್ಲ. ಅನುನಯಿಸಿಯೇ ಹಾಲು ಕರೆಯಬೇಕಾಗುತ್ತದೆ. ಹಸು ಸಿಟ್ಟಿಗೆದ್ದರೆ, ಒದೆಸಿಕೊಳ್ಳಬೇಕಾಗುತ್ತದೆ. ಕಷ್ಟ ಕಾಲದಲ್ಲೂ ಮನುಷ್ಯ ಸೌಜನ್ಯವನ್ನು ಕಳೆದುಕೊಳ್ಳಬಾರದು. ಕೆಟ್ಟಕಾಲ ಶಾಶ್ವತವಲ್ಲ, ತಾತ್ಕಾಲಿಕ. 'ದಿಸ್ ಟೂ ವಿಲ್ ಪಾಸ್' ಎಂದುಕೊಳ್ಳುವವರು ಹೆಚ್ಚು ಬೇಸರ ಪಡಬೇಕಾಗಿ ಬರುವುದಿಲ್ಲ.

ಕೆಲವರಿಗೆ ಬರೆಯುವ ಹುಚ್ಚಿರುತ್ತದೆ. ಪತ್ರಿಕೆ, ಮ್ಯಾಗಝಿನ್‌ಗಳಲ್ಲಿ ತಮ್ಮ ಲೇಖನ ಪ್ರಕಟವಾಗಬೇಕು, ಹೆಸರು ಗಳಿಸಬೇಕು ಎಂಬುದು ಅವರ ಅಭಿಲಾಷೆ. ಆದರೆ, ಪತ್ರಿಕೆಯೊಂದು ತನಗೆ ಬೇಕೆನಿಸಿದ ಲೇಖನ ಮಾತ್ರ ಆಯ್ದುಕೊಳ್ಳುತ್ತದೆ. ಲೇಖನ ಪ್ರಕಟವಾಗಲಿಲ್ಲ ಎಂದು ಬೇಸರಿಸಿ, ಸಂಪಾದಕರನ್ನು ಬೈಯುವ ಬದಲು ಪತ್ರಿಕೆಯ ಒಲವು, ಅಗತ್ಯ, ಇಷ್ಟ- ಅನಿಷ್ಟ ಮತ್ತಿತರ ಅಂಶಗಳ ಬಗ್ಗೆ ಗಮನಹರಿಸ ಬೇಕು. ಅಗತ್ಯವಿರುವ, ಪ್ರಚಲಿತ ಸಂಗತಿ ಕುರಿತ ಲೇಖನ ಬರೆಯಬೇಕು.

ಒಂದೆರಡು 'ವಿಷಾದ ಪತ್ರ' ಬರಲಿ ಬಿಡಿ. ಯಾರಿಗೂ ಒಂದೇ ದಿನ ಪ್ರಶಸ್ತಿ ಬರುವುದಿಲ್ಲವಲ್ಲ!.

ವಿದ್ಯಾರ್ಥಿಗಳಿಂದ ಸೂಕ್ತ ಪ್ರತಿಕ್ರಿಯೆ ಬರಬೇಕೆಂದು ಆಶಿಸುವ ಶಿಕ್ಷಕ, ಅದಕ್ಕೆ ತಕ್ಕ ಸಿದ್ಧತೆ ನಡೆಸಬೇಕಾಗುತ್ತದೆ. ಆಸಕ್ತಿ ಹುಟ್ಟಿಸುವಂತೆ ಪಾಠ ಮಾಡುವ ಕಲೆ ಕಲಿಯಬೇಕು. ಸಂಶೋಧನೆ, ಸಿದ್ಧತೆ, ಅಧ್ಯಯನ ನಡೆಸಬೇಕಾಗುತ್ತದೆ. ವಿದ್ಯಾರ್ಥಿಗಳಿಂದ ಗೌರವ ಅಪೇಕ್ಷಿಸುವ ಶಿಕ್ಷಕ ಮೊದಲು ತಾನು ವಿದ್ಯಾರ್ಥಿಗಳನ್ನು ಪ್ರೀತಿಸಬೇಕು, ಗೌರವಿಸಬೇಕು. ತರಗತಿಯನ್ನು ಸಂವಾದಕ್ಕೆ ತೆರೆಯಬೇಕು. ವಿದ್ಯಾರ್ಥಿಗಳನ್ನು ಕುರಿಮಂದೆಯಂತೆ ಕೋಲು ಹಿಡಿದು ಅಟ್ಟಬಹುದು ಎಂಬ ಮನಸ್ಥಿತಿ ಹೊಂದಿರಬಾರದು. ಹೆರಾಲ್ಡ್ ಶರ್ಮನ್ ಹೇಳುತ್ತಾರೆ, 'ನೀವೇನು ಆಗಬೇಕೆಂದುಕೊಂಡಿದ್ದೀರೋ ಅದಾಗಲು ನೀವು ಅದಕ್ಕೆ ಅಗತ್ಯವಿರುವುದನ್ನು ಮಾಡಬೇಕಾಗುತ್ತದೆ'.

ಕೆಲವರಿರುತ್ತಾರೆ, ಅವರು ಎಲ್ಲವನ್ನೂ ದೂಷಿಸುತ್ತಾರೆ. ನೆರೆಹೊರೆಯವರು, ಸಹೋದ್ಯೋಗಿಗಳು, ಗ್ರಾಹಕರು, ವಿದ್ಯಾರ್ಥಿಗಳಲ್ಲದೆ, ಅದೃಷ್ಟ ಕೂಡಾ ಅವರ ದೂಷಣೆ ಪಟ್ಟಿಯಲ್ಲಿ ಇರುತ್ತದೆ. ದುರದೃಷ್ಟ ತಮ್ಮ ಬೆನ್ನು ಏರದಿದ್ದರೆ, ಇಷ್ಟು ಹೊತ್ತಿಗೆ ಎಲ್ಲಿ ಇರುತ್ತಿದ್ದೆವು ಗೊತ್ತಾ ಎನ್ನುತ್ತಿರುತ್ತಾರೆ. ಮಾಜಿ ರಾಷ್ಟ್ರಪತಿ ಎ.ಪಿ.ಜೆ.ಅಬ್ದುಲ್ ಕಲಾಂ ಅವರ ಬಾಲ್ಯ ಕುರಿತು ಯಾರಿಗೆ ಗೊತ್ತಿಲ್ಲ? ರಾಮೇಶ್ವರದ ಸಮುದ್ರತೀರದಲ್ಲಿ ಬಡ ಮೀನುಗಾರನ ಮನೆಯಲ್ಲಿ ಹುಟ್ಟಿದ ಅವರು ಪೈಲಟ್ ಆಗಬೇಕೆಂದು ಕೊಂಡಿದ್ದರು. ಅದು ಕೂದಲೆಳೆಯಲ್ಲಿ ತಪ್ಪಿ ಏರೋನಾಟಿಕಲ್ ಕ್ಷೇತ್ರ ಸೇರಿದರು. 'ಮಿಸೈಲ್ ಮ್ಯಾನ್' 'ಪೀಪಲ್ಸ್ ಪ್ರೆಸಿಡೆಂಟ್' ಎಂದೆಲ್ಲ ಕರೆಸಿಕೊಳ್ಳುವ ಅವರ ಸಾಧನೆಗೆ ಸಾಟಿಯಾದುದಿಲ್ಲ.

ಸ್ನೇಹಿತರ ರಕ್ಷೆ

ಅಬ್ರಹಾಂ ಲಿಂಕನ್ ಶಾಸನ ಸಭೆಗೆ ಆಯ್ಕೆಯಾದ ಬಳಿಕ ಅಧಿವೇಶನದಲ್ಲಿ ಭಾಗವಹಿಸಲು ಧರಿಸಲು ಒಂದು ಜೊತೆ ಒಳ್ಳೆಯ ಬಟ್ಟೆ ಇರಲಿಲ್ಲ. ಸಾಲ ಮಾಡಿ ಬಟ್ಟೆ ಖರೀದಿಸಿದರು. ರಾಷ್ಟ್ರಾಧ್ಯಕ್ಷರಾಗಿ ಆಯ್ಕೆಯಾದಾಗ ಕುಟುಂಬವನ್ನು ವಾಷಿಂಗ್ಟನ್‌ಗೆ ಸ್ಥಳಾಂತರಿಸಲು ಸ್ನೇಹಿತನೊಬ್ಬನಿಂದ ಸಾಲ ಪಡೆದರು. ಅವರ ಯಶಸ್ಸಿನ ಸೂತ್ರವೇನು?

ಅಧ್ಯಕ್ಷ ಅಭ್ಯರ್ಥಿಗಳ ಬಗ್ಗೆ ಚರ್ಚೆ ನಡೆಯುತ್ತಿದ್ದಾಗ, ಲಿಂಕನ್ ಹೆಸರು ಕೇಳಿಬಂತು. ಆಗ ಯಾರೋ ಹೇಳಿದರು, 'ಲಿಂಕನ್ ಬಳಿ ಏನೇನೂ ಇಲ್ಲ, ಸ್ನೇಹಿತರನ್ನು ಹೊರತುಪಡಿಸಿ'. ಇದು ತೋರಿಸುವುದು ಲಿಂಕನ್ನರ ಹೃದಯ ವೈಶಾಲ್ಯವನ್ನು. ಇಂಥವರನ್ನು ಯಾರೂ ದ್ವೇಷಿಸುವುದಿಲ್ಲ. ಏಕೆಂದರೆ, ದ್ವೇಷಿಸಲು ಕಾರಣ

ಇರಬೇಕಲ್ಲ ಒಂದೊಮ್ಮೆ ಯಾರಾದರೂ ತಪ್ಪು ಮಾಡಿದಲ್ಲಿ ನೋಯಿಸಿದಲ್ಲಿ ಕ್ಷಮಿಸಿ ಬಿಡುವುದರಿಂದ, ಕಹಿನೆನಪು ಉಳಿಯುವ ಸಾಧ್ಯತೆ ಕಡಿಮೆ ಇರುತ್ತದೆ. ಜನ ಅನಗತ್ಯವಾಗಿ ಕೆಟ್ಟವರಾಗಿರುವುದಿಲ್ಲ. ಕೆಲವು ಕಹಿ ಅನುಭವಗಳಿಂದಾಗಿ ಅವರು ಕಟುವಾಗಿ ವರ್ತಿಸಬಹುದು.

ಮುಂದಿನ ಸಲ ನೀವು ಯಾರ ಬಗ್ಗೆಯಾದರೂ ದೂರುವ ಮುನ್ನ ನಿಮ್ಮನ್ನೇ ಕೇಳಿಕೊಳ್ಳಿ, 'ನೀವು ಇಂಥದ್ದನ್ನು ಬೇರೆಯವರಿಗೆ ಮಾಡಿಲ್ಲವೇ?'. ಇದರಿಂದ ನಿಮ್ಮ ಮನದಾಳದಲ್ಲಿನ ಇಂಥ ಭಾವನೆ ಕಾಲ್ಕೀಳುತ್ತದೆ. ಒಂದೊಮ್ಮೆ ನಿಮ್ಮ ದೂರು ನಿಜವಾದದ್ದೇ ಆದರೂ, ಅದನ್ನು ಗಾಜಿನ ಪೆಟ್ಟಿಗೆಯಲ್ಲಿಟ್ಟು ಆಗಾಗ ನೋಡುತ್ತ ಮನಸ್ಸು ಕಹಿಯಾಗಿಸಿಕೊಳ್ಳುವುದರಲ್ಲಿ ಅರ್ಥವಿಲ್ಲ. ಕೆಥರೀನ್ ಮ್ಯಾನ್ಸ್‌ಫೀಲ್ಡ್ ಹೇಳುತ್ತಾರೆ, 'ಪಶ್ಚಾತ್ತಾಪ ಪಡುವುದಿಲ್ಲ ಹಾಗೂ ಹಿಂದಿರುಗಿ ನೋಡುವುದಿಲ್ಲ ಎಂದು ಶಪಥ ಮಾಡಿ. ಪರಿತಪಿಸುತ್ತಾ ಕೂರುವುದರಿಂದ ಸಮಯ ವ್ಯರ್ಥಗೊಳ್ಳುತ್ತದೆ. ಅದರಿಂದ ಏನನ್ನೂ ಕಟ್ಟುವುದು ಸಾಧ್ಯವಿಲ್ಲ'.

ಬದುಕೆಂಬುದು ನಾವು ಮಾಡಿಕೊಂಡಂತೆ ಇರುತ್ತದೆ. ಹೀಗಾಗಿ, ಔದಾರ್ಯ ಮತ್ತು ಆಶಾವಾದದ ಮೂಲಕ ಬದುಕು ಕಟ್ಟಿಕೊಳ್ಳಬಾರದೇಕೆ? ಗೊಣಗುತ್ತ ಕೂರುವುದೇಕೆ?

❏❏

ಸರಿಯಾದ ಆಲೋಚನೆಯ ಫಲ

ನಮ್ಮ ಸೋಮಾರಿತನದ ಫಲವಾದ ಸೋಲಿನ ಹೊಣೆಯನ್ನು ಅದೃಷ್ಟ ಇಲ್ಲವೇ ಪರಿಸ್ಥಿತಿಗೆ ಆರೋಪಿಸಬಾರದು. ಸರಿಯಾದ ದಿಕ್ಕಿನಲ್ಲಿ ಅಗತ್ಯ ಪ್ರಯತ್ನ ಹಾಕಿದರೆ, ಯಶಸ್ಸು - ಐಶ್ವರ್ಯ ಗಳಿಕೆ ಸಾಧ್ಯವಿದೆ.

ಉತ್ಪನ್ನ –ಉದ್ಯಮ ನಿರಂತರವಾಗಿ ಬದಲಾಗುತ್ತಿರುತ್ತದೆ. ಪಾರಿವಾಳಗಳ ಕಾಲಿಗೆ ಸಂದೇಶ ಕಟ್ಟಿ ಕಳಿಸುತ್ತಿದ್ದ ಕಾಲವೊಂದಿತ್ತು. ನಂತರ ಅಂಚೆ ವ್ಯವಸ್ಥೆ ಬಂದಿತು. ಟೆಲಿಗ್ರಾಫ್, ಟೆಲಿಫೋನ್, ಪೇಜರ್, ಬಳಿಕ ಈಗ ಮೊಬೈಲ್ ಯುಗ ಬಂದಿದೆ. 2ಜಿ ಬಳಿಕ 3ಜಿ, ನಂತರ 4ಜಿ ಬಂದಿದೆ. ಸುದ್ದಿ - ಸಮಾಚಾರ ಅತ್ಯಂತ ವೇಗವಾಗಿ ಜನರನ್ನು ತಲುಪುತ್ತಿದೆ. ಹೀಗಾಗಿ ಹೊಸ ಉತ್ಪನ್ನಗಳು ಮಾರುಕಟ್ಟೆಗೆ ನಿರಂತರವಾಗಿ ಬರುತ್ತಿರುತ್ತವೆ. ಇಂಥ ಪರಿಸ್ಥಿತಿಯಲ್ಲಿ ಉದ್ಯಮಿಯೊಬ್ಬ ತನ್ನ ಉತ್ಪನ್ನಗಳನ್ನು ಕಾಲಕ್ಕೆ ತಕ್ಕಂತೆ ನವೀಕರಿಸಬೇಕು. ಇಲ್ಲವಾದರೆ, ಆತ ಕಾರ್ಖಾನೆ ಬಾಗಿಲು ಹಾಕಬೇಕಾಗುತ್ತದೆ. ಆತನ ವಿಚಾರಸರಣಿ ಕೂಡಾ ಕಾಲಕ್ಕೆ ತಕ್ಕಂತೆ ಬದಲಾಗಬೇಕಾಗುತ್ತದೆ. ಇದು ಎಲ್ಲ ಕ್ಷೇತ್ರಗಳಿಗೂ ಅನ್ವಯಿಸುತ್ತದೆ.

ಕೆಲವರು ಬದಲಾಗುವುದನ್ನು ದ್ವೇಷಿಸುತ್ತಾರೆ. ಯುವಕನೊಬ್ಬ ಕಾರ್ಖಾನೆಯೊಂದನ್ನು ಸ್ಥಾಪಿಸಿದ. ಪ್ರತಿಭೆ, ಹಣ, ಮಹತ್ವಾಕಾಂಕ್ಷೆ ಎಲ್ಲವೂ ಆತನ ಬಳಿ ಇದ್ದಿತು. ಕೆಲಕಾಲದಲ್ಲೇ ಆತ ಭಾರಿ ಯಶಸ್ಸು ಗಳಿಸಿದ.

ಬಳಿಕ ಆತನ ಉತ್ಪನ್ನ ಹಳತಾಯಿತು. ಬೇಡಿಕೆ ಕುಸಿಯಿತು. ಆತ ಗೋಡೆ ಮೇಲಿನ ಬರಹವನ್ನು ಕಾಣಲಿಲ್ಲ, ಬದಲಾವಣೆಗೆ ಒಪ್ಪಲಿಲ್ಲ. ಕೊನೆಗೆ ಭಾರಿ

ನಷ್ಟವಾಗಿ, ಕಾರ್ಖಾನೆಯನ್ನೇ ಮಾರಿ ಬಿಟ್ಟ. ಆತನಿಂದ ಕಾರ್ಖಾನೆಯನ್ನು ಕೊಂಡಾತ ಸ್ಥಗಿತ ಚಿಂತನೆಯವನಲ್ಲ. ಕಾರ್ಖಾನೆಯಲ್ಲಿ ಅಗತ್ಯ ಉತ್ಪಾದನೆ, ಸಾಧನ-ಸಲಕರಣೆ, ಕುಶಲ ಸಿಬ್ಬಂದಿ ಇದ್ದರು. ಯಂತ್ರಗಳ ಮೇಲ್ದರ್ಜೆಗೇರಿಸುವಿಕೆ ಹಾಗೂ ಸಿಬ್ಬಂದಿಗೆ ಪುನರ್ ತರಬೇತಿ ನೀಡುವ ಮೂಲಕ ಸೂಕ್ತ ಉತ್ಪನ್ನ ತಯಾರಿಕೆಗೆ ಯೋಜನೆ ರೂಪಿಸಿದ. ಹಳೆಯ ಮಾರಾಟ ಜಾಲವನ್ನು ಬಳಸಿಕೊಂಡು ಯಶಸ್ವಿಯಾದ. ಇಬ್ಬರ ನಡುವಿನ ವ್ಯತ್ಯಾಸವೇನು? 'ಕಾಲಾಯತಸ್ಮೈ ನಮಃ'. ಕಾರ್ಖಾನೆ ಕೊಂಡಾತ ಬದಲಾವಣೆಯನ್ನು ಗ್ರಹಿಸಿದ, ಅದಕ್ಕೆ ತಕ್ಕಂತೆ ಮಾರ್ಪಾಡು ಮಾಡಿಕೊಂಡು ಉದ್ಧಾರವಾದ. 'ಸಿಹಿ ಎಂಬುದು ಬೆವರು ಸುರಿಸದೆ ದಕ್ಕದು' ಎಂಬುದು ಇದರರ್ಥ.

ಐಶ್ವರ್ಯ ಸೃಷ್ಟಿ ಎಂಬುದು ಮನಸ್ಸಿನಲ್ಲಿ ಹುಟ್ಟುತ್ತದೆ. ನಮ್ಮ ಮನೋಪ್ರವೃತ್ತಿ ಅದಕ್ಕೆ ವಿರುದ್ಧವಾಗಿದ್ದರೆ, ಅದು ಅಭಿವೃದ್ಧಿಯಾಗದು. ತನ್ನ ಸಾಮರ್ಥ್ಯದ ಬಗ್ಗೆ ಅಪನಂಬಿಕೆ ಹಾಗೂ ಪರಿಸ್ಥಿತಿಯನ್ನು ಬೈಯುತ್ತ ಕೂರುವವನನ್ನು ಗೆಲ್ಲಿಸುವ ಮಂತ್ರದ ಗುಳಿಗೆ ಯಾವುದೂ ಇಲ್ಲ. ಗಾದೆಯೊಂದಿದೆ, 'ಪ್ರತಿ ಸಲ ಕುರಿ ಕೂಗಿದಾಗಲೆಲ್ಲ, ಬಾಯಲ್ಲಿದ್ದ ಒಂದು ಹಿಡಿ ಹುಲ್ಲನ್ನು ಕಳೆದುಕೊಳ್ಳುತ್ತದೆ'. 'ಬೇರೆಯವರು ಸಾಧಿಸಿದ್ದನ್ನು ಮಾಡಲು ನನ್ನಿಂದ ಆಗದು. ಅದೃಷ್ಟ ನನ್ನ ಪರವಾಗಿ ಇಲ್ಲದ ಕಾರಣ ನಾನು ಸೋಲುತ್ತಿದ್ದೇನೆ' ಎಂದುಕೊಳ್ಳುವ ವ್ಯಕ್ತಿ ತನ್ನ ಶಕ್ತಿ ಹಾಗೂ ಪ್ರತಿಭೆಯನ್ನು ವ್ಯರ್ಥಗೊಳಿಸುತ್ತಾನೆ.

ಸರಿಯಾದ ಚಿಂತನೆ ಎಂದರೆ ಕೆಲಸದ ಬಗ್ಗೆ ಸಕಾರಾತ್ಮಕ ಮನೋವೃತ್ತಿ. ಕೆಲಸವನ್ನು ಶಿಕ್ಷೆ ಎಂದುಕೊಳ್ಳುವವರು, ಇದು ತಮ್ಮ ಸಾಮರ್ಥ್ಯ ಪ್ರದರ್ಶನಕ್ಕೆ ಅವಕಾಶ ಎಂದು ಭಾವಿಸುವವರ ಕೈಯಲ್ಲಿ ಪರಾಜಯ ಹೊಂದುತ್ತಾರೆ. ಅತ್ಯಂತ ಸಣ್ಣ ಪ್ರಮಾಣದಲ್ಲಿ ವ್ಯಾಪಾರ ಆರಂಭಿಸಿದವರು ಅಪಾರ ಯಶಸ್ಸು ಗಳಿಸಿದ ಹಲವು ಉದಾಹರಣೆಗಳಿವೆ. ವಿಪ್ರೋದ ಅಜೀಂ ಪ್ರೇಂಜಿ, ರಿಲಯನ್ಸ್‌ನ ಧೀರೂಬಾಯಿ ಅಂಬಾನಿ, ಇನ್ಫೋಸಿಸ್‌ನ ನಾರಾಯಣಮೂರ್ತಿ ತಮ್ಮ ಸಾಮ್ರಾಜ್ಯಗಳನ್ನು ಹೇಗೆ ಕಟ್ಟಿದರು, ಅವರ ಆರಂಭ ಹೇಗಿತ್ತು, ಅವಕಾಶಗಳನ್ನು ಅವರು ಸೃಷ್ಟಿಸಿಕೊಂಡದ್ದು ಹೇಗೆ, ಕಾಲಕ್ಕೆ ತಕ್ಕಂತೆ ಹೇಗೆ ಅವರೆಲ್ಲರ ಕಂಪನಿಗಳು ಬದಲಾಗುತ್ತ ಹೋದವು ಎಂಬುದು ದಂತಕತೆಯಾಗಿದೆ. ಇವರೆಲ್ಲರ ಆರಂಭ ಸಣ್ಣದಿತ್ತು. ಆದರೆ, ಕನಸುಗಳಿದ್ದವು, ಅದನ್ನು ಕಾರ್ಯಗತಗೊಳಿಸುವ ಛಲವಿತ್ತು. ಕಠಿಣ ಶ್ರಮಕ್ಕೆ ಇವರ್‍ಯಾರೂ ಬೆದರಲಿಲ್ಲ. ಅದರ ಫಲವೇನೋ ಎಂಬಂತೆ ವ್ಯಾಪಾರ ಸಾಮ್ರಾಜ್ಯವನ್ನೇ ಇವರೆಲ್ಲ ನಿರ್ಮಿಸಿದರು.

ಸಣ್ಣ ಕಿರಾಣಿ ಅಂಗಡಿಗಳು ಎಲ್ಲೆಡೆ ವ್ಯಾಪಿಸಿವೆ. ಕೆಲವು ಉತ್ತಮ ವಹಿವಾಟು

ನಡೆಸುತ್ತವೆ. ಮಾಲ್‌ಗಳು, ಚೈನ್ ಸ್ಟೋರ್ ಗಳ ನಡುವೆಯೇ ಸಣ್ಣ ವಹಿವಾಟಿಗೆ ಕೈಹಾಕಿ, ದೀರ್ಘಕಾಲ ಅದನ್ನು ಮುನ್ನಡೆಸಿ, ಯಶಸ್ಸು ಗಳಿಸಿದವರು ಇದ್ದಾರೆ.

ಮುನ್ನುಗ್ಗುವ ಧೈರ್ಯ, ಸಮಸ್ಯೆಗಳ ನಡುವೆಯೂ ತಾಳ್ಮೆ ಕಳೆದುಕೊಳ್ಳದ ಗುಣದ ಜತೆಗೆ ಯಶಸ್ಸಿಗೆ ಬೇಕಾದ ಇನ್ನೊಂದು ಗುಣ–ಹಣಕಾಸಿನ ವಿಚಾರದಲ್ಲಿ ಲೌಕಿಕ ವ್ಯಾವಹಾರಿಕತೆ. ವ್ಯಾಪಾರದಲ್ಲಿ ತೊಡಗಿಸಿಕೊಂಡವರು ಬಂದ ಲಾಭವನ್ನೆಲ್ಲ ವೈಯಕ್ತಿಕ ಖರ್ಚಿಗೆ ಬಳಸಿದರೆ, ಪ್ರಗತಿ ಹೇಗೆ ಸಾಧ್ಯ? ಬಂದ ಲಾಭದ ಬಹುತೇಕ ಪಾಲನ್ನು ಮತ್ತೆ ಹೂಡಿಕೆ ಮಾಡಬೇಕಾಗುತ್ತದೆ. ಬ್ಯಾಂಕಿನ ರಿಕರಿಂಗ್ ಠೇವಣಿಯನ್ನು ಅವ ಪೂರ್ಣಗೊಂಡ ಬಳಿಕ, ಎಫ್.ಡಿ.(ನಿಖರ ಠೇವಣಿ)ಯಾಗಿಸುವಂತೆ. ಹೂಡಿಕೆ ಪ್ರಮಾಣ ಹೆಚ್ಚಳಗೊಂಡಂತೆ ಹೆಚ್ಚು ಉತ್ಪನ್ನಗಳನ್ನು ಮಳಿಗೆಯಲ್ಲಿ ಶೇಖರಿಸಬಹುದು. ಇದರಿಂದ ಗ್ರಾಹಕರಿಗೆ ಆಯ್ಕೆಯ ಸ್ವಾತಂತ್ರ್ಯ ಸಿಗುತ್ತದೆ. ತನ್ನೆಲ್ಲ ಅವಶ್ಯಕತೆಗಳು ಒಂದೆಡೆ ಸಿಕ್ಕರೆ ಆತ ಖುಷಿಯಾಗುವುದು ಸಹಜ.

ಯಶಸ್ಸಿಗೆ ದೀರ್ಘಕಾಲೀನ ಯೋಜನೆ ರೂಪಿಸಬೇಕಾಗುತ್ತದೆ. ಅವಧಿ ತುಂಬಾ ದೀರ್ಘವಾದರೆ, ಆಲಸ್ಯ ಮೈದೋರುವ ಸಾಧ್ಯತೆ ಇದೆ. ಇದಕ್ಕಾಗಿ ಅಲ್ಪ ಕಾಲಾವಧಿಯ ಗುರಿಗಳನ್ನು ನಿಗದಿಗೊಳಿಸಿ, ಮೈಲುಗಲ್ಲುಗಳನ್ನು ದಾಟುತ್ತ ಹೋಗಬೇಕಾಗುತ್ತದೆ. ಇದರಿಂದ ಆಸಕ್ತಿಯೂ ಉಳಿದುಕೊಳ್ಳುತ್ತದೆ.

ಯಶಸ್ಸು, ಐಶ್ವರ್ಯದ ಜತೆಗೆ ಸಂಸಾರದಲ್ಲಿ ಸೌಹಾರ್ದವನ್ನು ಕಾಯ್ದುಕೊಳ್ಳುವುದು ಅಗತ್ಯ. ಮನುಷ್ಯನಿಗೆ ಸಾಂಸಾರಿಕ ಸುಖವಿಲ್ಲದಿದ್ದರೆ, ಏನೂ ಇದ್ದಂತೆ ಅಲ್ಲ. ನಗರಗಳಲ್ಲಿ ಬದುಕಿನ ವೆಚ್ಚ ಹೆಚ್ಚಾಗಿರುವುದರಿಂದ ಗಂಡ, ಹೆಂಡತಿ ಇಬ್ಬರೂ ದುಡಿಯುವುದು ಅನಿವಾರ್ಯ ಆಗುತ್ತಿದೆ. ಆಧುನಿಕ ಉದ್ಯೋಗಿ ಮಹಿಳೆಯರದು ಕತ್ತಿಯ ಮೇಲಿನ ನಡಿಗೆ. ಮನೆಯಲ್ಲಿ ಪತಿ, ಮಕ್ಕಳು ಹಾಗೂ ಕಚೇರಿಯಲ್ಲಿ ಕೆಲಸವನ್ನು ಸಂಭಾಳಿಸಬೇಕಾಗುತ್ತದೆ. ಸಹಜವಾಗಿಯೇ ಆಕೆ ಸುಸ್ತಾಗುತ್ತಾಳೆ. ಜತೆಗೆ ಆಕೆ ನೈಸರ್ಗಿಕ(ಋತುಸ್ರಾವ, ಗರ್ಭಧಾರಣೆ ಮತ್ತಿತರ) ಸಮಸ್ಯೆಗಳನ್ನು ಎದುರಿಸಬೇಕಾಗುತ್ತದೆ. ಉದ್ಯೋಗಿ ಮಹಿಳೆಯರ ಪತಿಯಂದಿರು, ತಾಳ್ಮೆ ಬೆಳೆಸಿಕೊಳ್ಳಬೇಕಾಗುತ್ತದೆ. ಆಕೆಯ ದುಡಿಮೆ ಬದುಕನ್ನು ಕಟ್ಟಿಕೊಳ್ಳಲು ಅಗತ್ಯವಾದ್ದರಿಂದ, ಕೆಲಸದ ಹೊರೆಯನ್ನು ಪುರುಷರು ಭರಿಸಬೇಕಾಗುತ್ತದೆ. ಕೌಟುಂಬಿಕ ಸಾಮರಸ್ಯವಿಲ್ಲದಿದ್ದರೆ, ಯಾವುದೇ ಸಾಧನೆ ಸಾಧ್ಯವಿಲ್ಲ. ಒಂದೊಮ್ಮೆ ಸಾಧಿಸಿದರೂ, ನೀವು ಕೆಲ ಸುಖವನ್ನು ಕಳೆದುಕೊಳ್ಳಬೇಕಾಗುತ್ತದೆ.

❑❑

ಕೆಲಸವನ್ನು ಇಷ್ಟಪಡುವುದು ಹೇಗೆ ?

> ತಾದ್ಯಾತ್ಮದಿಂದ ತೊಡಗಿಸಿಕೊಂಡಲ್ಲಿ ಕೆಲಸದಿಂದ ಖುಷಿ ಸಿಗುತ್ತದೆ. ದುಡಿಮೆಯ ಉದ್ದೇಶವೇ ಹಣ ಗಳಿಕೆ. ಬದುಕಲು ಹಣ ಬೇಕಲ್ಲವೇ? ಘನ ಉದ್ದೇಶ ಬದುಕಿನ ಗುರಿಯಾಗಬೇಕು. ಬರಿದೇ ಬದುಕುವುದಲ್ಲ.

ಸೇಂಟ್ ಪಾಲ್ ಹೇಳುತ್ತಾರೆ, 'ದುಡಿಯಲಾಗದ ಮನುಷ್ಯನನ್ನು ಉಪವಾಸ ಬೀಳಲು ಬಿಡಬೇಕು'. ಅಂದರೆ, ಆಲಸ್ಯ - ಮೈಗಳ್ಳತನವೆಂಬುದು ಶಾಪ. ಅದನ್ನು ಕಷ್ಟಪಟ್ಟು ಏನೆಲ್ಲ ಬೆಲೆ ತೆತ್ತಾದರೂ ತ್ಯಜಿಸಬೇಕು. ಅಂತರ್ಗತ ಸಾಮರ್ಥ್ಯದಿಂದ ಮನುಷ್ಯ ಯಶಸ್ಸಿನ ಶಿಖರವೇರುವುದು ಕಷ್ಟವೇನಲ್ಲ ಆತ ತನ್ನ ಸಹಜೀವಿಗಳ ಸಂತೋಷಕ್ಕೆ ಕಾರಣವಾಗುವ ಮೂಲಕ ಅವರ ಪ್ರೀತಿಗೂ ಪಾತ್ರನಾಗುತ್ತಾನೆ.

ಹಣ ಗಳಿಕೆಯೊಂದೇ ಮುಖ್ಯವಾದಾಗ, ಕೆಲಸದಿಂದ ತೃಪ್ತಿ ಸಿಗುವುದಿಲ್ಲ ಒಂದೂರಿನಲ್ಲಿ ಒಬ್ಬ ಕುಶಲಕರ್ಮಿ ನೇಕಾರನಿದ್ದ. ಎಂಬ್ರಾಯಿಡರಿ ಕೆಲಸದಲ್ಲಿ ಆತ ನಿಪುಣ. ಆತನಿಗೆ ಯಾವಾಗಲೂ ಕೈತುಂಬಾ ಕೆಲಸ ಇರುತ್ತಿತ್ತು. ಆತ ನಿಯಮ ವೊಂದನ್ನು ಹಾಕಿಕೊಂಡಿದ್ದ. ತನಗೆ ಎಷ್ಟು ಸಾಧ್ಯವೋ ಅದಕ್ಕಿಂತ ಹೆಚ್ಚು ಕೆಲಸ ಆತ ಒಪ್ಪಿಕೊಳ್ಳುತ್ತಿರಲಿಲ್ಲ. ಸಮಯಕ್ಕೆ ಸರಿಯಾಗಿ ಒಪ್ಪಿಕೊಂಡ ಕೆಲಸವನ್ನು ಚೆನ್ನಾಗಿ ಮಾಡಿಕೊಟ್ಟು ಗ್ರಾಹಕರು ಸಂತಸದಿರುವಂತೆ ಮಾಡುವುದು ಆತನ ಉದ್ದೇಶ ವಾಗಿತ್ತು. ಇದರಿಂದಾಗಿ ಬೇಗ ಕೆಲಸ ಆಗಬೇಕು ಎಂದು ಬರುವವರು ನಿರಾಶರಾಗಿ, ಬೇರೆಯವರ ಹತ್ತಿರ ತಮ್ಮ ಕೆಲಸ ಮಾಡಿಕೊಳ್ಳುತ್ತಿದ್ದರು. ಒಂದೊಮ್ಮೆ ಆತ ತನ್ನ

ಕೆಲಸದ ಗುಣಮಟ್ಟ ಸ್ವಲ್ಪ ಮಟ್ಟಿಗೆ ಕಡಿಮೆಗೊಳಿಸಿದ್ದಲ್ಲಿ, ಇನ್ನಷ್ಟು ಹಣ ಮಾಡಬಹುದಿತ್ತು.

ಈ ಕುರಿತು ಕೇಳಿದವರಿಗೆ ಆತನ ಉತ್ತರ ಹೀಗಿರುತ್ತಿತ್ತು. 'ಸರ್, ಬದುಕಲು ಹಣ ಬೇಕೇ ಬೇಕು ಎಂಬ ಪ್ರಜ್ಞೆ ನನಗಿದೆ. ಆದರೆ, ನನ್ನ ಕೌಶಲ ವೃದ್ಧಿ ಹಾಗೂ ಕೆಲಸದಿಂದ ತೃಪ್ತಿ ಆದಕ್ಕಿಂತ ಮುಖ್ಯವಾದುದು. ನಾನು ಸಾಯುತ್ತೇನೆ. ಆದರೆ, ನನ್ನ ಕೌಶಲ ಸಾಯುವುದಿಲ್ಲ. ನನ್ನ ಕೆಲಸಕ್ಕೆ ಸಾವಿಲ್ಲ'. ಎನ್ನುತ್ತಿದ್ದ.

ನಿರ್ದಿಷ್ಟ ಕೆಲಸವೊಂದಕ್ಕೆ ಅತ್ಯುನ್ನತ ಎನ್ನಬಹುದಾದ ಕೌಶಲ ಗಳಿಸಿಕೊಳ್ಳುವುದು, ಆದನ್ನು ನಿರಂತರವಾಗಿ ಉನ್ನತ ದರ್ಜೆಗೆ ಏರಿಸುತ್ತಿರುವುದು ಕುಶಲ ಕರ್ಮಿಯ ಗುರಿಯಾಗಬೇಕು. ಚಾರ್ಲ್ಸ್ ಎಫ್.ಕೆಟರಿಂಗ್ ಹೇಳುತ್ತಾರೆ, 'ಇತಿಹಾಸವನ್ನು ನೋಡಿದರೆ ನಮಗೆ ತಿಳಿದುಬರುವುದು, ಅತ್ಯಂತ ಮುಖ್ಯ ಎನ್ನಬಹುದಾದ ಆವಿಷ್ಕಾರಗಳು ಹಣದ ಹಂಬಲದಿಂದ ಆದವಲ್ಲ. ಬದಲಿಗೆ, ಸಾಧಿಸಬೇಕು ಎಂಬ ಹಂಬಲ, ತೀವ್ರ ಒಳತುಡಿತ ಅವುಗಳ ಶೋಧನೆ - ಆವಿಷ್ಕಾರಕ್ಕೆ ಕಾರಣ'.

'ಇಂಥ ಅಸಂಖ್ಯ ಧೀಮಂತರು ಇದ್ದಾರೆ. ಎಡಿಸನ್, ಗುಡ್‌ಇಯರ್, ರೈಟ್ ಸೋದರರು, ಗ್ರಹಾಂಬೆಲ್ ಕೆಲ ಉದಾಹರಣೆಗಳಷ್ಟೆ. ಇವರೆಲ್ಲ ತೀವ್ರ ತುಡಿತ ಇದ್ದವರಾಗಿದ್ದರು. ಸಂಶೋಧನೆಯೊಂದು ಕೊಡುವ ಸುಖ ಆ ಕ್ಷೇತ್ರದಲ್ಲಿರುವವರಿಗೆ ಮಾತ್ರ ಗೊತ್ತು. ಅಲ್ಲಿ ಹಣ ಮುಖ್ಯವಾಗುವುದಿಲ್ಲ'.

ತನ್ನ ಕೆಲಸವನ್ನು ಪ್ರೀತಿಸುವ ವ್ಯಕ್ತಿ ಅಪಾರ ತಾಳ್ಮೆ ಹೊಂದಿರಬೇಕಾಗುತ್ತದೆ. ಅರೆಬರೆ ಕೆಲಸ ಅವರಿಗೆ ಕಿರಿಕಿರಿ ತರುತ್ತದೆ. ಕೆಲಸ–ಉತ್ಪನ್ನದ ಗುಣಮಟ್ಟ ಹೆಚ್ಚಿಸಲು, ಕೆಲಸವನ್ನು ಹತ್ತು ಸಲ ಮಾಡಬೇಕಾಗಿ ಬಂದರೂ ಅವರು ಬೇಸರ ಪಡುವುದಿಲ್ಲ. ಫ್ರೆಂಚ್ ಕಾದಂಬರಿಕಾರ ಬಾಲ್ಜಾಕ್, ಕಾದಂಬರಿಯೊಂದನ್ನು 17 ಬಾರಿ ತಿದ್ದಿದ್ದ ಎನ್ನಲಾಗಿದೆ. ಪುಸ್ತಕದ ಗುಣಮಟ್ಟದ ಬಗ್ಗೆ ತೀವ್ರ ಕಾಳಜಿ ಆತ ಅಷ್ಟೊಂದು ಶ್ರಮ ಪಡಲು ಕಾರಣ. ಇಂಥ ಕಾಳಜಿಯುಕ್ತ ಶ್ರಮದಿಂದಲೇ ಶಾಶ್ವತ ಎನ್ನಿಸಬಹುದಾದ ಕೃತಿ, ಕೆಲಸ ಸೃಷ್ಟಿಯಾಗುತ್ತದೆ.

ಉತ್ತಮ ಕೆಲಸ ಕರ್ತೃವಿಗೆ ಅಪಾರ ಸಂತಸ ತರುತ್ತದೆ. ಆದರೆ, ಕೆಲಸವನ್ನು ಅತ್ಯುತ್ತಮವಾಗಿ ಮಾಡಲು ಆಗತ್ಯವಾದ ಕೌಶಲ ಒಂದೇ ದಿನದಲ್ಲಿ ಬರುವುದಿಲ್ಲ. ಆದಕ್ಕೆ ತಾಳ್ಮೆ, ದೂರದರ್ಶಿತ್ವ ಮತ್ತು ಕ್ರಮವಾದ ಯೋಜನೆ ರೂಪಿಸಬೇಕಾಗುತ್ತದೆ. ಈ ಅಂಶವನ್ನು ಪರಿಗಣಿಸದಿದ್ದರೆ, ವೈಫಲ್ಯ ತಪ್ಪಿದ್ದಲ್ಲ. ಸ್ನೇಹಿತನೊಬ್ಬ ಒಂದು ಕೆಲಸ ಆರಂಭಿಸಿ, ಯಶಸ್ವಿಯಾದನೆಂದ ತಕ್ಷಣ ನೀವೂ ಅದೇ ಕೆಲಸ ಮಾಡಬೇಕೆಂದಿಲ್ಲ. ಒಂದೊಮ್ಮೆ ಮಾಡಿದರೂ, ಯಶಸ್ಸು ಖಚಿತ ಎನ್ನುವಂತಿಲ್ಲ. ಆತನ ಯೋಜನೆ,

ಯೋಚನೆ, ಯಶಸ್ಸು ನಿಮ್ಮದಾಗಲೇಬೇಕು ಎಂದೇನಿಲ್ಲ. ಆಗಲೂಬಹುದು. ಅದು ಬೇರೆ ಮಾತು.

ಬೇರೆಯವನೊಬ್ಬ ಮಾಡಿದ ಎಂದ ತಕ್ಷಣ, ನಾವೂ ಅದೇ ಕೆಲಸ ಮಾಡಬೇಕೆಂದಿಲ್ಲ. ಆ ನಿರ್ದಿಷ್ಟ ಯೋಜನೆಗೆ ತಕ್ಕ ಉತ್ಸಾಹ, ಕ್ರಿಯಾಶೀಲತೆ, ಪ್ರಯತ್ನ, ಯಶಸ್ಸು ಸಾಧಿಸಲೇಬೇಕೆಂಬ ಹಠ ಇರಬೇಕಾಗುತ್ತದೆ. ನಿರಂತರ ಉತ್ಸಾಹ ಉಳಿಸಿಕೊಳ್ಳುವುದು ಕಷ್ಟ. ಕವಿ ಬೊದಿಲೇರ್ ಹೇಳುತ್ತಿದ್ದರು, 'ನಾನು ಸಾವಕಾಶವಾದಿ'. ಹೀಗೆಂದರೆ, ಅವರು ಸೋಮಾರಿಯಲ್ಲ. ಇದರರ್ಥ - ಎಚ್ಚರಿಕೆಯಿಂದ ಯೋಜನೆ ರೂಪಿಸಬೇಕು ಹಾಗೂ ಆಳವಾದ ಪರ್ಯಾಲೋಚನೆ ಇರಬೇಕು.

ಕೆಲಸವೊಂದನ್ನು ಹರಿಬರಿಯಿಂದ ಮಾಡಿದರೆ ಏನಾಗುತ್ತದೆ? ತಪ್ಪುಗಳು ಹೆಚ್ಚುತ್ತವೆ. ಬಳಿಕ ಅದರ ದುರಸ್ತಿಗೆ ಹೆಚ್ಚು ಕಾಲ ತಗಲುತ್ತದೆ. ಇದರ ಬದಲು ಕೆಲಸವನ್ನು ಸಾವಧಾನವಾಗಿ, ಚೆನ್ನಾಗಿ ಮಾಡುವುದು ಒಳಿತು. ಹರಿಬರಿ ಕೆಲಸದಿಂದ, ಕೆಲಸವನ್ನು ಉತ್ತಮವಾಗಿ ಮಾಡಿ ಮುಗಿಸಿದೆ ಎಂಬ ಸಂತೋಷ ಇಲ್ಲವಾಗುತ್ತದೆ. ನೆನಪಿಟ್ಟುಕೊಳ್ಳಿ–ಕೆಲಸವನ್ನು ವೇಗವಾಗಿ ಮಾಡುವುದು ಕ್ಷಮತೆಯಿಂದ ಮಾಡುವುದಕ್ಕೆ ಸಮನಲ್ಲ. ಜತೆಗೆ, ಇದು ಕೆಲಸದಲ್ಲಿ ಉತ್ಸಾಹ ತೋರ್ಪಡಿಸುವ ರೀತಿಯೂ ಅಲ್ಲ.

ಡಾ. ಮೇಘನಾದ ಸಹಾ ತಮ್ಮ ತಾದ್ಯಾತ್ಮದಿಂದ, ದೇಶಿ ಪ್ರತಿಭೆಗಳನ್ನು ತಿರಸ್ಕರಿಸುವ ಪರಿಸ್ಥಿತಿ ಇದ್ದ ಬ್ರಿಟಿಷರ ಆಡಳಿತದಲ್ಲೂ ಸಂಶೋಧನೆ ಕ್ಷೇತ್ರದ ಶೃಂಗ ತಲುಪಿದ್ದರು. ಬಡಕುಟುಂಬದಲ್ಲಿ ಹುಟ್ಟಿದ ಸಹಾ, ತಂದೆಯ ಸ್ನೇಹಿತರ ಧನಸಹಾಯದಿಂದ ಓದಲು ಸಾಧ್ಯವಾಯಿತು. ಅವರ ಪ್ರತಿಭೆ ಪೂರ್ಣ ಪ್ರಮಾಣದಲ್ಲಿ ಪ್ರಕಟಗೊಂಡಿದ್ದು 1920ರಲ್ಲಿ. ಲಂಡನ್‌ನ ಫಿಲಾಸಫಿಕಲ್ ಮ್ಯಾಗಝಿನ್‌ನಲ್ಲಿ ಅವರ 'ಥರ್ಮಲ್ ಅಯೊನೈಸೇಷನ್ ಥಿಯರಿ' ಲೇಖನ ಪ್ರಕಟಗೊಂಡಿತು. ಲೇಖನ ಅಪಾರ ಪ್ರಶಂಸೆಗೆ ಒಳಗಾಯಿತು. ಈ ಮೊದಲು ಯಾವುದೇ ಅಧ್ಯಯನ ನಡೆಯದ ನಕ್ಷತ್ರಗಳ ಬಣ್ಣ, ರಚನೆ ಕುರಿತ ಖಭೌತಶಾಸ್ತ್ರ ಕುರಿತ ಈ ಲೇಖನ, ವಿಜ್ಞಾನಿಗಳಿಗೆ ಈ ಕ್ಷೇತ್ರ ಕುರಿತು ಹೆಚ್ಚು ಅರಿವು ಮೂಡಿಸಿತು. ಅಡೆತಡೆಗಳನ್ನು ಮೆಟ್ಟಿಲಾಗಿ ಪರಿವರ್ತಿಸಿಕೊಂಡು ಸಹಾ, ಇಂಥ ಸಾಧನೆ ಮಾಡಿದರು.

ಕೆಲಸ ಕುರಿತು ಸಕಾರಾತ್ಮಕ ಮನಸ್ಥಿತಿಯಿಂದ , ಅದು ಹೊರೆಯಾಗುವುದಿಲ್ಲ. ಸೀರೆಮಳಿಗೆಗಳಲ್ಲಿ ಕೆಲಸ ಮಾಡುವವರನ್ನು ನೋಡಿರುತ್ತೀರಿ. ಕೆಲ ಗ್ರಾಹಕರಿಗೆ ಬಾರ್ಡರ್ ಇಷ್ಟವಾದರೆ, ಡಿಸೈನ್ ಸರಿಯಿರುವುದಿಲ್ಲ, ಎರಡೂ ಸರಿ ಇದ್ದರೆ, ಬಣ್ಣ ಹೊಂದುವುದಿಲ್ಲ ಅನ್ನಿಸುತ್ತದೆ. ಮೂರೂ ಒಪ್ಪಿತವಾದರೆ, ಬೆಲೆಯ ಪ್ರಶ್ನೆ ಬರುತ್ತದೆ. ಸೂಕ್ತ ಬಣ್ಣ, ಡಿಸೈನ್, ಬಾರ್ಡರ್ ಇರುವ , ಬೆಲೆಯೂ ಸರಿ ಎನ್ನಿಸುವ ವಸ್ತ್ರ- ಸೀರೆ

ಹುಡುಕಿಕೊಡುವಲ್ಲಿ ಎಂಥವರೂ ಸುಸ್ತಾಗುವ ಸಾಧ್ಯತೆ ಇರುತ್ತದೆ. ಇಂಥ ಹಲವು ಗ್ರಾಹಕರನ್ನು ಮಾರಾಟ ಪ್ರತಿನಿಧಿಯೊಬ್ಬ ನಿರ್ವಹಿಸಬೇಕಾಗುತ್ತದೆ. ಇಷ್ಟೆಲ್ಲದರ ಬಳಿಕವೂ, ಏನನ್ನೂ ಖರೀದಿಸದೆ ತೆರಳುವವರೂ ಇರುತ್ತಾರೆ !

ಇಂಥ ಸಮಯದಲ್ಲಿ ಏನು ಮಾಡಬೇಕು? ಮೈಪರಚಿಕೊಳ್ಳಬೇಕಾಗುತ್ತದೆ! ಒಂದೊಮ್ಮೆ ನಿಯಂತ್ರಣ ಕಳೆದುಕೊಂಡು ಸಿಟ್ಟಿಗೆದ್ದರೆ, ಮಾಲೀಕನ ಕೋಪಕ್ಕೆ ಸಿಲುಕಿ, ಕೆಲಸ ಕಳೆದುಕೊಳ್ಳಬೇಕಾಗುತ್ತದೆ. ತಾಳ್ಮೆ ಕಳೆದುಕೊಂಡರೆ, ಗ್ರಾಹಕ ಈ ಬಗ್ಗೆ ಸ್ನೇಹಿತ , ಆತ ತನ್ನ ಸ್ನೇಹಿತ,... ಹೀಗೆ ಒಬ್ಬರಿಂದ ಎಲ್ಲರಿಗೆ ವಿಷಯ ಹಬ್ಬಿ ವ್ಯಾಪಾರ ಹಾಳಾಗುತ್ತದೆ. ಯಾರೂ ಮಳಿಗೆಯತ್ತ ತಲೆ ಹಾಕುವುದಿಲ್ಲ. ಕೌಶಲ, ಚಾತುರ್ಯ, ತಾಳ್ಮೆ,- ಇವೆಲ್ಲ ಮಾರಾಟ ಪ್ರತಿನಿಧಿಗಳಿಗೆ ಇರಲೇಬೇಕಾದ ಗುಣಗಳು. ಜತೆಗೆ, ಮರುಳು ಮಾಡುವಂತೆ ಮಾತನಾಡಲೂ ಬರಬೇಕು. ಇಂಥವರು ಮಾರಾಟ ಕ್ಷೇತ್ರದಲ್ಲಿ ಯಶಸ್ಸು ಸಾಧಿಸುತ್ತಾರೆ.

ಕೆಲಸವನ್ನು ಖುಷಿಪಡುತ್ತ ಮಾಡುವುದು ಹೇಗೆ ಎಂಬ ಬಗ್ಗೆ ಜೆ.ಎಡ್ಗರ್ ಹೂವರ್ ಹೇಳುವುದಿದು, 'ವ್ಯಕ್ತಿ ಸವಾಲನ್ನು ಹೇಗೆ ಎದುರಿಸುತ್ತಾನೆ ಎಂಬುದರ ಮೇಲೆ ಆತನ ಸಂತೋಷ ನಿರ್ಧಾರಿತವಾಗುತ್ತದೆ. ವ್ಯಕ್ತಿಯೊಬ್ಬ ತುಂಬು ಉತ್ಸಾಹ ಹಾಗೂ ಗೆಲ್ಲುವ ಛಲದೊಂದಿಗೆ ಕೆಲಸ ಆರಂಭಿಸಿದಾಗ, ಆತ ಖಂಡಿತವಾಗಿಯೂ ತನ್ನ ಕೆಲಸವನ್ನು ಇಚ್ಛೆ ಪಡುತ್ತಾನೆ ಎಂದರ್ಥ. ಆದರೆ, ಅರೆಮನಸ್ಸು, ಸೋಲುವೆನೆಂಬ ಭೀತಿ ಹಾಗೂ ಸ್ವಂತ ಶಕ್ತಿ ಮೇಲೆ ಸಂಶಯದಿಂದ ಕೆಲಸ ಆರಂಭಿಸಿದರೆ, ಅದು ತಡೆಯಲಾರದ ಹೊರೆಯಾಗಿ ಪರಿಣಮಿಸುತ್ತದೆ'.

ಕೆಲಸ ಕುರಿತ ಸಕಾರಾತ್ಮಕ ನಿಲುವು ಬ್ಯಾಂಕ್‌ನಲ್ಲಿರುವ ಹಣದಂತೆ. ಇದನ್ನು ಅರ್ಥಮಾಡಿಕೊಳ್ಳದ ವ್ಯಕ್ತಿ ಸೋಲು ಅನುಭವಿಸಿ ತೆರೆಮರೆಗೆ ಸರಿಯಬೇಕಾಗುತ್ತದೆ. ಆಶಾಭಂಗ ಆತನ ನಿರಂತರ ಸಂಗಾತಿ ಆಗಿಬಿಡುತ್ತದೆ.

❑❑

ಕ್ರಿಯಾಶೀಲತೆಯ ಪ್ರತಿಫಲ

> **ದೃಢಮನಸ್ಕ ತನ್ನ ಗುರಿಯನ್ನು ಮುಟ್ಟಲು ಪ್ರಾಮಾಣಿಕ ಪ್ರಯತ್ನ ನಡೆಸುತ್ತಾನೆ. ವಿಜಯಕ್ಕಾಗಿ ಕಷ್ಟಪಡಲು ಸಿದ್ಧವಿರುತ್ತಾನೆ.**

ಕೆಲಸದ ಕಾರ್ಯನೀತಿ ಪ್ರಕಾರ, ಜನರನ್ನು ಎರಡು ಗುಂಪುಗಳಲ್ಲಿ ವಿಂಗಡಿಸಬಹುದು: ಕೆಲಸ ಮಾಡಲು ಇಷ್ಟವಿರುವವರು ಹಾಗೂ ಕೆಲಸ ಮಾಡುವಂತೆ ಹೇಳಿಸಿಕೊಳ್ಳುವವರು. ಕೆಲಸ ಇಷ್ಟವಿರುವವರಿಗೆ ಹೊರಗಿನಿಂದ ಪ್ರೇರೇಪಣೆ ಬೇಕಾಗುವುದಿಲ್ಲ, ತಮ್ಮಿಂದ ತಾವೇ ಸ್ಫೂರ್ತಿ ತುಂಬಿಕೊಳ್ಳುತ್ತಾರೆ. ವೇಳಾಪಟ್ಟಿ ಸಿದ್ಧಪಡಿಸಿಕೊಂಡು, ಪೂರ್ವನಿರ್ಧರಿತ ವೇಗದಲ್ಲಿ ಕೆಲಸ ಆರಂಭಿಸುತ್ತಾರೆ. 2ನೇ ವರ್ಗದವರನ್ನು ಮುಂದೆ ತಳ್ಳಬೇಕು. ಇಂಥವರ ಕೆಲಸ ಅರೆಬರೆ ಆಗಿರುವ ಸಾಧ್ಯತೆ ಇದೆ. ಇಂಥ ಕೆಲಸದಿಂದ ಅವರಿಗೆ ಪ್ರಶಂಸೆ ಸಿಗುವುದಿಲ್ಲ.

ಸಕಾರಾತ್ಮಕ ಮನೋವೃತ್ತಿ ಇರುವಾತ ಯಶಸ್ಸನ್ನು ಹಾಗೂ ನಕಾರಾತ್ಮಕ ಮನೋವೃತ್ತಿಯವರು ಅಪಜಯವನ್ನು ಬರಮಾಡಿಕೊಳ್ಳುತ್ತಾರೆ. ಇದನ್ನು ಚೀನಾದ ನಾಣ್ಣುಡಿಯೊಂದು ಹೇಳುವುದು ಹೀಗೆ, 'ಸಾಧಕರಿಗೆ ದೃಢ ಮನಸ್ಸಿರುತ್ತದೆ. ದುರ್ಬಲರಿಗೆ ಇರುವುದು ಬರಿ ಆಸೆಗಳು ಮಾತ್ರ'. ದೃಢ ಮನಸ್ಸಿನ ಮನುಷ್ಯ ತನ್ನ ಗುರಿ ಸಾಧಿಸಲು ಕಠಿಣ ಪ್ರಯತ್ನ ನಡೆಸುತ್ತಾನೆ. ಅಡೆತಡೆಗಳು ಆತನನ್ನು ಎದೆಗುಂದಿಸುವುದಿಲ್ಲ. ತದ್ವಿರುದ್ಧವಾಗಿ, ಆಸೆ ಇರುವಾತ ಬರಿದೇ ಕನಸು ಕಾಣುತ್ತಾನೆ. ಆತ ಕಾರ್ಯಶೀಲನಲ್ಲ.

ಹೀಗಾಗಿಯೇ, 'ಇಷ್ಟಪಟ್ಟಿದ್ದೆಲ್ಲ ನಮಗೆ ಸಿಗುವುದಿಲ್ಲ. ಪ್ರಯತ್ನಿಸಿದ್ದು ಮಾತ್ರ ಲಭಿಸುತ್ತದೆ' ಎಂದು ಹಿರಿಯರು ಹೇಳುತ್ತಾರೆ. ಪ್ರತಿಭೆ ಇಲ್ಲದ ವ್ಯಕ್ತಿ ಇರುವುದಿಲ್ಲ. ಒಂದಲ್ಲ ಒಂದು ಸಾಮರ್ಥ್ಯ ಇರುತ್ತದೆ. ಹೀಗಿದ್ದರೂ ಕೆಲವರು ಮಾತ್ರ ಸಾಧನೆ ಮಾಡುತ್ತಾರೆ.

ತದ್ವಿರುದ್ಧವಾಗಿ ಪ್ರತಿಭೆ-ಕೌಶಲವನ್ನು ಪೋಷಿಸದೆ, ಬಳಸದೆ ಇರುವವರು ಸೋಲುತ್ತಾರೆ. ಪವಾಡವೊಂದು ನಡೆಯಲಿ ಎಂದು ಕಾಯುತ್ತ, ತಮ್ಮ ಪ್ರತಿಭೆ ಬೆಳಗಲು ಬಿಡದೆ, ಮಸುಕಾಗಲು ಕಾರಣವಾಗುತ್ತಾರೆ. ಸಿದ್ಧಗೊಂಡ ಮನಸ್ಸುಗಳನ್ನು ಮಾತ್ರ ಯಶ ಒಲಿಯುತ್ತದೆ ಎಂಬುದಕ್ಕೆ ಹಲವು ಹತ್ತು ಉದಾಹರಣೆಗಳಿವೆ.

ಮೇರಿ ಕ್ಯೂರಿ ವಿಜ್ಞಾನ ಆಗಸದ ಶಾಶ್ವತ ಹೊಳೆಯುವ ತಾರೆ. 1891ರಲ್ಲಿ ಮೇರಿ ಪೋಲೆಂಡ್‌ನಿಂದ ಪ್ಯಾರಿಸ್‌ನ ಸೋರ್ಬಾನ್ ವಿವಿಗೆ ವಿದ್ಯಾಭ್ಯಾಸಕ್ಕೆ ಬಂದರು. ಲಿಂಗ ಅಸಮಾನತೆ ಸಮಾಜದಲ್ಲಿ ಆಳವಾಗಿದ್ದ ಕಾಲವದು. ವಿಜ್ಞಾನ ಕಲಿಕೆಗೆ ಹೆಣ್ಣುಮಕ್ಕಳು ಸೂಕ್ತರಲ್ಲ ಎಂದು ಭಾವಿಸಲಾಗಿತ್ತು. ಆಕೆಯನ್ನು ತರಗತಿಯಲ್ಲಿ ಕಂಡ ಪ್ರೊಫೆಸರ್ ಒಬ್ಬರು, 'ನನ್ನ ತರಗತಿಯಲ್ಲಿ ಯುವತಿಯೊಬ್ಬಳು ಕುಳಿತಿದ್ದಾಳೆ. ಅಡುಗೆ ಮನೆಯಲ್ಲಿರುವುದನ್ನು ಬಿಟ್ಟು ಆಕೆ ಇಲ್ಲೇನು ಮಾಡುತ್ತಿದ್ದಾಳೆ?' ಎಂದು ಪ್ರಶ್ನಿಸಿದರಂತೆ! ಇಂಥ ಕೂರಂಬುಗಳಿಂದ ಮೇರಿ ಧೃತಿಗೆಡಲಿಲ್ಲ. ಕಠಿಣ ಪರಿಶ್ರಮದ ಮೂಲಕ ಉಪಾಧ್ಯಾಯರ ವಿಶ್ವಾಸ ಗಳಿಸಿದಳು. ಆಕೆ ತನ್ನ ದಿನಚರಿಯಲ್ಲಿ ಬರೆದಿದ್ದಾಳೆ. 'ಹಳೆಯ ಶೆಡ್‌ನಲ್ಲಿ ನಾವು ಬದುಕಿನ ಅತ್ಯುತ್ತಮ ದಿನಗಳನ್ನು ಸಂತಸದಿಂದ ಕಳೆದೆವು. ಕೆಲವೊಮ್ಮೆ ದಿನವಿಡೀ ಕುದಿಯುತ್ತಿರುವ ಪಿಚ್‌ಬ್ಲೆಂಡ್‌ನ ದ್ರಾವಣವನ್ನು ನನ್ನಷ್ಟೇ ಉದ್ದದ ಕಬ್ಬಿಣದ ಸರಳಿನಿಂದ ಕಲಕುತ್ತ ಕಳೆದದ್ದೂ ಇದೆ. ಸಂಜೆ ಹೊತ್ತಿಗೆ ಬೆನ್ನು ಬಗ್ಗಿ ಮುರಿದುಹೋಗಿರುತ್ತಿತ್ತು'. ಸುಮಾರು 35 ವರ್ಷ ಕಾಲ ಬರಿಗೈಯಲ್ಲಿ ರೇಡಿಯಂನ್ನು ಸ್ಪರ್ಶಿಸುತ್ತಾ ಕೆಲಸ ಮಾಡಿದರು. ಇದರಿಂದ ಆಕೆಯ ದೇಹ ದುರಸ್ತಿ ಸಾಧ್ಯವಿಲ್ಲದಷ್ಟು ಹಾಳಾಯಿತು. ವೈಜ್ಞಾನಿಕ ಜಗತ್ತಿಗೆ ಆಗುವ ಉಪಯೋಗವನ್ನು ಆಕೆ ಪರಿಗಣಿಸಿದಳೇ ಹೊರತು ವೈಯಕ್ತಿಕ ಸುಖವನ್ನಲ್ಲ. ಕೊನೆಗೆ, ಕ್ಯಾನ್ಸರ್ ಆಕೆಯನ್ನು ಕೊಂಡೊಯ್ದಿತು.

ಸಾಮಾನ್ಯರು ಹೋಗಲಿ, ವಿಕಲಚೇತನರು ಕೂಡಾ ತಮ್ಮ ಪ್ರಗತಿಯ ಹಾದಿಯಲ್ಲಿ ವೈಕಲ್ಯ ಅಡ್ಡವಾಗದಂತೆ ನೋಡಿಕೊಂಡಿದ್ದಾರೆ. ಪಾಶ್ಚಿಮಾತ್ಯ ಸಂಗೀತವನ್ನು ಕೇಳುವವರಿಗೆ ಬಿಥೋವನ್ನನ ಸಿಂಫೊನಿಗಳು ಚಿರಪರಿಚಿತ. ಸಂಗೀತ ವಿಮರ್ಶಕ ಪಾಲ್ ನ್ಯೂಮನ್ ಹೇಳುತ್ತಾನೆ, 'ಬಿಥೋವನ್ ತನ್ನ ವೈಶಿಷ್ಟಪೂರ್ಣ ಕಲ್ಪನೆಯಿಂದ ಸಂಗೀತ ಮಾತ್ರವಲ್ಲ, ಇಡೀ ಜೀವನವನ್ನು, ಭಾವನೆಗಳನ್ನು ಹಾಗೂ ನಮ್ಮ ಆಲೋಚನೆಗಳನ್ನು ಮರುಮೌಲ್ಯಮಾಪನ ಮಾಡಿಕೊಳ್ಳುವ ಸ್ಥಿತಿಗೆ ನಮ್ಮನ್ನು

ಏರಿಸುತ್ತಾನೆ'. ಬದುಕಿನ ಬಗ್ಗೆ ಮರುವಿಮರ್ಶೆ—ಮೌಲ್ಯಮಾಪನ ಮಾಡಲು ಪ್ರೇರೇಪಿಸುವ ಸಂಗೀತ, ದೈವಿಕ.

ಇಂಥ ಸಾಧನೆ ಸುಲಭವಾಗಿ ಆಗಲಿಲ್ಲ. ಸಣ್ಣವನಿದ್ದಾಗಲೇ ಆತ ಶ್ರವಣ ಸಮಸ್ಯೆಗೆ ಸಿಲುಕಿದ. ಇದರಿಂದ ತೀವ್ರ ಖಿನ್ನತೆಗೆ ಒಳಗಾದ. ತನ್ನೆಲ್ಲ ಕನಸುಗಳು ಭಗ್ನವಾಗುತ್ತವೆ ಎಂದು ಖಿನ್ನನಾದ. ಆತ ತನ್ನ ಸ್ನೇಹಿತರು - ಆತ್ಮೀಯರಿಗೆ ಹೇಳಿದ, 'ಈ ನಗರದಲ್ಲಿ ಬದುಕುವುದು ನನಗೆ ಕಷ್ಟವಾಗುತ್ತಿದೆ. ಶ್ರವಣ ಶಕ್ತಿ ಕುಂದುತ್ತಿರುವುದರಿಂದ ಜನ ಮಾತಾಡುವಾಗ ಕಿರುಚಬೇಕಾಗುತ್ತದೆ. ಈ ಅವಮಾನ ನನಗೆ ಸಹಿಸಲಾಗುತ್ತಿಲ್ಲ. ಏಕಾಂಗಿಯಾಗಿ ನನ್ನ ಪಾಡಿಗೆ ನನ್ನನ್ನು ಬಿಟ್ಟುಬಿಡಿ'. ಅಪಾರ ಸಂಕಟ ಅನುಭವಿಸುತ್ತಿದ್ದ ಬಿಥೋವನ್, ಆ ಕಂದಕದಲ್ಲಿ ಹೆಚ್ಚು ದಿನ ಇರಲಿಲ್ಲ. ಬಹುಬೇಗ ಅದರಿಂದ ಬಿಡಿಸಿಕೊಂಡರು.

ಹಿಂದಿ ಕವಿ ಸೂರದಾಸ ಹಾಗೂ ಇಂಗ್ಲಿಷ್ ಕವಿ-ನಾಟಕಕಾರ ಜಾನ್ ಮಿಲ್ಟನ್-ಇಬ್ಬರೂ ದೃಷ್ಟಿ ಕಳೆದುಕೊಂಡವರಾಗಿದ್ದರು. ಆದರೆ, ಇಬ್ಬರೂ ಅಂಗವೈಕಲ್ಯ ತಮ್ಮನ್ನು ಆಳಲು ಬಿಡಲಿಲ್ಲ. ಸ್ವಸಾಮರ್ಥ್ಯ, ಕ್ರಿಯಾಶೀಲತೆಯಿಂದ ಸಾಹಿತ್ಯ ಕ್ಷೇತ್ರದಲ್ಲಿ ತಮ್ಮ ಹೆಸರು ಚಿರಸ್ಥಾಯಿ ಆಗುವಂತೆ ಮಾಡಿಬಿಟ್ಟರು.

ಪ್ರತಿಭೆ, ಕ್ರಿಯಾಶೀಲತೆ ಇದ್ದವರು ಯಶಸ್ಸನ್ನು ಸಾಧಿಸುತ್ತಾರೆಯೇ ಹೊರತು, ಭಿಕ್ಷೆ ಬೇಡುವುದಿಲ್ಲ. ಯಶಸ್ಸಿಗೆ ಬೇಕಾದ ಸಕಲ ಪ್ರಯತ್ನ ಮಾಡುತ್ತಾರೆ. ಬರಿದೇ ಹಗಲುಗನಸು ಕಾಣುವುದಿಲ್ಲ. ತಾನು ಸಮರ್ಥ ಎಂದು ಸಾಬೀತು ಮಾಡಲು ಸವಾಲುಗಳನ್ನು ಎದುರಿಸಬೇಕಾಗುತ್ತದೆ. ಪ್ರಯತ್ನ ಕೈಗೂಡದಿದ್ದಲ್ಲಿ ವ್ಯಥಿಸುತ್ತ ಕೂರುವುದಿಲ್ಲ.

ಸಾಮರ್ಥ್ಯವುಳ್ಳವರನ್ನು ವಿಜಯಲಕ್ಷ್ಮಿ ವರಿಸುತ್ತಾಳೆ. ಇದಕ್ಕೆ ಅಸಂಖ್ಯ ಉದಾಹರಣೆಗಳಿವೆ.

❑❑

ಪದಗಳ ಮಾಂತ್ರಿಕ ಶಕ್ತಿ

ಶಬ್ದಗಳು ಸಂವಹನದ ಜೀವವಿದ್ದಂತೆ. ಮಹಾತ್ಮ ಗಾಂಧಿ, ಅಬ್ರಹಾಂ ಲಿಂಕನ್, ಕನ್‌ಫ್ಯೂಶಿಯಸ್ ಮತ್ತಿತರರ ಮಾತುಗಳು ಚಿರಸ್ಥಾಯಿಯಾಗಿವೆ. ಮನುಕುಲಕ್ಕೆ ನಿರಂತರ ಮಾರ್ಗದರ್ಶನ ನೀಡುತ್ತಿವೆ.

ಸಂವಹನ ಮನುಷ್ಯನ ಮೂಲಭೂತ ಅಗತ್ಯಗಳಲ್ಲೊಂದು. ಸಣ್ಣ ಮಗು ಕೂಡಾ ಅಳು, ಚೀರುವ ಮೂಲಕ ಏನನ್ನೋ ಹೇಳಲು ಪ್ರಯತ್ನಿಸುತ್ತದೆ, ಅದೆಷ್ಟೇ ಅಸಂಬದ್ಧವಾಗಿದ್ದರೂ. ಆದರೆ, ತಾಯಿಗೆ ಮಗುವಿನ ದೇಹಭಾಷೆ ಹಾಗೂ ಶಬ್ದ ಅರ್ಥವಾಗುತ್ತದೆ. ಇದು ಜಗತ್ತಿನ ವಿಸ್ಮಯಗಳಲ್ಲೊಂದು.

ತಾಯಿಯ ತೊಡೆ ಮೇಲಿದ್ದಾಗಲೇ ಮಗುವಿಗೆ ಭಾಷೆಯ ಪಾಠ ಆರಂಭವಾಗುತ್ತದೆ. ಇದರಿಂದಾಗಿಯೇ, ಮಾತೃಭಾಷೆ ಎನ್ನುವ ಪದ ಸೃಷ್ಟಿ ಯಾಗಿದೆ.

ಮಾಂಟೆಸ್ಸರಿ ಇಲ್ಲವೇ ಕಿಡ್ಸ್ ಹೋಂಗೆ ಸೇರ್ಪಡೆಯಾಗುವ ಮಗು, ಭಾಷೆ ಕಲಿಕೆಯ ಮೊದಲ ಹಂತದಲ್ಲಿರುತ್ತದೆ, ಅಭಿವ್ಯಕ್ತಿ ಒರಟಾಗಿರುತ್ತದೆ. ಅದು ಶಾಲೆಯಲ್ಲಿ ದೃಢಗೊಳ್ಳುತ್ತದೆ, ನವಿರಾಗುತ್ತದೆ. ಮಗು ತನ್ನ ಶಬ್ದಭಂಡಾರ ಬೆಳೆಸಿಕೊಳ್ಳುತ್ತದೆ. ಧರ್ಮ, ಸಮಾಜ ಮತ್ತಿತರ ಅಂಗಗಳ ಕುರಿತು ಅರಿವು ಮೂಡಿಸಿಕೊಳ್ಳುತ್ತದೆ.

ಬೆಳೆದಂತೆ ಭಾಷಾ ಕೌಶಲವೂ ಬೆಳೆಯುತ್ತದೆ. ಕುಟುಂಬ, ಸ್ನೇಹಿತರು, ಸಹೋದ್ಯೋಗಿಗಳು, ಶಿಕ್ಷಕರು ಮತ್ತಿತ್ತರರ ಜತೆ ಸಂಬಂಧವೃದ್ಧಿಗೆ ಭಾಷಾ ಕೌಶಲ ನೆರವಾಗುತ್ತದೆ. ಭಾವನೆಯನ್ನು ಎಷ್ಟು ಪರಿಣಾಮಕಾರಿಯಾಗಿ ವ್ಯಕ್ತಪಡಿಸಬಲ್ಲಿರಿ ಎಂಬುದು ಸಂಬಂಧ ಎಷ್ಟು ಸೌಹಾರ್ದವಾಗಿರುತ್ತದೆ ಎಂಬುದನ್ನು ನಿರ್ಧರಿಸುತ್ತದೆ. ಒಂದೊಮ್ಮೆ ಪರಿಣಾಮಕಾರಿ ವಾಗ್ಮಿಯಾಗಿದ್ದರೆ, ಸ್ನೇಹಿತರ ಬಳಗ ವೃದ್ಧಿಯಾಗುತ್ತದೆ. ಜನ ಆತನ ಮಾತು ಗಮನವಿಟ್ಟು ಕೇಳುತ್ತಾರೆ, ಕೆಲಸದಲ್ಲಿ ಸಹಕರಿಸುತ್ತಾರೆ.

ಪದಗಳು ನಮ್ಮ ಕೈಯಲ್ಲಿರುವ ಪ್ರಭಾವಿ ಸಾಧನವಿದ್ದಂತೆ . ನಮ್ಮ ಬದುಕು ಹಾಗೂ ಸನ್ನಿವೇಶಗಳನ್ನು ರೂಪಿಸುತ್ತದೆ. ಕೆಲಸದ ಒತ್ತಡದಿಂದ ಸುಸ್ತಾಗಿರುವ ಪತಿ - ಪತ್ನಿ ಪರಸ್ಪರ ಒಳ್ಳೆಯ ಮಾತನ್ನಾಡುವುದರಿಂದ, ಆಯಾಸ ಸ್ವಲ್ಪವಾದರೂ ಕಡಿಮೆಯಾಗುತ್ತದೆ ಎಂಬುದು ದಂಪತಿಗಳಿಗೆ ಗೊತ್ತಿರುವ ವಿಷಯ. ಒಳ್ಳೆಯ ಕೆಲಸ ಮಾಡಿದಾತ ತನ್ನ ಕೆಲಸವನ್ನು ಜನ ಗುರುತಿಸಬೇಕು, ಶ್ಲಾಘಿಸಬೇಕು ಎಂದು ಆಶಿಸುವುದು ಸಹಜ. ಮೇಲುಸ್ತುವಾರಿ ವಹಿಸುವವರು ಇಲ್ಲವೇ ಬಾಸ್, ಸಹೋದ್ಯೋಗಿಗಳ ಬೆನ್ನು ತಟ್ಟಿ ಪ್ರೋತ್ಸಾಹದ ಮಾತನ್ನಾಡಿದಲ್ಲಿ ಫಲಿತಾಂಶ ಇನ್ನಷ್ಟು ಉತ್ತಮವಾಗಿರುತ್ತದೆ. ತಂಡ ಆತನ ಜತೆ ಸಹಕರಿಸುತ್ತದೆ. ಕಿರುಚುವ ಬಾಸ್‌ನ್ನು ಯಾರು ಇಷ್ಟಪಡುತ್ತಾರೆ, ಹೇಳಿ? ಪರಿಣಾಮಕಾರಿ ಮಾತು, ಭಾಷಣ, ಉತ್ಸಾಹದ ಹಾಗೂ ಆಲೋಚನೆಯ ಅಲೆಗಳನ್ನು ಸೃಷ್ಟಿಸಬಲ್ಲದು.

ಅತ್ಯಂತ ಮೃದುವಾಗಿ ಮಾತನ್ನಾಡುತ್ತಿದ್ದ ಗಾಂಧೀಜಿ ಅವರ ಮಾತನ್ನು 200 ದಶಲಕ್ಷ ಭಾರತೀಯರು ಕೇಳುತ್ತಿದ್ದರು. ಫ್ರೆಂಚ್ ಕ್ರಾಂತಿಯ ವೇಳೆ ಚಲಾವಣೆ ಯಲ್ಲಿದ್ದ 'ಸಮಾನತೆ, ಸ್ವಾತಂತ್ರ್ಯ, ಭ್ರಾತೃತ್ವ (ಈಕ್ವಾಲಿಟಿ, ಲಿಬರ್ಟಿ, ಫ್ರೆಟರ್ನಿಟಿ)' ಜಗತ್ತಿನೆಲ್ಲೆಡೆ ರಾಜಕೀಯ ಚಿಂತನೆಯನ್ನು ಪ್ರಭಾವಿಸಿತು. ಕ್ರಾಂತಿಗೆ ಕಾರಣವಾದ ಈ ಘೋಷಣೆಯ ಕಂಪನ ಇಂದಿಗೂ ಜೀವಂತವಾಗಿದೆ. ಅಬ್ರಹಾಂ ಲಿಂಕನ್‌ರ 'ಅಮೆರಿಕ ಅರ್ಧ ಗುಲಾಮಗಿರಿ, ಅರ್ಧ ಸ್ವಾತಂತ್ರ್ಯದಲ್ಲಿ ಇರಕೂಡದು' ಎಂಬ ಹೇಳಿಕೆ ಗುಲಾಮಗಿರಿಗೆ ಅಂತ್ಯ ಹಾಡಿದ್ದಲ್ಲದೆ, ಮಾನವೀಯ ಮೌಲ್ಯಗಳ ಬಗ್ಗೆ ಹೊಸ ವ್ಯಾಖ್ಯಾನ ಬರೆಯಿತು. ಬಾಲಗಂಗಾಧರ ತಿಲಕ್ ಅವರ 'ಸ್ವಾತಂತ್ಯ ನನ್ನ ಆಜನ್ಮ ಸಿದ್ಧ ಹಕ್ಕು' ಎಂಬ ಘೋಷಣೆ ದೇಶದ ಸ್ವಾತಂತ್ಯ ಹೋರಾಟಕ್ಕೆ ನೀಡಿದ ಕಾಣಿಕೆ ಮರೆಯಲಾಗದಂತದ್ದು.

ಸಂವಹನ ಕೌಶಲ ಕುರಿತು ಪ್ರೊ.ಕೆಲ್ಲಿ ಜೆಮಿಸನ್ ಹೇಳುತ್ತಾರೆ, 'ಪದಗಳ ಬಗ್ಗೆ ಅರಿವು ಮೂಡಿದ ಕ್ಷಣದಿಂದ ನಿಮ್ಮ ವೈಯಕ್ತಿಕ ಪಯಣ ಆರಂಭವಾಗುತ್ತದೆ'. ಕನ್‌ಫ್ಯೂಷಿಯಸ್ 'ಸದ್ಗುಣ-ಸದಾಚಾರ'ದ ಬಗ್ಗೆ ಹೇಳುತ್ತಾರೆ, 'ಸದ್ಗುಣವೆಂಬುದು ಐದು ಅಂಶಗಳಿಂದ ಆಗಿದೆ. ಅವು - ಸೌಜನ್ಯ, ಔದಾರ್ಯ, ನಿಷ್ಕಾಪಟ್ಯ, ಶ್ರದ್ಧೆ ಮತ್ತು ಕರುಣೆ. ಸೌಜನ್ಯದಿಂದ ಅಪಮಾನ ಆಗದು. ಔದಾರ್ಯದಿಂದ ನೀವು ಎಲ್ಲರನ್ನೂ ಗೆಲ್ಲಬಹುದು. ನಿಷ್ಕಾಪಟ್ಯದಿಂದ ಎಲ್ಲರೂ ನಿಮ್ಮನ್ನು ನಂಬುತ್ತಾರೆ. ಶ್ರದ್ಧೆ ಮತ್ತು ಕರುಣೆಯಿಂದ ನೀವು ಜಯಶಾಲಿ ಆಗಬಹುದು'. ನಿಮ್ಮ ಮಾತು ಮೇಲಿನ ಐದು ಅಂಶಗಳನ್ನು ಒಳಗೊಂಡಿದ್ದರೆ, ಜಯ ನಿಮ್ಮದಾಗುತ್ತದೆ.

ಮಾತೇ ಇಲ್ಲದ ಜಗತ್ತು ಹೇಗಿರುತ್ತದೆ? ಮಾತು ಖಂಡಿತ ಬೇಕು. 'ಮೌನ ಬಂಗಾರ' ಎನ್ನುವ ಮೂಲಕ ಅರ್ಥಗರ್ಭಿತ ಹಾಗೂ ಸಂವಹನಕ್ಕೆ ಅಗತ್ಯವಾದ ಮಾತನ್ನು ಹತ್ತಿಕ್ಕಬಾರದು. ಅದೇ ವೇಳೆ ಮಾತು 'ಮಡಕೆಯಲ್ಲಿ ಕಲ್ಲಿನ ತುಂಡು' ಆಗಬಾರದು. ಅದು ಗಲಾಟೆಯೇ ಹೊರತು ಮಾತಲ್ಲ. ಅನಗತ್ಯ ಮಾತು 'ಮಾಲಿನ್ಯ'ಕ್ಕೆ ಕಾರಣವಾಗುತ್ತದೆ.

ಮಾಧ್ಯಮ, ವ್ಯಾಪಾರ, ಶಿಕ್ಷಣ, ಉದ್ಯಮ, ಕಾನೂನು ಕ್ಷೇತ್ರದಲ್ಲಿರುವವರು ಮಾತನ್ನು ತಮ್ಮ ಉದ್ದೇಶ ಈಡೇರಿಸಿಕೊಳ್ಳಲು ಬಳಸಬೇಕು. ಸಮಯಕ್ಕೆ ತಕ್ಕ ಮಾತಿನಿಂದ ನಿಮ್ಮ ವ್ಯಕ್ತಿತ್ವಕ್ಕೆ ಮೆರುಗು ಬರುತ್ತದೆ. ಪರಿಣಾಮಕಾರಿ ಮಾತು ಬದುಕು ಬದಲಿಸುತ್ತದೆ. ಆದಕ್ಕೇ ಶರಣರು 'ಮಾತೆಂಬುದು ಜ್ಯೋತಿರ್ಲಿಂಗ' ಎಂದಿದ್ದಾರೆ.

ನಾವು ಸಲಹೆ - ಸೂಚನೆ ಮೂಲಕ ಜನರನ್ನು ಗೆಲ್ಲಬಹುದೇ ಹೊರತು ಒತ್ತಾಯ ಹೇರುವಿಕೆಯಿಂದಲ್ಲ. ಬದಲಾವಣೆ ಆರಂಭವಾಗುವುದು ಹೃದಯದ ಪರಿವರ್ತನೆಯಿಂದ. ಇದನ್ನು ಮಾತಿನಿಂದ ಸಾಧ್ಯವಾಗಿಸಬಹುದು. ಒತ್ತಾಯದ ಬದಲು ಅನುನಯದ ಮೂಲಕ ಜನರನ್ನು ಆಕರ್ಷಿಸಬಹುದು. ಇದು ಪರಿಣಾಮ ಕಾರಿ ಸಂವಹನದ ಗುಟ್ಟು.

ಸಂಶಯವೇ ಬೇಡ, ಭಾಷೆ ಮತ್ತು ಸಂವಹನ ಬದುಕಿನ ಅತ್ಯಂತ ಮುಖ್ಯ ಕೌಶಲ್ಯಗಳಲ್ಲೊಂದು. ನಮ್ಮ ಸಾಮರ್ಥ್ಯದ ಶೋಧನೆ ಹಾಗೂ ಅದರ ಪರಿಣಾಮವನ್ನು ಅಭಿವ್ಯಕ್ತಿಗೊಳಿಸಲು ಮಾತು ಅನುವು ಮಾಡಿಕೊಡುತ್ತದೆ. ನೀವು ಬದುಕಿನಲ್ಲಿ ಶೃಂಗವನ್ನು ಮುಟ್ಟಬೇಕೆಂದಿದ್ದರೆ, ಮಾತಿನ ಕೌಶಲ್ಯವನ್ನು ನಿಮ್ಮದಾಗಿಸಿ ಕೊಳ್ಳಬೇಕು. ಇಲ್ಲವಾದರೆ, ಖ್ಯಾತಿಯಿಲ್ಲದ, ಮೂಲೆಯೊಂದರಲ್ಲಿ ಅನಾಮಧೇಯ ರಾಗಿ ಉಳಿಯಬೇಕಾಗುತ್ತದೆ.

□□

ನೈತಿಕ ನಡವಳಿಕೆ

> **ವರ್ತನೆಯಲ್ಲಿ ಕೃತಿಮತೆ ನೈತಿಕತೆಯನ್ನು ನೇಣು ಹಾಕುವಲ್ಲಿನ ಮೊದಲ ಹೆಜ್ಜೆ. ನೈತಿಕ ನಡವಳಿಕೆಯ ಸತ್ವವಾದ ನಿಷ್ಕಾಪಟ್ಯವನ್ನು ಅದು ಕತ್ತು ಹಿಚುಕಿ ಬಿಡುತ್ತದೆ.**

ನೈತಿಕ ನಡವಳಿಕೆ ಬಗ್ಗೆ ಕವಿ ಎ. ಹಂಟ್ ಹೇಳುವುದಿದು, 'ಒಳಗಿನ ಕಳಂಕರಹಿತ ಆತ್ಮವು ಅತಿ ಚೆಲುವನ್ನು ಮೀರಿಸುತ್ತದೆ'. ಆಲೋಚನೆಯಲ್ಲಿ ಶುದ್ಧತೆ ಉನ್ನತ ವ್ಯಕ್ತಿಗಳ ವೈಶಿಷ್ಟ್ಯ. ಮನುಷ್ಯ ಎಂಬುವನು ಆತನ ಭಾವನೆಗಳ ಪ್ರತಿಬಿಂಬ. ಒಂದೊಮ್ಮೆ ಹೃದಯ ಶುದ್ಧವಾಗಿರದಿದ್ದರೆ, ಆಲೋಚನೆಗಳು ಕೂಡ ಶುದ್ಧ ವಾಗಿರುವುದಿಲ್ಲ. ಶುದ್ಧತೆ ಎಂಬುದು ಚಾರಿತ್ರ್ಯದ ಪಾರದರ್ಶಕತೆಯಲ್ಲಿ ಅನಾವರಣ ಗೊಳ್ಳುತ್ತದೆ. ಶುದ್ಧ ಪ್ರಜ್ಞೆಯು ಯಾವುದೇ ಐಶ್ವರ್ಯ ಭಂಡಾರಕ್ಕಿಂತ ಮಿಗಿಲಾದುದು. ಕೆಟ್ಟ ಆಲೋಚನೆಗಳು ಮನಸ್ಸಲ್ಲಿ ಮನೆಮಾಡಿದಾಗ, ಭ್ರಷ್ಟಾಚಾರ ಆರಂಭಗೊಳ್ಳುತ್ತದೆ. ಅಂದರೆ, ನಮ್ಮ ಆಲೋಚನೆಗಳೇ ನೈತಿಕ ಅಧಪತನಕ್ಕೆ ಕಾರಣ.

ನಡತೆಯಲ್ಲಿ ಕೃತಿಮತೆ ನೈತಿಕತೆಯ ನಾಶದ ಮೊದಲ ಹೆಜ್ಜೆ. ಇಂಥ ನಡತೆ ಪ್ರದರ್ಶಿಸುವವರು ನಟಿಸಲಾರಂಭಿಸುತ್ತಾರೆ. ಕೃತಕ ನಡವಳಿಕೆ ನೈತಿಕತೆಯ ಮೂಲ ವಾದ ನಿಷ್ಕಾಪಟ್ಯವನ್ನು ತಳ್ಳಿಹಾಕಿಬಿಡುತ್ತದೆ. ಇಂಥ ಮನುಷ್ಯರು ಮುಖವಾಡ ತೊಟ್ಟು, ತಪ್ಪು ಕೆಲಸಗಳನ್ನು ಮುಚ್ಚಿಕೊಳ್ಳುವಲ್ಲಿ ತೊಡಗಿರುತ್ತಾನೆ. ಜೀವನ ಗಿಮಿಕ್‌ಗಳ ಸರಮಾಲೆ ಆಗಿರುತ್ತದೆ.

ಮನುಷ್ಯ ತನ್ನ ತಪ್ಪುಗಳನ್ನು ಎಷ್ಟೇ ಮುಚ್ಚಿಕೊಂಡರೂ, ಕಾನೂನಿನ ಕಣ್ಣಿಗೆ ಮಣ್ಣು ಎರಚಿದರೂ, ಆತನ ಪ್ರಜ್ಞೆ ಆತನನ್ನು ಚುಚ್ಚುತ್ತಲೇ ಇರುತ್ತದೆ. ಇಂಥ ಚುಚ್ಚುವಿಕೆ ತಡೆಯಲಾರದಷ್ಟು ತೀವ್ರವಾಗುತ್ತದೆ. ವ್ಯಕ್ತಿ ಕಠೋರ ಕ್ರಿಮಿನಲ್ ಆಗಿದ್ದರೆ ಮಾತ್ರ ಆತನನ್ನು ಆತ್ಮಸಾಕ್ಷಿ ಕಾಡುವುದಿಲ್ಲ. ಧಾರ್ಮಿಕ ಸಮ್ಮೇಳನ ಇಲ್ಲವೇ ಸಮಾಜ ಸೇವೆ ಮೂಲಕ ತಮ್ಮ ತಪ್ಪು ಮುಚ್ಚಿಕೊಳ್ಳಲು ಇಂಥವರು ಪ್ರಯತ್ನಿಸುತ್ತಾರೆ.

ಪ್ರಾರ್ಥನೆ ಎಂಬುದು ಆತ್ಮಶುದ್ಧಿಯ ಕೆಲಸ. ಅದು ನಮ್ಮ ತಪ್ಪುಗಳನ್ನು ತೊಳೆಯುತ್ತದೆ. ಆದರೆ, ನಿರಂತರವಾಗಿ ತಪ್ಪು ಮಾಡುತ್ತಾ, ಅದನ್ನು ತೊಳೆಯ ಲೆಂದು ಪ್ರಾರ್ಥನೆ ಮಾಡುವುದು ಗಿಮಿಕ್ ಮಾತ್ರವಷ್ಟೆ. ಔಷಧವನ್ನು ವೈದ್ಯರ ಸೂಚನೆಯಂತೆ ತೆಗೆದುಕೊಂಡರೆ, ಅದರಿಂದ ರೋಗ ವಾಸಿ ಸಾಧ್ಯವಿದೆ. ಆದರೆ, ಅತಿಯಾಗಿ ಬಳಸಿದರೆ, ಔಷಧವೂ ವಿಷವಾಗುತ್ತದೆ. ಒಬ್ಬ ಮಾದಕ ವ್ಯಸನಿಗೂ, ನಕಲಿ ಗುರುವಿಗೂ ಹೆಚ್ಚು ವ್ಯತ್ಯಾಸವಿಲ್ಲ. ಇಬ್ಬರೂ ಆತ್ಮ ಭಂಜನೆಯಲ್ಲಿ ತೊಡಗಿಕೊಂಡಿರುತ್ತಾರೆ. ನಕಲಿ ಧರ್ಮಗುರು ಮುಕ್ತಿ ಪಡೆಯುವುದಿಲ್ಲ. ಔಷಧ ದುರ್ಬಳಕೆ ಮಾಡುವವನಿಗೆ ಆರೋಗ್ಯವೆಂಬುದು ಮರೀಚಿಕೆ ಆಗಲಿದೆ.

ನೈತಿಕತೆ ಎಂಬುದು ಎಲ್ಲರಿಗೂ ಅಗತ್ಯ. ಆದರೆ, ಅದು ಇರುವುದು ಕೆಲವರಲ್ಲಿ ಮಾತ್ರ. ಬಹುತೇಕರು ಧಾರ್ಮಿಕ ವಿಮೋಚನೆ ಹಾಗೂ ಸ್ವರ್ಗ ಸುಖ ಎರಡನ್ನೂ ಪಡೆಯಲು ಬಯಸುತ್ತಾರೆ. ಕೇಕ್ ತಿನ್ನಬೇಕು, ಶೇಖರಿಸಲೂ ಬೇಕು ಎಂಬ ಮನೋಪ್ರವೃತ್ತಿ ಹತ್ತು ಹಲವು ಆರ್ಥಿಕ ಅಕ್ರಮಗಳಿಗೆ ಕಾರಣವಾಗಿದೆ. ಆಧುನಿಕರು ಶಿಕ್ಷಣವನ್ನು ಜ್ಞಾನಕ್ಕಾಗಿ ಬಳಸುವ ಬದಲು, ಅವನತಿಯ ಹೊಸ ಹೊಸ ತಂತ್ರಗಳನ್ನು ಸೃಷ್ಟಿಸಲು ಬಳಸುತ್ತಿದ್ದಾರೆ. ದೊಡ್ಡ ದೊಡ್ಡ ಆರ್ಥಿಕ ಅಕ್ರಮಗಳ ಸೂತ್ರದಾರರು ವಿಶ್ವವಿದ್ಯಾಲಯಗಳ ಉತ್ಪನ್ನಗಳು ಎಂಬುದು ಗಮನಾರ್ಹ.

ವಿದ್ಯಾವಂತರು ನಡೆಸುವ ಆರ್ಥಿಕ ಅಕ್ರಮಗಳಿಂದ ದೇಶದ ಆರ್ಥಿಕ ವ್ಯವಸ್ಥೆ ಹಳಿ ತಪ್ಪುತ್ತದೆ. ಭ್ರಷ್ಟಾಚಾರವೆಂಬ ಕ್ಯಾನ್ಸರ್‌ಗೆ ತಡೆ ಒಡ್ಡಲು ಸರಕಾರ ನಡೆಸಿದ ಪ್ರಯತ್ನಗಳು ಫಲ ಕೊಟ್ಟಿಲ್ಲ. ಇದಕ್ಕೆ ಕಾರಣ ಸ್ಪಷ್ಟ. ದೋಷ ನಮ್ಮ ಕಾನೂನಿನಲ್ಲಿಲ್ಲ, ಬದಲಿಗೆ ನಮ್ಮಲ್ಲಿದೆ. ನಾವು ಇದನ್ನೆಲ್ಲ ಸಹಿಸಿಕೊಳ್ಳುತ್ತೇವೆ. ಬಲವಿದ್ದವರು ಕಾನೂನುಗಳಲ್ಲಿನ ಲೋಪದೋಷ ಬಳಸಿಕೊಳ್ಳುತ್ತಿದ್ದಾರೆ ಹಾಗೂ ಕಾನೂನಿನ ಜಾರಿ ಮಾಡಬೇಕಾದ ಆಡಳಿತ ವ್ಯವಸ್ಥೆ ಭ್ರಷ್ಟಾಚಾರಕ್ಕೆ ಕುಮ್ಮಕ್ಕು ನೀಡುತ್ತಿದೆ. ಅಧಿಕಾರ ವುಳ್ಳವರು ಸ್ವಹಿತಾಸಕ್ತಿಗೆ ಕಾನೂನುಗಳನ್ನು ತಿರುಚುತ್ತಾರೆ. ಜಾರಿ ವ್ಯವಸ್ಥೆ ದುರ್ಬಲವಾಗಿರುವುದು ಅವರಿಗೆ ವರವಾಗಿ ಪರಿಣಮಿಸಿದೆ. ಧಾರ್ಮಿಕತೆಯ ಸೋಗಿನಡಿ ಸಾರ್ವಜನಿಕರ ಕಣ್ಣಿಗೆ ಮಣ್ಣು ಎರಚುತ್ತ, ಬೆನ್ನ ಹಿಂದೆ ಅಕೃತ್ಯಗಳನ್ನು ಮುಂದುವರಿಸುತ್ತಾರೆ.

ಮತಗಳು, ಧರ್ಮಪೀಠಗಳು ಜಾತಿ, ಕೋಮಿಗೆ ಸೀಮಿತವಾಗಿರುವುದು ದುರದೃಷ್ಟಕರ. ಮತಗಳು ವೈದ್ಯ-ಎಂಜಿನಿಯರಿಂಗ್ ಕಾಲೇಜುಗಳನ್ನು ಆರಂಭಿಸಿ, ಶಿಕ್ಷಣವನ್ನು ಮಾರುತ್ತ ಹಣ ಗಳಿಸುವ ಯಂತ್ರಗಳಾಗಿವೆ. ಸರಕಾರದ, ಧಾರ್ಮಿಕರು ಎನಿಸಿಕೊಂಡವರ ಬೆಂಬಲ ಇದಕ್ಕಿರುತ್ತದೆ. 'ವೈದ್ಯನೇ, ಮೊದಲು ನಿನ್ನನ್ನು ಗುಣಪಡಿಸಿಕೋ' ಎಂಬಂತೆ ಧರ್ಮಗುರುಗಳು, ವಿದ್ಯಾವಂತರು ತಮ್ಮನ್ನು ದುರಸ್ತಿ ಮಾಡಿಕೊಳ್ಳಬೇಕಿದೆ.

❑❑

ವೈವಾಹಿಕ ಜೀವನ ಹೇಗಿದೆ ?

‘ ಗಂಡುಹೆಣ್ಣಿನ ನಡುವೆ ಆಕರ್ಷಣೆ ಸಹಜ. ಇಬ್ಬರನ್ನೂ ಒಂದುಗೂಡಿಸುವುದು ಲೈಂಗಿಕ ಆಸಕ್ತಿಯೇ ಆದರೂ, ಅದರಿಂದ ಮಾತ್ರವಷ್ಟೇ ಇಬ್ಬರೂ ಒಟ್ಟಾಗಿರಲು ಸಾಧ್ಯವಿಲ್ಲ.

ಆತನೊಬ್ಬ ನವವಿವಾಹಿತ. ಖುಷಿಯಿಂದ ವೈವಾಹಿಕ ಜೀವನವನ್ನು ಅನುಭವಿಸುತ್ತಿದ್ದ. ಪತ್ನಿ ಓದಿದಾಕೆ, ಜಾಣೆ. ಕೆಲಕಾಲ ಕಳೆಯಿತು. ಆತ ಕೊರಗಲಾರಂಭಿಸಿದ. ಪತ್ನಿಯಲ್ಲೇನೂ ಸಮಸ್ಯೆಯಿರಲಿಲ್ಲ. ‘ನಾನು ಒಂಟಿಯಾಗಿದ್ದಾಗಲೇ ಚೆನ್ನಾಗಿದ್ದೆ. ಬದುಕಿನಲ್ಲಿ ಮಜಾ ಇತ್ತು’ ಎನ್ನಲಾರಂಭಿಸಿದ. ಏನಾಯಿತು ಅವನಿಗೆ?

ಪತ್ನಿ ಬದಲಾಗಿರಲಿಲ್ಲ. ಮದುವೆಗೆ ಮುನ್ನ ಆತ ದುಡಿದ ಹಣವನ್ನೆಲ್ಲ ತನ್ನ ಸುಖಕ್ಕಾಗಿ ವೆಚ್ಚ ಮಾಡುತ್ತಿದ್ದ. ಸಿನಿಮಾ, ಮೋಜು - ಮಸ್ತಿ, ಒಳ್ಳೆಯ ಊಟ, ಗೆಳೆಯರೊಡನೆ ಪಾರ್ಟಿ ಮಾಡುತ್ತಾ ಖುಷಿ ಪಡುತ್ತಿದ್ದ. ಮದುವೆ ಬಳಿಕ

ಇದನ್ನೆಲ್ಲ ನಿಲ್ಲಿಸಬೇಕಾಯಿತು. ಮನೆ ವೆಚ್ಚಕ್ಕೆ ಹಣ ಕೊಡುವುದು, ಪತ್ನಿಯ ಖರ್ಚು ವೆಚ್ಚ ನೋಡಿಕೊಳ್ಳಬೇಕಾಯಿತು. ಆತನಲ್ಲೇ ದೋಷವಿತ್ತು. ದಾಂಪತ್ಯ ಸುಖಕ್ಕೆ ಕೆಲ ತ್ಯಾಗ ಮಾಡಬೇಕಾಗುತ್ತದೆ. ವಿವಾಹಿತ ಹೆಚ್ಚು ಜವಾಬ್ದಾರಿ ಹೊರಬೇಕಾಗುತ್ತದೆ. ಪುರುಷರು ತಮ್ಮ ವೈಯಕ್ತಿಕ ವೆಚ್ಚ ಕಡಿತಗೊಳಿಸಬೇಕಾಗುತ್ತದೆ. ದಾಂಪತ್ಯ ಸುಖವೆಂಬುದು ಹೂವಿನ ಸುಗಂಧದಂತೆ. ಗಿಡವನ್ನು ಪೋಷಿಸದೆ ಹೂವಿನ ಸುಖ ಸಿಗುವುದಿಲ್ಲ.

ಇನ್ನೊಬ್ಬನದು ಬೇರೆಯದೇ ಕಥೆ. ಆತನಿಗೆ ಒಳ್ಳೆಯ ಕೆಲಸವಿದೆ, ಒಳ್ಳೆಯ ಸಂಬಳವಿದೆ. ಆತನ ನಡವಳಿಕೆಯಿಂದ ಸಹೋದ್ಯೋಗಿಗಳು, ಆತನನ್ನು ಇಷ್ಟಪಡುತ್ತಾರೆ. ಆದರೆ, ಮನೆಯಲ್ಲಿ ಆತನ ವರ್ತನೆ ತದ್ವಿರುದ್ಧ. ಸಣ್ಣ ಕಾರಣಕ್ಕೂ ಪತ್ನಿ ಮೇಲೆ ಕಿರುಚಾಡುತ್ತಾನೆ. ಕೈ ಎತ್ತಿದ್ದೂ ಇದೆ. ಕೆಲವೊಮ್ಮೆ ಬೇರೆಯವರ ಎದುರು ಇಂಥ ವರ್ತನೆ ತೋರಿಸಿದ್ದಾನೆ. ಇದರಿಂದ ಆತನ ಪತ್ನಿ ಆತ್ಮವಿಶ್ವಾಸವನ್ನೇ ಕಳೆದುಕೊಂಡಿದ್ದಾಳೆ. ಮಕ್ಕಳು ಆಕೆಯನ್ನು ಗೌರವಿಸುವುದಿಲ್ಲ. ಸದಾ ದುಃಖಿಯಾಗಿ ಇರುವ ಆಕೆ, ಗಂಡನನ್ನು ಪ್ರೀತಿಸದಿರುವುದು ಸಹಜವೇ.

ಪತ್ನಿಯನ್ನು ಸಹೋದ್ಯೋಗಿಗಳಿಗಿಂತ ಹೆಚ್ಚು ಗೌರವಿಸಬೇಕು, ಪ್ರೀತಿಸಬೇಕು. ಆಗಷ್ಟೇ ಪ್ರತಿಯಾಗಿ ಪ್ರೀತಿ ಸಿಗುತ್ತದೆ. ಪತ್ನಿ ತನಗಿಂತ ಕಡಿಮೆಯಲ್ಲ. ಆಕೆಗೂ ಆತ್ಮಸಮ್ಮಾನವಿದೆ ಎಂಬ ಅರಿವು ಅಗತ್ಯ. ವೈವಾಹಿಕ ನೆಮ್ಮದಿ ಕೊಡು - ಕೊಳು ಮೂಲಕ ಬರುವಂಥದ್ದು.

ಮತ್ತೊಬ್ಬನ ಪತ್ನಿ ಹೇಳುತ್ತಾಳೆ, 'ಸ್ನೇಹಿತರ ಮನೆಗೆ ಹೋದಾಗ ನಾನೊಂದು ಮೂಕ ಪಶುವೋ ಎಂಬಂತೆ ನನ್ನ ಪತಿ ವರ್ತಿಸುತ್ತಾನೆ. ಹೀನಾಯಿಸುತ್ತಾನೆ, ತಪ್ಪನ್ನೆಲ್ಲ ಎತ್ತಿ ಆಡುತ್ತಾನೆ. ಒಮ್ಮೊಮ್ಮೆ ಓಡಿಹೋಗಬೇಕೆಂದುಕೊಳ್ಳುತ್ತೇನೆ. ಆದರೆ, ಕುಟುಂಬದ ಘನತೆ ಹಾಗೂ ಮಕ್ಕಳ ಭವಿಷ್ಯದ ದೃಷ್ಟಿಯಿಂದ ಸುಮ್ಮನಿರಬೇಕಾಗಿದೆ'. ಇಲ್ಲಿಯೂ ಪುರುಷನದೇ ಸಮಸ್ಯೆ. ನಿಜವಾದ ಪ್ರೀತಿ ಭಯದಿಂದ ಹುಟ್ಟುವುದಿಲ್ಲ. ಪತ್ನಿಯನ್ನು ಕೀಳಾಗಿ ಕಾಣುವ ಮೂಲಕ, ಗಂಡಸರು ಬುದ್ಧಿವಂತರಾಗಲು ಸಾಧ್ಯವಿಲ್ಲ. ಒದೆಸಿಕೊಂಡ ಪತ್ನಿಯಿಂದ ಪ್ರೀತಿಯನ್ನು ನಿರೀಕ್ಷಿಸುವುದು ಸರಿಯೇ ?

ಮಗದೊಬ್ಬನಿಗೆ ಬೇಕೆಂದಾಗಲೆಲ್ಲ ಪತ್ನಿ ಕೈಗೆ ಸಿಗಬೇಕು. ಆಕೆಗೆ ಬೇಕಿದೆಯೋ, ಇಲ್ಲವೋ ಎಂಬುದು ನಗಣ್ಯ. ಆಕೆಯ ಬೇಕು - ಬೇಡ ತೃಣ ಸಮಾಜ. ಸೆಕ್ಸ್ ಇಬ್ಬರೂ ಇಷ್ಟಪಟ್ಟು ನಡೆಸುವ , ತೃಪ್ತಿ ಕೊಡುವ ಕ್ರಿಯೆ ಎಂಬುದನ್ನೇ ಮಗದೊಬ್ಬ ಮರೆತಿದ್ದಾನೆ. ಆತನಿಗೆ ತನ್ನ ಸುಖವೇ ಮುಖ್ಯವಾಗಿಬಿಟ್ಟಿದೆ.

ಮಿಸ್ಟರ್ ಎಕ್ಸ್‌ನದ್ದು ಕಾರ್ಖಾನೆಯೊಂದರಲ್ಲಿ ಬಲು ದೊಡ್ಡ ಹುದ್ದೆ. ದಿನವಿಡೀ ಹಲವು ಹತ್ತು ಸಮಸ್ಯೆಗಳನ್ನು ಬಗೆಹರಿಸಬೇಕಾದ, ತಲೆನೋವಿನ ಕೆಲಸ. ಕೆಲವೊಮ್ಮೆ ಕೆಲ ಸಮಸ್ಯೆಗಳು ಬಗೆಹರಿಯದೆ ಹಾಗೆಯೇ ಉಳಿದು ತಲೆ ತಿನ್ನುತ್ತಿರುತ್ತವೆ. ಆ ತಲೆ ನೋವಿನೊಂದಿಗೆ ಆತ ಮನೆಗೆ ಬರುತ್ತಾನೆ. ಗಬಗಬನೆ ಒಂದಷ್ಟು ತಿಂದು, ಹೆಂಡತಿ - ಮಕ್ಕಳೊಡನೆ ಮಾತನ್ನಾಡದೆ ಮಲಗುತ್ತಾನೆ. ಇಂಥ ಮಾನಸಿಕ ಸ್ಥಿತಿಯಲ್ಲಿರುವಾಗ ಮಾತನ್ನಾಡಿ ಹಗುರಾಗಲು ಪತ್ನಿ ಹೇಳುತ್ತಾಳೆ. ಏನೇ ಮಾಡಿದರೂ, ಆತ ಮೌನ ಮುರಿಯುವುದಿಲ್ಲ. 'ಪತ್ನಿಗೆ ಇದೆಲ್ಲ ಗೊತ್ತಾಗುವುದಿಲ್ಲ' ಎಂಬುದು ಅವನ ಅಭಿಪ್ರಾಯ. ಆಕೆ ವಿದ್ಯಾವಂತೆ. 'ತನ್ನಷ್ಟು ತಾಂತ್ರಿಕ ಪರಿಣತಿಯಿಲ್ಲ. ಆಕೆಯ ಬಳಿ ಈ ಕುರಿತು ಮಾತನ್ನಾಡುವುದು ವ್ಯರ್ಥ' ಎಂಬುದು ಆತನ ನಿಲುವು. ಆದರೆ, ಹೆಣ್ಣುಮಕ್ಕಳು ಸ್ವಭಾವತ ತಿಳಿವಳಿಕೆಯುಳ್ಳವರು. ಅವರ ತಾಳ್ಮೆ, ಸಾಮಾನ್ಯ ಗ್ರಹಿಕೆ ಪುರುಷರಿಗಿಂತ ಹೆಚ್ಚು ಇರುತ್ತದೆ. ವಿದೇಶದ ಡಿಗ್ರಿಗಳು ಬಗೆಹರಿಸಲಾಗದ ಸಮಸ್ಯೆಗಳನ್ನು ಸಾಮಾನ್ಯ ಪ್ರಜ್ಞೆಯಿಂದ ಪರಿಹರಿಸಬಹುದು. ಪತ್ನಿಯ ಸಲಹೆಗೆ ಕಿವಿಯಾದರೆ, ಆಕೆಯ ಆತ್ಮವಿಶ್ವಾಸವೂ ಹೆಚ್ಚುತ್ತದೆ.

ವೈವಾಹಿಕ ಜೀವನ ಸುಖದಾಯಕವಾಗಿರುವಲ್ಲಿ ಪತ್ನಿಯರ ಪಾಲೂ ಇದೆ. ಎಲ್ಲ ಮಹಿಳೆಯರೂ ಸಚ್ಚಾರಿತ್ರ್ಯ, ಸಹನೆಯ ಶಿಖರಗಳೇನೂ ಅಲ್ಲ. ದಾಂಪತ್ಯದ ಬಂಡಿ ಸುಖವಾಗಿ ಸಾಗಲು ಎರಡು ಚಕ್ರಗಳೂ ಅಗತ್ಯ. ಪರಸ್ಪರ ಅರ್ಥ ಮಾಡಿಕೊಳ್ಳುವ, ಸಹನೆ, ಕಷ್ಟ- ಸುಖವನ್ನು ಹಂಚಿಕೊಳ್ಳುವ ಮನಸ್ಥಿತಿ ಬದುಕನ್ನು ಸುಲಭಗೊಳಿಸುತ್ತದೆ. 'ಎರಡು ಕೈ ಕೂಡಿದರೆ ಮಾತ್ರ ಚಪ್ಪಾಳೆ' ಎನ್ನುವುದನ್ನು ಮರೆಯಬಾರದು. ಪೇಷನ್ಸ್ ಸ್ಟ್ರಾಂಗ್ ಅವರ ಸಲಹೆ ಕೇಳಿ, 'ಪ್ರೀತಿ ಎಂಬುದು ಮದುವೆಯ ದಿನದ ಚುಂಬನ ಮಾತ್ರವಲ್ಲ. ಬದುಕನ್ನು ಒಟ್ಟಾಗಿ ನಿಭಾಯಿಸುವ, ಕಷ್ಟ - ಸುಖ ಹಂಚಿಕೊಳ್ಳುವ ದೀರ್ಘ ಪಯಣ ಅದು'.

❑❑

ಸಾಂಸ್ಕೃತಿಕ ಶ್ರೇಷ್ಠತೆ

> **ಉತ್ತಮ ವ್ಯಕ್ತಿ ಪಾರದರ್ಶಕವಾಗಿರುತ್ತಾನೆ, ಆತನ ಕ್ರಿಯೆಗಳು ಮುಕ್ತವಾಗಿರುತ್ತವೆ. ಮುಚ್ಚಿಕೊಳ್ಳ ಬೇಕಾದ್ದು ಏನೂ ಇರುವುದಿಲ್ಲವಾದ್ದರಿಂದ, ಕೃತಿಮತೆಯ ಅಗತ್ಯ ಇರುವುದಿಲ್ಲ.**

ಬೆಳಕು, ಕತ್ತಲು ಎರಡೂ ಇದ್ದೇ ಇರುತ್ತವೆ. ನಾವು ಬೆಳಕನ್ನು ಅಪೇಕ್ಷಿಸುತ್ತೇವೆ, ಕತ್ತಲನ್ನು ಉಪೇಕ್ಷಿಸುತ್ತೇವೆ. ಕತ್ತಲಿನಲ್ಲಿ ಹೆದರಿಕೆ ಆಗುವುದು ಇದಕ್ಕೆ ಕಾರಣ. ಭರವಸೆ ಮತ್ತು ವಿಶ್ವಾಸದ ಪ್ರತೀಕವಾದ್ದರಿಂದ ಬೆಳಕನ್ನು ಇಷ್ಟಪಡುತ್ತೇವೆ. ಬೆಳಕು ಒಳಿತಿನ ಪ್ರತೀಕ ಕೂಡಾ.

ಮನುಷ್ಯ ಒಳಿತು, ಕೆಡುಕು ಕೆಲಸಗಳಲ್ಲಿ ಏಕೆ ನಿರತನಾಗುತ್ತಾನೆ? ಮನುಷ್ಯನ ಎಲ್ಲ ಕ್ರಿಯೆಗಳ ಹಿಂದೆ ಉದ್ದೇಶ–ಅಪೇಕ್ಷೆ ಇರುತ್ತದೆ. ಬಳಿಕ ತನ್ನ ಕ್ರಿಯೆಯ ಮೌಲ್ಯಮಾಪನ ಮಾಡುತ್ತಾನೆ. 'ಇದು ಒಳ್ಳೆಯ ಕೆಲಸ. ಇದು ಒಳ್ಳೆಯದಲ್ಲ'. ಈ ಮೌಲ್ಯಮಾಪನ ಕೆಲವೊಮ್ಮೆ ಸರಿ ಇರುವುದಿಲ್ಲ. ಏಕೆಂದರೆ, ನಮ್ಮ ತೀರ್ಮಾನಗಳು ಇಷ್ಟ, ಅನಿಷ್ಟಗಳನ್ನು ಆಧರಿಸಿರುತ್ತವೆ. ಇಷ್ಟ, ಅನಿಷ್ಟದ ಲೋಲಕ ಅತ್ತಿಂದಿತ್ತ ಚಲಿಸುತ್ತಿರುತ್ತದೆ. ಹೀಗಾಗಿ, ಇದನ್ನು ಆಧರಿಸಿದ ನಿರ್ಧಾರ ವಸ್ತುನಿಷ್ಠವಾಗಿರುವ ಖಾತ್ರಿ ಇರುವುದಿಲ್ಲ, ನಂಬಿಕಾರ್ಹವೂ ಅಲ್ಲ. ಇದನ್ನು ಆಧರಿಸಿ ತಪ್ಪು, ಸರಿಯನ್ನು ನಿರ್ಧರಿಸುವುದು ಸರಿಯಲ್ಲ.

ತಪ್ಪು - ಸರಿ ನಡುವಿನ ಗೆರೆ ತುಂಬ ತೆಳುವಾದದ್ದು. ಕೆಲಕಾಲದ ಹಿಂದೆ ಹೀರೋಗಳಾಗಿದ್ದವರು, ಇಂದು ವಿದೂಷಕರಾಗುವುದಿದೆ. ಹಲವು ಅಕ್ರಮಗಳಲ್ಲಿ

ಸಿಲುಕಿಕೊಂಡು, ಮಾನ ಕಳೆದುಕೊಳ್ಳುತ್ತಾರೆ. ಅವರನ್ನು ಸನ್ಮಾನಿಸಿದವರು ಪಶ್ಚಾತ್ತಾಪ ಪಡುವಂತೆ ಆಗುತ್ತದೆ.

ನೆನ್ನೆಯ ಹೀರೋಗಳು ಇಂದು ವಿಲನ್ ಆಗುವುದೇಕೆ? ಉತ್ತರ ಹುಡುಕುವುದು ಕಷ್ಟವೇನಲ್ಲ. ಮನುಷ್ಯರ ಕೆಲಸವನ್ನು ತಾರ್ಕಿಕ, ವಸ್ತುನಿಷ್ಠವಾಗಿ ಮೌಲ್ಯಮಾಪನ ಮಾಡಿದರೆ, ಬಹುತೇಕ ತಪ್ಪುಗಳನ್ನು ನಿವಾರಿಸಬಹುದು ಹಾಗೂ ನ್ಯಾಯಬದ್ಧ ನಿಲುವು ತೆಗೆದುಕೊಳ್ಳಬಹುದು. ಅಂಥ ತೀರ್ಮಾನದಿಂದ ಒಳಿತು ಆಗಲಿದೆ. ಮನಸ್ಸಾಕ್ಷಿಯನ್ನು ವಸ್ತುನಿಷ್ಠತೆಯ ಜತೆಗೂಡಿಸಿ ತೆಗೆದುಕೊಂಡ ನಿರ್ಧಾರ ಗಳು ತಪ್ಪಾಗಿರಲು ಸಾಧ್ಯವಿಲ್ಲ. ಮನಸ್ಸಾಕ್ಷಿಯನ್ನು ಮರೆತಾಗ ನಮ್ಮ ನಿರ್ಧಾರ ಗಳು ತಪ್ಪಾಗುತ್ತವೆ. ಸುಂಟರಗಾಳಿ ಇದ್ದರೂ ಆರದ ಲಾಟೀನು - ಮನಸ್ಸಾಕ್ಷಿ.

ಒಳ್ಳೆಯ ಮತ್ತು ಕೆಟ್ಟ ಮನುಷ್ಯರ ನಡುವೆ ಇರುವ ವ್ಯತ್ಯಾಸವೇನು? ಒಬ್ಬ ಆಮಿಷಗಳನ್ನು ಪ್ರತಿರೋಧಿಸುತ್ತಾನೆ, ಇನ್ನೊಬ್ಬ ಅದಕ್ಕೆ ಬಲಿಯಾಗುತ್ತಾನೆ. ಕಾನೂನನ್ನು ಉಲ್ಲಂಘಿಸಿದಾಗ, ಶಿಕ್ಷೆ ಅನುಭವಿಸಬೇಕಾಗುತ್ತದೆ. ಆದರೆ, ಕೆಲವರು ಬುದ್ಧಿ ಉಪ ಯೋಗಿಸಿ, ಕಾನೂನನ್ನು ಬದಿಗೊತ್ತುತ್ತಾರೆ. ಇಂಥ ಪ್ರವೃತ್ತಿಯಿಂದ ಆತ ದೋಷಿ ಯಾಗದೆ ಇರಬಹುದು. ಕೆಲವೊಮ್ಮೆ ಆತನ ಕ್ರಿಯೆ ಶ್ಲಾಘನೆಗೂ ಪಾತ್ರವಾಗ ಬಹುದು. ಆದರೆ, ಪಾಪಪ್ರಜ್ಞೆ ಕಾಡುತ್ತದೆ. ಇಂಥವರು 'ಸನ್ನಡತೆಯ ಕ್ರಿಮಿನಲ್ ಗಳು'.

ಇಂಥವರು ಧಾರ್ಮಿಕ ಆಚರಣೆ, ಸಮಾಜಸೇವೆಗೆ ಮುಂದಾಗುತ್ತಾರೆ. ಇದರಿಂದ ಮುಕ್ತಿ ಸಾಧ್ಯ ಎಂದು ಭಾವಿಸುತ್ತಾರೆ. ಗಿಡಕ್ಕೆ ಒಮ್ಮೆ ನೀರು ಹನಿಸಿ, ನಿರಂತರವಾಗಿ ಹೂವು ಪಡೆಯಲು ಸಾಧ್ಯವಿಲ್ಲ. ನೈತಿಕತೆ ಕಳೆದುಕೊಂಡ ಮನುಷ್ಯನಿಗೆ ಮುಕ್ತಿ ದೊರೆಯುತ್ತದೆ ಎಂಬುದು ಭ್ರಮೆಯಷ್ಟೆ. ಕತ್ತಲು ಮತ್ತು ಬೆಳಕು ಒಟ್ಟಿಗಿರುವುದು ಸಾಧ್ಯವಿಲ್ಲ. ಕೇಕ್ ತಿಂದರೆ, ಉಳಿಯುವುದಿಲ್ಲ. ತಿನ್ನುವುದು, ಉಳಿಸುವುದು ಎರಡನ್ನೂ ಮಾಡಲು ಸಾಧ್ಯವಿಲ್ಲ.

ಧಮ್ಮಪದ ಹೇಳುತ್ತದೆ, 'ಅಶುದ್ಧ ಮನಸ್ಸಿನಿಂದ ಮಾತನ್ನಾಡಿದರೆ ಇಲ್ಲವೇ ಕ್ರಿಯೆಯಲ್ಲಿ ತೊಡಗಿದರೆ, ದುಃಖ ಹಿಂಬಾಲಿಸುತ್ತದೆ, ಬಂಡಿಯನ್ನು ಎಳೆಯುತ್ತಿರುವ ಎತ್ತಿನ ಹೆಜ್ಜೆ ಗುರುತನ್ನು ಹಿಂಬಾಲಿಸುವ ಚಕ್ರದಂತೆ'.

ನರಕವೆಂಬುದು ಮನುಷ್ಯನ ಸ್ವಂತ ಸೃಷ್ಟಿ. ಕಾನೂನು ಉಲ್ಲಂಘಿಸುವವರನ್ನು ಶಿಕ್ಷೆಗೆ ಒಳಪಡಿಸುತ್ತಾರೆಯೇ ಹೊರತು, ಸಜ್ಜನರನ್ನಲ್ಲ. ತಪ್ಪು ಗುರಿಯನ್ನು ಇಟ್ಟುಕೊಂಡು ಆಧ್ಯಾತ್ಮಿಕ ಸಂತೋಷವನ್ನು ಅನುಭವಿಸಲು ಸಾಧ್ಯವಿಲ್ಲ. ಗಾದೆ ಯೊಂದು ಹೇಳುತ್ತದೆ, 'ನೀವು ಬಿತ್ತಿದ್ದನ್ನು ಪಡೆಯುತ್ತೀರಿ. ಮುಳ್ಳನ್ನು ಬಿತ್ತಿ ಸಿಹಿಯಾದ ಮಾವು ಪಡೆಯಲು ಸಾಧ್ಯವಿಲ್ಲ'.

ಅಧ್ಯಾತ್ಮಿಕ ಸಂತಸ ಬೇಕಿದ್ದಲ್ಲಿ ನಮ್ಮ ಗುರಿ ಸರಿಯಾಗಿರಬೇಕು. ನಮ್ಮ ಆಲೋಚನಾ ಕ್ರಮ ಸರಿ ಇರಬೇಕು. 'ಮನುಷ್ಯ ಆತನ ನಂಬಿಕೆಗಳ ಪ್ರತಿರೂಪ' ಎನ್ನುತ್ತದೆ ಭಗವದ್ಗೀತೆ. ಆಲೋಚನಾ ಶಕ್ತಿ ನಮಗಿರುವ ವರ. ಆಲೋಚನೆ ಎಂದರೆ ಸರಿ, ತಪ್ಪು ಯಾವುದು ಎಂಬ ವಿವೇಚನೆ. ಮನುಷ್ಯ ಮತ್ತು ಪ್ರಾಣಿಗೆ ಇರುವ ವ್ಯತ್ಯಾಸವೇ ಅದು. ನಮಗೆ ವಿವೇಚನೆ ಇದೆ, ಪ್ರಾಣಿಗಳಿಗೆ ಇಲ್ಲ. ವಿವೇಚನೆ - ಚಿಂತನೆಯಿಂದಾಗಿಯೇ ವಾಲ್ಮೀಕಿ ತನ್ನ ಮಾರ್ಗ ಬದಲಿಸಿ, ಸಂತರಾದರು. ತಥಾಗತ ಬುದ್ಧ ರಾಜ ವೈಭೋಗವನ್ನು ತೊರೆದು ಸರಳ - ಶುದ್ಧ ಬದುಕು ಆರಿಸಿಕೊಂಡಿದ್ದು ಇದೇ ಕಾರಣದಿಂದ. ನೀವು ನಿಮ್ಮ ತಂದೆತಾಯಿಯನ್ನು ಆಯ್ದುಕೊಳ್ಳಲು ಸಾಧ್ಯವಿಲ್ಲ. ಆದರೆ, ಏನಾಗಬೇಕು, ಏನು ಮಾಡಬೇಕು ಎಂಬುದನ್ನು ಆಯ್ದುಕೊಳ್ಳಬಹುದು. ವಸ್ತ್ರ ಓದು, ಸ್ನೇಹಿತರು, ಸಂಗಾತಿ ಎಲ್ಲವನ್ನೂ ಆಯ್ಕೆ ಮಾಡಿಕೊಳ್ಳಬಹುದು.

ಕ್ರಿಯೆಯ ಆಯ್ಕೆ ಅಂತಿಮ ಪರಿಣಾಮದ ಗುಣಮಟ್ಟವನ್ನು ನಿರ್ಧರಿಸುತ್ತದೆ. ಲೇಖಕ, ವಿಜ್ಞಾನಿ, ಕಲಾವಿದ ಆಗಬೇಕೆಂದುಕೊಂಡವರು ಸರಳ ಜೀವನವನ್ನು ಆಯ್ದುಕೊಳ್ಳಬೇಕಾಗುತ್ತದೆ. ಕಠಿಣಶ್ರಮ, ಕೆಲವೊಮ್ಮೆ ಪ್ರತಿಫಲವಿಲ್ಲದ ಕೆಲಸ ಆತನದಾಗುತ್ತದೆ. ಆತನ ಸೃಷ್ಟಿ ಮನು ಕುಲದ ಆಸ್ತಿಯಾಗುತ್ತದೆ.

ತಪ್ಪುಹಾದಿ ಹಿಡಿದವನನ್ನು ಆತ್ಮಸಾಕ್ಷಿ ಕಾಡುತ್ತದೆ. ಆದರೆ, ರಮೇಶ, ಗಣೇಶ, ಲೋಕೇಶ, ಪ್ರಕಾಶ, ಸುರೇಶ ಮಾಡುತ್ತಿರುವುದನ್ನೇ ನಾನೂ ಮಾಡುತ್ತಿರುವೆ ಎಂದು ಸಮರ್ಥಿಸಿಕೊಳ್ಳುತ್ತಾನೆ. ಇಂಥವರು ತಮ್ಮ ಶತ್ರುವಾಗಿ ಪರಿಣಮಿಸುತ್ತಾರೆ. ಕೆಟ್ಟ ಮನುಷ್ಯ ಪಕ್ವವಾಗದ ಹಣ್ಣಿನಂತೆ, ಕಹಿ ಹಾಗೂ ಹುಳಿ.

ಕಳ್ಳಸಾಗಣೆದಾರ ಇಲ್ಲವೇ ಕುಡುಕನ ಬಗ್ಗೆ ಸಮಾಜಕ್ಕೆ ಗೊತ್ತಿರುತ್ತದೆ. ಆದರೆ, ಧಾರ್ಮಿಕ ಸೋಗುದಾರ ಆದರ್ಶವಾದಿಯಂತೆ ಸೋಗು ಹಾಕಿಕೊಂಡಿರುತ್ತಾನೆ. ಆತನ ನಿಜವಾದ ಮುಖ ಎಲ್ಲರಿಗೂ ಗೊತ್ತಿರುವುದಿಲ್ಲ.

ಧರ್ಮಸೂತ್ರ ಹೇಳುತ್ತದೆ, 'ಸ್ವರ್ಗಕ್ಕೆ ಹೋಗಬೇಕೆಂದು ಇಲ್ಲವೇ ಖ್ಯಾತಿಗಾಗಿ ಅಥವಾ ಪ್ರಶಸ್ತಿಗಾಗಿ ದಾನ ಮಾಡುವವನ ಕಾರ್ಯದಿಂದ ಯಾವುದೇ ಶುದ್ಧ ಪರಿಣಾಮ ಉಂಟಾಗದು'. ಇಂಥ ಒಂಟಿ ಪ್ರಯತ್ನ ವ್ಯರ್ಥಕರ. ಭಾರಿ ವಿಸ್ತೀರ್ಣದ ಮರುಭೂಮಿಯಲ್ಲಿ ಬಿದ್ದ ಒಂದು ಸಣ್ಣ ಮಳೆ ಇದ್ದಂತೆ.

ಐಹಿಕ ಸುಖದ ಬಯಕೆ ವಿವೇಚನೆಯನ್ನು ಮಂಕಾಗಿಸುತ್ತದೆ ಹಾಗೂ ಅಧ್ಯಾತ್ಮಿಕ ಗುರಿ ಮಸುಕಾಗುತ್ತದೆ. ಇದರಿಂದ ದಾರಿಯನ್ನೇ ಗುರಿ ಎಂದುಕೊಳ್ಳುತ್ತಾನೆ. ಪುರಾಣ ಪಠಣದ ಮೂಲಕ ಸಂತನಾಗಲು ಯತ್ನಿಸುತ್ತಾನೆ. ಇದರಿಂದ ಸಂತತನ ಹಾಗೂ ಅಧ್ಯಾತ್ಮಿಕ ಸಾಧನೆ ಸಾಧ್ಯವಿಲ್ಲ. ಹಕ್ಕಿಯನ್ನು ಸರಪಳಿ ಇಲ್ಲವೇ ತೆಳುವಾದ ದಾರದಿಂದ ಕಟ್ಟಿಹಾಕಿದ್ದರೂ, ಬಂಧನದಿಂದ ಬಿಡಿಸುವ ತನಕ ಅದು

ಹಾರಲಾರದು. ಹೀಗೆ ನಾವೂ ಕೂಡ. ನಿರ್ಲಿಪ್ತ ಗುಣ ಅಂದರೆ, ಜಗತ್ತಿನ ಸಂಕಟಕ್ಕೆ ಕುರುಡಾಗುವುದಲ್ಲ. ಕೃಷ್ಣ ಮಹಾಭಾರತದ ಯುದ್ಧದಲ್ಲಿ ಅರ್ಜುನನಿಗೆ ಹೇಳಿದ್ದು ಇದನ್ನೇ. ಕಬೀರದಾಸರು ಹೇಳುತ್ತಾರೆ, 'ಪ್ರೀತಿ ಮತ್ತು ನಿರ್ಲಿಪ್ತತೆಯ ಎರಡು ಧಾರೆಗಳನ್ನು ತನ್ನ ಹೃದಯದಲ್ಲಿ ತುಂಬಿಕೊಂಡಿರುವಾತನೇ ಭಕ್ತ'.

ಧ್ಯಾನ ಮತ್ತು ಪ್ರಾರ್ಥನೆ , ಅಧ್ಯಾತ್ಮಿಕ ಬದುಕಿಗೆ ಆಹಾರವಿದ್ದಂತೆ. ಪ್ರಾರ್ಥನೆ ನಮ್ರತೆಯನ್ನು ಹಾಗೂ ಧ್ಯಾನವು ಉತ್ತಮ ಗುಣಗಳೆಡೆಗೆ ಮನಸ್ಸನ್ನು ಕೇಂದ್ರೀಕರಿಸಲು ನೆರವಾಗುತ್ತದೆ. ಧ್ಯಾನವಿಲ್ಲದ ಕ್ರಿಯೆ ಹಾನಿಕರ. ಕ್ರಿಯೆಯಿಂದ ಕೆಲವು ಕೆಲಸ ಆಗುತ್ತದೆ. ಇದಷ್ಟೇ ಸಾಲದು. ಕೆಲಸದ ಗುಣಮಟ್ಟ ಕೂಡಾ ಮುಖ್ಯ.

ಧ್ಯಾನ ದೇವರನ್ನು ಕುರಿತೇ ಮಾಡಬೇಕೆಂದಿಲ್ಲ. ಹಣ, ಹೆಣ್ಣು, ಭೂಮಿ, ಅಧಿಕಾರದ ಗೀಳಿನಂಥ ನಕಾರಾತ್ಮಕ ಚಿಂತನೆಯಿಂದ ಇಲ್ಲವೇ ಸದಾಕಾಲ ಆ ಕುರಿತೇ ಚಿಂತಿಸುವುದರಿಂದ, ನಿಮಗೆ ಇಲ್ಲವೇ ಸಮಾಜಕ್ಕೆ ಯಾವುದೇ ಒಳಿತಾಗದು. ಬದಲಾಗಿ, ಸಕಾರಾತ್ಮಕ ಚಿಂತನೆಯಿಂದ ಒಳಿತಾಗಲಿದೆ.

ಆದರೆ, ಅಧ್ಯಾತ್ಮ ಕುರಿತ ಬರಿದೇ ಜ್ಞಾನದಿಂದ ಯಾವುದೇ ಪ್ರಯೋಜನವಿಲ್ಲ. ರಸಾಯನಶಾಸ್ತ್ರಜ್ಞನಿಗೆ ರಸಾಯನಿಕಗಳ ಬಗ್ಗೆ ಅರಿವಿರುತ್ತದೆ. ಅವುಗಳ ಔಷಧೀಯ ಪರಿಣಾಮಗಳ ಬಗ್ಗೆ ಅರಿವು ಇರುವುದಿಲ್ಲ. ಆತ ವೈದ್ಯನಲ್ಲ. ಜತೆಗೆ, ಔಷಧವಷ್ಟೇ ಆರೋಗ್ಯವಲ್ಲ.

ಕೆಲವರು ಧ್ಯಾನ ಹಾಗೂ ಪ್ರಾರ್ಥನೆಯನ್ನು ಉತ್ತಮವಲ್ಲದ ಗುರಿ ಸಾಧಿಸಲು ಬಳಸುತ್ತಾರೆ. ಭಗವದ್ಗೀತೆ ಹೇಳುತ್ತದೆ, 'ಬಹುತೇಕರು ದೇವರನ್ನು ಪೂಜಿಸುವುದು ತಾವು ಕೈಗೆತ್ತಿಕೊಂಡ ಕೆಲಸದಲ್ಲಿ ಯಶಸ್ಸು ಸಿಗಲಿ ಎಂದು ಕೋರಲು ಮಾತ್ರ'. ಇಂಥ ಕ್ಷುಲ್ಲಕ ಗುರಿ ಕೂಡದು.

ಶಿಕ್ಷಣ ಮನುಷ್ಯನನ್ನು ದುರಾಸೆಬಡುಕನನ್ನಾಗಿ ಮಾಡಬಾರದು. ಈಗ 'ವೈಟ್‌ಕಾಲರ್ ಕ್ರೈಮ್' ಹೆಚ್ಚಳಗೊಂಡಿದೆ. ವ್ಯವಸ್ಥೆಯ ಲೋಪದೋಷವನ್ನು ಅರಿತವರು, ಅದನ್ನು ತಮ್ಮ ಸ್ವಾರ್ಥಕ್ಕೆ ಬಳಸಿಕೊಳ್ಳುತ್ತಿದ್ದಾರೆ. ಶಿಕ್ಷಣದ ಗುರಿ ಅಪರಾಧವಲ್ಲ, ಬದಲಿಗೆ, ಜ್ಞಾನ ಸಂಪಾದನೆ.

ಹಾಗೆಂದ ತಕ್ಷಣ ಐಶ್ವರ್ಯ ಸಂಪಾದನೆ ಅಪರಾಧವಲ್ಲ. ಆದರೆ, ಹಣದ ಹಂಬಲಕ್ಕೆ ಮಿತಿ ಇರಬೇಕು. ಬಡತನ ಅಮಾನವೀಯ. ಮನುಷ್ಯನ ಘನತೆಯನ್ನು ನಾಶ ಮಾಡುತ್ತದೆ. ಬಡತನದ ಕೂಪದಿಂದ ಎಲ್ಲರೂ ಹೊರಬರಬೇಕು. ಆಗಷ್ಟೇ ಸಮಾನತೆಯ ಸಮಾಜ ಸೃಷ್ಟಿ ಸಾಧ್ಯ.

❑❑

ಭ್ರಷ್ಟಾಚಾರವೆಂಬ ಕ್ಯಾನ್ಸರ್

ಭ್ರಷ್ಟಾಚಾರವೆಂಬ ರಾಕ್ಷಸ ಮನುಷ್ಯನ ಮನಸ್ಸನ್ನು ನಾನಾ ರೀತಿ, ವೇಶ ಹಾಗೂ ದಾರಿಯಲ್ಲಿ ಆಕ್ರಮಿಸುತ್ತಾನೆ. ಭ್ರಷ್ಟತೆಯು ಮನುಷ್ಯ ಘನತೆಯ ಹಾದಿಯಿಂದ ಹೊರಳುವಂತೆ ಮಾಡುತ್ತದೆ.

ಇತ್ತೀಚೆಗೆ ಲಾಲುಪ್ರಸಾದ್ ಯಾದವ್‌ಗೆ ಜೇಲುವಾಸ ವಿಧಿಸಲಾಯಿತು. ಬಳ್ಳಾರಿಯ ಜನಾರ್ದನ ರೆಡ್ಡಿ, ಕರ್ನಾಟಕದ ಹಲವು ಶಾಸಕರು ಜೈಲು ಸೇರಿದ್ದಾರೆ. ಐ.ಎ.ಎಸ್. ಅಧಿಕಾರಿಗಳು ಕೂಡಾ ಜೈಲು ಪ್ರಯಾಣ ಮಾಡಿದ್ದಾರೆ. 2ಜಿ, ಕಾಮನ್ ವೆಲ್ತ್, ಕೋಲ್‌ಗೇಟ್ ಸೇರಿದಂತೆ ಹತ್ತು ಹಲವು ಭ್ರಷ್ಟಾಚಾರದ ಹಗರಣಗಳೂ ಬೆಳಕಿಗೆ ಬಂದಿವೆ. ಸಾಮಾಜಿಕ ಕ್ಷೇತ್ರ ಸಂಪೂರ್ಣ ಭ್ರಷ್ಟಗೊಂಡಿದೆ. ನ್ಯಾಯಾಂಗ ಕೂಡಾ ಇದಕ್ಕೆ ಹೊರತಾಗಿಲ್ಲ.

ಭ್ರಷ್ಟಾಚಾರ ತಡೆ ಸಮಿತಿಯ ವರದಿ ಪ್ರಕಾರ, 'ಸಾರ್ವಜನಿಕ ಜೀವನದಲ್ಲಿ ತನಗಿರುವ ವಿಶೇಷ ಸ್ಥಾನವನ್ನು ಬಳಸಿಕೊಂಡು, ಅಧಿಕಾರ ಹಾಗೂ ಪ್ರಭಾವದ ಮೂಲಕ ಸ್ವಂತಕ್ಕೆ ಇಲ್ಲವೇ ಸೂಕ್ತವಲ್ಲದ ರೀತಿಯಲ್ಲಿ ಐಶ್ವರ್ಯ ಸಂಪಾದನೆ ಮಾಡಲಾಗುತ್ತಿದೆ'. ರಾಬರ್ಟ್ ಸಿ.ಬ್ರೂಕ್ ಹೇಳುತ್ತಾರೆ, 'ವೈಯಕ್ತಿಕ ಲಾಭಕ್ಕಾಗಿ ನಿರ್ದಿಷ್ಟ ಕೆಲಸವೊಂದನ್ನು ಉದ್ದೇಶಪೂರ್ವಕವಾಗಿ ಮಾಡದೇ ಇರುವುದೇ ರಾಜಕೀಯ ಭ್ರಷ್ಟಾಚಾರ'. ಎಲಿಯಟ್ ಮತ್ತು ಮೆರಿಲ್ ಪ್ರಕಾರ, 'ರಾಜ್ಯದ ಅಧಿಕಾರ ಮತ್ತು ಸಂಪನ್ಮೂಲವನ್ನು ವೈಯಕ್ತಿಕ ಇಲ್ಲವೇ ಪಕ್ಷಕ್ಕೆ ಲಾಭವುಂಟಾಗು ವಂತೆ ದುರುಪಯೋಗ ಪಡಿಸಿಕೊಳ್ಳುವುದೇ ಭ್ರಷ್ಟಾಚಾರ'.

ಭ್ರಷ್ಟಾಚಾರದ ಮಾರ್ಗಗಳೇನು? ಭಾರಿ ಉದ್ಯಮ ಹಾಗೂ ರಾಜಕಾರಣಿಗಳ ಕೂಟ ಭ್ರಷ್ಟಾಚಾರದ ದೊಡ್ಡ ಮೂಲ. ಪ್ರಜಾಪ್ರಭುತ್ವ ಅತ್ಯುತ್ತಮ ಆಡಳಿತ ವ್ಯವಸ್ಥೆ ಎಂಬುದು ನಿರ್ವಿವಾದ. ಆದರೆ, ಚುನಾವಣೆಯಲ್ಲಿ ಸ್ಪರ್ಧಿಸಲು ಅಪಾರ ಹಣ ಬೇಕಾಗುತ್ತದೆ. ಹೀಗಾಗಿ ಅಭ್ಯರ್ಥಿಗಳು ಉದ್ಯಮಿಗಳ ಬಳಿ ಹಣಕ್ಕಾಗಿ ಕೈ ಚಾಚುತ್ತಾರೆ. ಒಂದೊಮ್ಮೆ ಆತ ಗೆದ್ದರೆ, ಹಣ ಕೊಟ್ಟ ಉದ್ಯಮಿಯ ಕೈವಶವಾಗು ತ್ತಾನೆ. ಉದ್ಯಮಿಯ ಕೆಲಸ ಮಾಡಿಕೊಡಬೇಕಾಗುತ್ತದೆ. ಜತೆಗೆ, ಮುಂದಿನ ಚುನಾ ವಣೆಗೆ ಹಣ ಹೊಂದಿಸಬೇಕಾಗುತ್ತದೆ. ರಾಜಕೀಯ ಪಕ್ಷಗಳು ಕೂಡ ಚುನಾವಣೆ ಫಂಡ್‌ಗಾಗಿ ಹಣ ಸಂಗ್ರಹಿಸುತ್ತವೆ. ಇದು ವ್ಯಾಪಕ ಭ್ರಷ್ಟಾಚಾರಕ್ಕೆ ಕಾರಣವಾಗಿದೆ.

ಭ್ರಷ್ಟಾಚಾರ ತಡೆ ಸಮಿತಿಯ ವರದಿ, 'ಭ್ರಷ್ಟಾಚಾರಕ್ಕೆ ಎಳಸುವವ ಹಾಗೂ ಹಣ ಪಡೆಯುವವ ಇದ್ದಾಗ, ಭ್ರಷ್ಟಾಚಾರ ನಡೆಯುತ್ತದೆ. ಈ ಎರಡೂ ಗುಂಪಿಗೆ ಸೇರಿದವರ ಪ್ರಮಾಣ ಭಾರಿ ಎನ್ನಿಸುವಷ್ಟಿದೆ' ಎನ್ನುತ್ತಾರೆ. ಉದ್ಯಮ ಅಥವಾ ಬೇರೆ ಮಾಫಿಯಾದ ಬೆಂಬಲವಿಲ್ಲದೆ ಚುನಾವಣೆಯಲ್ಲಿ ಗೆಲ್ಲುವವರೂ ಇದ್ದಾರೆ. ಅವರ ಪ್ರಮಾಣ ತೀರಾ ಕಡಿಮೆ. ಭಾರಿ ಉದ್ಯಮ ಮತ್ತು ರಾಜಕೀಯದ ನಡುವಿನ ಸಂಬಂಧ ಕತ್ತರಿಸದೆ, ಭ್ರಷ್ಟಾಚಾರ ನಿಯಂತ್ರಣ ಸಾಧ್ಯವೇ ಇಲ್ಲ.

ರಾಜ್ಯದ ಕಾರ್ಯವ್ಯಾಪ್ತಿ ಹೆಚ್ಚಳ ಕೂಡಾ ಭ್ರಷ್ಟಾಚಾರಕ್ಕೆ ಕಾರಣವಾಗಿದೆ. ದಶಕಗಳ ಹಿಂದೆ ಪೊಲೀಸರ ಕಾರ್ಯವ್ಯಾಪ್ತಿ ಕಡಿಮೆ ಇತ್ತು. ಈಗ ಅವರ ಕಾರ್ಯ ಕ್ಷೇತ್ರ ವಿಸ್ತಾರಗೊಂಡಿದ್ದು, ಸಾರ್ವಜನಿಕರ ಜತೆ ಸಂಪರ್ಕ ಹೆಚ್ಚಿದೆ, ಇದರಿಂದ ಭ್ರಷ್ಟಾಚಾರ ಮಿತಿಮೀರಿದೆ. ಪೊಲೀಸ್ ಅಧಿಕಾರಿಗಳಲ್ಲಿ ಪ್ರಾಮಾಣಿಕತೆ ಕೊರತೆ ಬಹುದೊಡ್ಡ ಸಮಸ್ಯೆಯಾಗಿ ಪರಿಣಮಿಸಿದೆ. ಎಡ್ವರ್ಡ್ ಡಿ. ಸಲಿವಾನ್ ಪ್ರಕಾರ, ಅಪರಾಧಕ್ಕೆ ರಾಜಕಾರಣಿ ಮತ್ತು ಪೊಲೀಸರ ನಡುವಿನ ಹೊಂದಾಣಿಕೆ ಕಾರಣ. 'ನಿಜ ಹೇಳಬೇಕೆಂದರೆ, ಭ್ರಷ್ಟ ರಾಜಕಾರಣಿಗಳು ಮತ್ತು ಪೊಲೀಸರ ಪೋಷಣೆ ಇಲ್ಲದಿದ್ದರೆ, ಸಂಘಟಿತ ಅಪರಾಧ ಎಂಬುದು ಇರುತ್ತಲೇ ಇರಲಿಲ್ಲ' ಎನ್ನುತ್ತಾರೆ ಅವರು.

ಜೀವನ ಶೈಲಿಯ ಬದಲಾವಣೆ ಕೂಡಾ ಭ್ರಷ್ಟಾಚಾರಕ್ಕೆ ಕಾರಣ. ಜನ ಈಗ ಸರಳ ಜೀವನವನ್ನು ಇಷ್ಟಪಡುವುದಿಲ್ಲ. ಮಜಾ, ಮೋಜು, ಮಸ್ತಿ, ತತ್‌ಕ್ಷಣ ಕಷ್ಟ ಪಡದೆ ಸುಖ ಸಿಗಬೇಕು ಎಂಬ ಮನೋಭಾವ ಹೆಚ್ಚುತ್ತಿದೆ. ಇಂಥ ಸುಖ ಪ್ರಾಮಾ ಣಿಕ ಮಾರ್ಗದಿಂದ ಸಿಗದಿದ್ದಾಗ, ಭ್ರಷ್ಟಾಚಾರಕ್ಕೆ ಇಳಿಯುತ್ತಾರೆ. ಅಕ್ರಮ ಹಣದಿಂದ ಸಿಗುವ ಐಷಾರಾಮಿ ಸೌಕರ್ಯ, ಸಾಮಾಜಿಕ ಅಂತಸ್ತು ಹೆಚ್ಚಳ ಅವರ ಮನಸಾಕ್ಷಿ ಯನ್ನು ಕೊಂದುಬಿಡುತ್ತದೆ. ಪ್ರಾಮಾಣಿಕತೆ, ಸರಳಜೀವನ, ಕಠಿಣಶ್ರಮ ಈಗ ಮೌಲ್ಯವಾಗಿ ಉಳಿದಿಲ್ಲ. ದುಡ್ಡು ದೊಡ್ಡಪ್ಪನಾಗಿರುವುದು ಇದೇ ಕಾರಣದಿಂದ.

ಮಾಜಿ ರಾಷ್ಟ್ರಪತಿ ಡಾ. ಎ.ಪಿ.ಜೆ. ಅಬ್ದುಲ್ ಕಲಾಂ ತಮ್ಮ ಸರಳ ಜೀವನಕ್ಕೆ ಹೆಸರಾದವರು. ರಾಷ್ಟ್ರಪತಿ ಭವನದಲ್ಲಿದ್ದಾಗಲೂ ಅವರ ಅಗತ್ಯಗಳು ಕಡಿಮೆ ಇದ್ದವು. ವೀಣೆ ಮತ್ತು 'ತಿರುಕ್ಕುರಳ್' ಅವರ ನಿರಂತರ ಸಂಗಾತಿಗಳು. ಹೀಗಾಗಿಯೇ ಅವರಿಗೆ 'ಜನರ ರಾಷ್ಟ್ರಪತಿ' ಎಂಬ ಹೆಸರು ಬಂದಿತು. ಇಂದಿಗೂ ಅವರ ಜೀವನ ಶೈಲಿ ಬದಲಾಗಿಲ್ಲ.

ಭ್ರಷ್ಟಾಚಾರವೆಂಬುದು ಭಾರತಕ್ಕೆ ಮಾತ್ರ ಸೀಮಿತವಾಗಿಲ್ಲ. ತಮ್ಮ ಪುಸ್ತಕ 'ಎಥಿಕ್ಸ್ ಆಫ್ ಗವರ್ನಮೆಂಟ್'ನಲ್ಲಿ ಪಿ.ಎಚ್.ಡಗ್ಲಾಸ್ ಬರೆಯುತ್ತಾರೆ, 'ಬ್ರಿಟನ್ನಿನ ಸಾರ್ವಜನಿಕ ಜೀವನದಲ್ಲಿ ನೂರು ವರ್ಷಗಳ ಹಿಂದೆ ಭ್ರಷ್ಟಾಚಾರ ವ್ಯಾಪಕವಾಗಿತ್ತು. ಅಮೆರಿಕಾದಲ್ಲಿ ಈ ಶತಮಾನದ ಆರಂಭದವರೆಗೆ ಭ್ರಷ್ಟಾಚಾರ ಹರಡಿತ್ತು'. ಬ್ರಿಟಿಷ್ ಇಂಡಿಯಾದಲ್ಲಿ ಈಸ್ಟ್ ಇಂಡಿಯಾ ಕಂಪನಿಯ ಉನ್ನತ ಅಧಿಕಾರಿಗಳು ಭ್ರಷ್ಟರಾಗಿದ್ದರು. ರಾಬರ್ಟ್ ಕ್ಲೈವ್ ಹಾಗೂ ಲಾರ್ಡ್ ಹೇಸ್ಟಿಂಗ್ಸ್ ಕೂಡಾ ಕೊಳಕು ಹಣ ನುಂಗಿದವರೇ. ನಿವೃತ್ತಿ ಬಳಿಕ ಇಂಗ್ಲೆಂಡ್‌ಗೆ ತೆರಳಿದಾಗ, ಅವರಿಗೆ ಶಿಕ್ಷೆಯನ್ನು ತಪ್ಪಿಸಿಕೊಳ್ಳಲು ಆಗಲಿಲ್ಲ. ಅಮೆರಿಕಾದ ಅಧ್ಯಕ್ಷ ರಿಚರ್ಡ್ ನಿಕ್ಸನ್ ಕೂಡಾ ಇದೇ ಗುಂಪಿಗೆ ಸೇರಿದವ. ಈತ ಆಯ್ಕೆ ಮಾಡಿದ ಅಧ್ಯಕ್ಷ ಅಭ್ಯರ್ಥಿ ಗೆರಾಲ್ಡ್ ಫೋರ್ಡ್ ಚುನಾವಣೆಯಲ್ಲಿ ಸೋಲುಂಡ.

ಭ್ರಷ್ಟಾಚಾರ ನಿಯಂತ್ರಣಕ್ಕೆಂದು ತಂದ 1947ರ ಕಾಯಿದೆ ಪರಿಣಾಮಕಾರಿಯಾಗಿಲ್ಲ. 1949ರಲ್ಲಿ ಈ ಕಾಯಿದೆಗೆ ಭಕ್ಷಿ ಟೇಕ್ ಚಂದ್ ಸಮಿತಿಯ ವರದಿಯಂತೆ ತಿದ್ದುಪಡಿ ತರಲಾಯಿತು. ಆಗಸ್ಟ್ 1955ರಲ್ಲಿ ಗೃಹ ಮಂತ್ರಾಲಯದಡಿ ವಿಚಕ್ಷಣ ವಿಭಾಗವನ್ನು ತೆರೆಯಲಾಯಿತು. ರಾಜಕಾರಣಿಗಳು ಈ ಕಾಯಿದೆಯಿಂದ ಹೊರತಾಗಿದ್ದರು. ಬಳಿಕ ಹಲವು ತಿದ್ದುಪಡಿ, ರಾಜ್ಯಗಳಲ್ಲಿ ಲೋಕಾಯುಕ್ತರ ನೇಮಕ, ಯೋಜನೆಗಳ ಅನುದಾನ ಬಳಕೆ ಬಗ್ಗೆ ಸಿಎಜಿ ವರದಿ ಮತ್ತಿತರ ಯತ್ನಗಳು ನಡೆದಿವೆ. ಅಣ್ಣಾ ಹಜಾರೆಯವರ ಹೋರಾಟದಿಂದ ಲೋಕಪಾಲ ಮಸೂದೆ ಮತ್ತು ಭ್ರಷ್ಟಾಚಾರ ತಡೆ ಮತ್ತೆ ಮುನ್ನೆಲೆಗೆ ಬಂದಿತು.

ಇದೆಲ್ಲ ಸರಿ. ಆದರೆ, ಭ್ರಷ್ಟಾಚಾರ ನಿಂತಿದೆಯೇ? ಇಲ್ಲ. ಮನುಷ್ಯನ ಚಿಂತನೆ ಬದಲಾಗದೆ ಭ್ರಷ್ಟಾಚಾರ ನಿಲ್ಲದು. ಆತ ವಿದ್ಯಾವಂತರಾದರೆ, ಭ್ರಷ್ಟಾಚಾರ ನಿಲ್ಲುತ್ತದೆ ಎಂಬುದೂ ಸುಳ್ಳಾಗಿದೆ. ಅಕ್ಷರ ನಮ್ಮ ಅಂಧಕಾರವನ್ನು, ತಮಸ್ಸು ತೊಲಗಿಸಬೇಕಿತ್ತು. ಬದಲಿಗೆ, ಸ್ವಾರ್ಥ ಹೆಚ್ಚಿದೆ. 'ನಾವು ಬದಲಾಗದೆ ಜಗತ್ತು ಬದಲಾಗದು' ಎಂಬ ಮಾತಿನಂತೆ, ಬದಲಾವಣೆ ನಮ್ಮಿಂದಲೇ ಆಗಬೇಕಿದೆ. ಹಣತೆ ಹಚ್ಚುವವರು ನಾವಾಗಿ, ಅಂಧಕಾರ ತೊಲಗಿಸುವ ಕಾರ್ಯಕ್ಕೆ ಮುನ್ನುಡಿ ಇಡಬೇಕಿದೆ.

❑❑

All books available at www.vspublishers.com